TẠP CHÍ VIÊN GIÁC
SỐ 266 - THÁNG 4/2025

VIÊN GIÁC

TẠP CHÍ CỦA NGƯỜI VIỆT TỴ NẠN & PHẬT TỬ VIỆT NAM
TẠI CỘNG HÒA LIÊN BANG ĐỨC

Chủ nhiệm Sáng lập: H.T. Thích Như Điển
Chủ bút: Nguyên Đạo | Quản lý Tòa soạn: Thị Tâm
Tòa soạn: Chùa/Pagode Viên Giác
Karlsruher Str. 6 - 30519 Hannover - Germany
Tel. +49 511 87 96 30 | Fax : +49 511 87 941 200
Website: https://www.viengiac.info

VIÊN GIÁC

TẠP CHÍ CỦA NGƯỜI VIỆT TỴ NẠN VÀ PHẬT TỬ VIỆT NAM TẠI CỘNG HÒA LIÊN BANG ĐỨC
Zeitschrift der vietnamesischen Flüchtlinge und Buddhisten in der Bundesrepublik Deutschland

CHỦ TRƯƠNG (HERAUSGEBER)
Congregation d. Vereinigten Vietn. Buddh. Kirche (gem.) e. V.
Karlsruher Str.6 - 30519
Hannover - Deutschland

QUẢN LÝ TÒA SOẠN
Thị Tâm Ngô Văn Phát

CHỦ NHIỆM SÁNG LẬP
Hòa Thượng Thích Như Điển

CHỦ BÚT
Nguyên Đạo

KỸ THUẬT
Nguyên Đạo – Quảng Hạnh Tuệ

BAN BIÊN TẬP & CỘNG TÁC VIÊN
* **Đức:** HT. Thích Như Điển - Tích Cốc Ngô Văn Phát - Nguyên Đạo - Dr. Trương Ngọc Thanh - Trần Đan Hà - Đỗ Trường - Lương Nguyên Hiền - Đại Nguyên Nguyễn Quý Đại - Nguyên Hạnh HTD - Hương Cau - Hoa Lan Thiện Giới - Thi Thi Hồng Ngọc - Phương Quỳnh - Tịnh Ý - Quỳnh Hoa - Trần Thế Thi - Hoàng Quân.
* **Pháp:** Dr. Hoang Phong Nguyễn Đức Tiến – Chúc Thanh
* **Thụy Sĩ:** TT. Thích Như Tú - Trần Thị Nhật Hưng - Song Thư LTH – Lưu An Vũ Ngọc Ruẫn.
* **Bỉ:** Nguyên Trí Hồ Thanh Trước.
* **Áo:** Nguyễn Sĩ Long
* **Ý:** Huỳnh Ngọc Nga - TS. Elena Pucillo Trương & Trương Văn Dân.
* **Hoa Kỳ:** Tuệ Nga – Họa Sĩ ViVi Võ Hùng Kiệt & Cát Đơn Sa – Diễm Châu – Lâm Minh Anh – thylanthao – Nguyên Minh Nguyễn Minh Tiến – Dr. Bạch Xuân Phẻ.
* **Canada:** Dr. Thái Công Tụng – GS. Trần Gia Phụng – DVM Nguyễn Thượng Chánh.
* **Úc Châu:** TT. Thích Nguyên Tạng – Dr. Lâm Như Tạng – Quảng Trực Trần Viết Dung.
* **Và chư Tôn đức Tăng Ni, Cư sĩ Phật tử cũng như văn, thi, họa sĩ… tán đồng chủ trương của Viên Giác.**

CÙNG SỰ CỘNG TÁC CỦA (Mitwirkung von)
Hội Phật Tử VNTN tại Cộng Hòa Liên Bang Đức
Vereinigung der Buddhistische-Vietnamflüchtlinge i. d. BRD

TÒA SOẠN
Chùa/Pagode Viên Giác
Karlsruher Str. 6 - 30519 Hannover
Tel. 0511 - 87 96 30 . Fax : 0511 - 87 941 200
Website: https://www.viengiac.info
Email Chùa: todinh@viengiac.info
Email văn phòng: pagodevg2020@gmail.com
Email bài vở: chubut.viengiac@gmail.com

- Tạp chí Viên Giác phát hành mỗi hai tháng vào những tháng chẵn. Viên Giác bảo tồn và phát huy truyền thống Văn Hóa Phật Giáo và Dân Tộc Việt Nam ở hải ngoại, không có tính thương mại. Mọi hỷ cúng và ủng hộ để phụ giúp trang trải các chi phí ấn loát, điều hành, bưu phí… chúng tôi xin đón nhận và chân thành cảm tạ.
- Ngoài số ấn bản in trên giấy mỗi kỳ, Tạp chí Viên Giác còn phát hành trên mạng toàn cầu Amazon và phổ biến rộng rãi trên các trang mạng Phật Giáo lớn trên thế giới.
- Ủng hộ hiện kim cho Tạp chí Viên Giác, khi có yêu cầu chúng tôi sẽ gởi đến quý vị biên nhận để làm đơn xin quân bình thuế lương bổng, lợi tức hằng năm ở sở thuế.
- Nội dung bài viết hay quảng cáo thuê đăng trên Tạp chí Viên Giác không nhất thiết là quan điểm hay chủ trương của Ban Biên Tập. Các tác giả hay những cơ sở thuê đăng quảng cáo chịu trách nhiệm về nội dung hay bản quyền trích dẫn theo quy định tác quyền (copyright).

Trương mục ngân hàng:
Congr. d. Verein Vietn. Buddh. Kirche Abteilung i.d. Sparkasse
Hannover Konto Nr. 910 4030 66
BIC: SPKHDE2HXXX.   IBAN: DE40 2505 0180 0910 4030 66

MỤC LỤC số 266

3   Thư Tòa Soạn

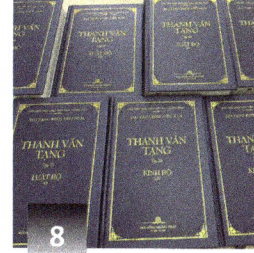

Đại Tạng Kinh, Công Trình Cuối Cùng của Thầy Tuệ Sỹ (Tâm Nhãn)
8

Trang GĐPT: Chiếc Áo Đầm Xanh Oanh Vũ (Tâm Bạch)
26

Ngày 30 tháng 4 năm 1975, Tôi Đang Ở Đâu? (Thích Như Điển)
42

Trăng Năm Phương Đông (Tuệ Nguyên Thích Thái Hòa)
25

Trầm Tích (Thu Hoài)
45

• Phật Giáo & Đời Sống

5   Hồi Quang Phản Chiếu, Phản Quan Tự Kỷ (HT. Thích Thanh Từ)
10 Buổi Thuyết Trình về Ăn Chay của Bác sĩ Jérôme Bernard-Pellet (Hoang Phong Nguyễn Đức Tiến)

Bìa: Họa sĩ Đình Khải | **Hình minh họa:** Cát Đơn Sa, Lương Nguyên Hiền, U. Ostlaender
Ấn loát: Gutenberg Beuys Feindruckerei GmbH
Hình bìa: Thương Xá Tax Saigon năm 1966 | Photo by G.M. Slater.
(Ký ức về một biểu tượng phồn thịnh của Sài Gòn xưa: Thương xá Tax được xây dựng vào năm 1880, từng mang tên Tax, Eden, Crystal Palace, nay không còn nữa).

* Viên Giác số 267 kỳ tới, chủ đề: "Phật Đản Pl. 2569" sẽ phát hành vào 06.2025. Hạn chót nhận bài là 10.05.2025.

- **Phật Giáo & Tuổi trẻ - Song ngữ Việt-Đức/VN-DE**
- 16 Một Ngày Kia... Đến Bờ - Eines Tages... das andere Ufer erreichen (Bs. Đỗ Hồng Ngọc)
- 19 Truyện Cổ Phật Giáo: Sao không làm gì... – Warum tut ihr nichts... (Tịnh Ý giới thiệu)
- 21 Truyện ngắn Thiếu nhi: Gia Đình Mình Là Con Phật - Unsere Familie sind Buddhisten (Thi Thi Hồng Ngọc)
- **Khảo luận**
- 28 Huyền Trang và Đường Tăng... (Thiên Nhạn Bạch Xuân Phẻ)
- 32 Giai Đại Hoan Hỷ (Lâm Minh Anh)
- 36 Nguyên Tử Lực Phụng Sự Hòa Bình (Nguyên Trí Hồ Thanh Trước)
- **Chủ đề 30/4 – Tản văn – Truyện Ngắn**
- 49 50 Năm Nhìn Lại (Tích Cốc Ngô Văn Phát)
- 50 Thăm Tù Nghệ Tĩnh (Trần Thị Nhật Hưng)
- 56 Quê Nhà Ở Đâu? (Ngô Thụy Chương)
-     Viết Từ Palawan (Nguyễn Sĩ Long)
- 62 Như Lá Thu Riu Rắt (Song Thư TTH)
- 66 Người Rơm (Chúc Thanh)
- 69 Lá Thư Mùa Xuân (Hoàng Quân)
- 74 Xanh Màu Quê Hương (Diễm Châu Cát Đơn Sa)
- **Thơ**
- 15 Tâm Sen Của Phật (Tôn Nữ Mỹ Hạnh)
- 24 Tiếng Lá Xào Xạc, Phải Gió Thu? (Tuệ Nga)
- 40 Em Hãy Tìm Quên (Nguyễn Minh Hoàng)
- 41 Tâm Hồn Tôi Đang Vội (Mario De Andrade, Trương Văn Dân dịch)
- 50 Một Chút Quê Nhà (Lê Minh Tú)
- 58 Nợ Sông Núi, Chí Tang Bồng (Nguyễn Song Anh)
- 61 Sân Thiền Trỗ Hoa (Nguyễn An Bình)
- 68 Nỗi Nhớ Trường Xưa (Nguyễn Hạnh HTD)
- 78 Lời Rơm (Nguyễn Chí Trung)
- **Tin Tức – Thông Báo**
- 79 Y Học và Đời Sống (Bs. Trương Ngọc Thanh phụ trách)
- 81 Mùng Ba Tết Về Chùa (Diệu Danh)
- 83 Tin Sinh hoạt Cộng Đồng – Thông Báo (Đại Nguyên phụ trách)
- 86 Bản Tin Thế Giới – Bản Tin Việt Nam (Quảng Trực phụ trách)
- 88 Thư Tín - Phân Ưu, Cáo Phó - Phương Danh Cúng Dường

Thư Tòa Soạn
Báo Viên Giác số 266

Năm nay kỷ niệm đúng 50 năm Việt Nam vẫn còn tên gọi; nhưng chủ nghĩa thì đã thay đổi. Kể từ đó đến nay đúng nửa thế kỷ, đã có không biết bao nhiêu chuyện tang thương ngẫu lục, vật đổi sao dời. Bao nhiêu chuyện vui thì ít mà buồn thì nhiều. Bao nhiêu chuyện được thì không, mà mất mát thì quá lớn. Ai cũng biết sau chiến tranh kẻ được người mất là chuyện thường tình của nhân thế, ví như chiến tranh đệ nhất thế chiến (1914-1918) và đệ nhị thế chiến (1939-1945); nhưng Nhật Bản, Đại Hàn ở Á Châu kể cả Đài Loan. Âu Châu như các nước Đức và các nước khác chủ chiến như Pháp, Ý và xa hơn nữa là Mỹ… Họ đã làm gì sau hai cuộc thế chiến này và quê hương của họ ra sao thì chúng ta đã rõ. Còn nhìn lại Việt Nam của chúng ta sau 50 năm được gọi là cuộc chiến Nam Bắc đã ngưng; nhưng nỗi lòng dân Việt vẫn còn đó không biết bao nhiêu chuyện đau thương tủi hờn. Đất nước Việt Nam đã được nối liền lần thứ hai (lần thứ nhất vào thời Trịnh Nguyễn phân tranh; bên kia sông Gianh thuộc quyền của Vua Lê Chúa Trịnh ở Đàng Ngoài và bên này sông Gianh thuộc về chúa Nguyễn ở Đàng Trong) sau Hiệp Định Genève vào ngày 20 tháng 7 năm 1954; nhưng lòng người Nam Bắc thì chưa bao giờ có được sự thống nhất như người Nhật Bản hay người Đức đã làm.

Nhìn thế giới chung quanh phát triển, tái lập hòa bình để tự thấy chúng ta là người Việt vì sao xảy ra nông nỗi này. Sau khi thống nhất đất nước vào năm 1975 đã có hơn 4 triệu người bỏ nước ra đi cũng chỉ vì hai chữ TỰ DO. So ra cuối đời nhà Lý (1010-1224) và đầu Trần, qua âm mưu thâm độc của Trần Thủ Độ, lúc ấy chỉ có 6.000 người nhà Lý đã bỏ quê hương Đại Việt sang Đài Loan và Đại Hàn tỵ nạn chính trị. Còn bây giờ sau gần 900 năm, tuy dân số có tăng; nhưng số người bỏ nước ra đi không biết là đã tăng lên mấy ngàn phần trăm và có lẽ còn nhiều người nữa cũng muốn ra đi để thoát khỏi chế độ cộng sản của Việt Nam trong hiện tại. Câu hỏi này Bộ Chính Trị và hơn một triệu đảng viên đảng cộng sản Việt Nam phải có bổn phận trả lời một cách đứng đắn với dân tộc Việt Nam, kể cả những người ở trong và ngoài nước cũng như với thế giới tự do.

Trong tháng 2 và tháng 3 năm 2025 vừa qua thế giới đã chứng kiến hai cuộc bầu cử của Hoa Kỳ và nước Đức. Ai ai cũng mong đợi một chính quyền trong sáng sẽ xây dựng những quốc gia này càng vững mạnh hơn; nhưng thực tế không phải vậy. Tất cả cũng chỉ vì cái tự kỷ, cá nhân chủ nghĩa của người lãnh đạo là trên hết; chứ quê hương, đất nước và tình người chỉ là những lời hứa suông, những ước mơ mà người dân thấp cổ bé họng khó có thể với tới được. Nước Hoa Kỳ là một nước tiêu biểu về chủ nghĩa tự do hàng đầu trên thế giới; nhưng cái ngã của người lãnh đạo quá lớn. Thế giới này sẽ bị dẫn dắt đi về đâu, chúng ta cũng khó có thể hiểu hết được sự tham vọng của người lãnh đạo. Riêng nước Đức đã có kinh nghiệm đau thương về việc chia đôi lãnh thổ vào năm 1949 và thống nhất năm 1989; nhưng để rồi sau gần 40 năm thống nhất giữa Đông và Tây Đức, lòng người dân cả hai phía vẫn chưa đi chung một lối. Chỉ có kinh tế là có sự thay đổi ít nhiều ở phía Đông; nhưng sự ỷ lại, chờ đợi nơi người lãnh đạo, mà người dân lại không tỏ rõ sự cộng tác hòa hợp; nên đây cũng là cơ hội để những đảng phái cực hữu có cơ hội chiếm thế thượng phong. Quả thật là một bài toán khó giải đối với những người lãnh đạo của đất nước này.

Putin lãnh đạo nước Nga qua mấy thập niên và bây giờ hình như Putin chỉ muốn làm vua suốt đời và mang dân tộc Nga đi vào thế bị cô lập của thế giới. Nhiệm kỳ thứ 2 của Tổng thống Trump đã giải vây cho Nga; nhưng điều này sẽ là sự đối đầu với những nước đồng minh Âu Châu, mà Mỹ lâu nay đã tốn không biết bao nhiêu nhân lực và của cải để gầy dựng nên. Điều này cũng chỉ vì lợi ích giữa cá nhân với cá nhân; chứ hoàn toàn không phải là của trật tự thế giới. Nếu người Mỹ đứng về phía Nga để chống Trung Cộng và đồng thời xây lưng với các nước tự do Âu Châu thì Mỹ cũng sẽ bị phê phán trên diện rộng của thế giới, mà nguyên nhân chính trong hiện tại cũng chỉ vì sự tham vọng của Putin muốn thanh toán và sáp nhập Ukraine vào Nga. Nhưng chắc chắn thế giới tự do và Âu Châu sẽ không dễ dàng chấp nhận điều này.

Những dự ngôn của những nhà tiên tri lừng danh trên thế giới đã báo động rằng trong năm 2025 này vào tháng 3 và tháng 7 sẽ xảy ra nhiều tai nạn thiên nhiên kinh hoàng hơn những năm trước nữa. Điều này hẳn có thể xảy ra. Bởi lẽ con người chúng ta đã tàn phá đất đai, núi rừng, sông bể… không nương tay. Thế nên nạn cháy rừng, động đất, bão lụt, nước dâng cao khắp nơi trên quả địa cầu này là chuyện hiển nhiên thôi. Đó là NHÂN ắt có QUẢ. Đó là do con người chúng ta tạo ra, chẳng phải ai khác. Phật Giáo qua lăng kính *Thành, Trụ, Hoại, Không* cũng nhìn không sai khác về sự tiến hóa và sự tan rã của vũ trụ là mấy. Tuổi thọ của quả đất hay của con người lệ thuộc vào tất cả những hành vi thiện ác của chúng ta đã, đang và sẽ gây tạo ra từ trong vô lượng kiếp cho đến ngày nay, cũng như sẽ kéo dài mãi cho đến vô tận trong tương lai nữa. Nói như trong luận A-tỳ-đàm về việc thành lập thế giới thì Đức Phật đã quy hết trách nhiệm về cho chúng sanh trên quả địa cầu này. Vì thế chúng ta phải có trách nhiệm với chính mình và với thế giới chung quanh chúng ta đang sống.

Tháng 3 dương dịch năm nay nhằm vào tháng hai âm lịch của năm Ất Tỵ. Trong cả năm, tháng này là tháng có nhiều lễ vía Phật và Bồ Tát nhất. Đó là các ngày mùng 8 tháng 2 lễ vía Đức Phật Thích Ca xuất gia; rằm tháng 2 lễ vía Đức Phật Thích Ca nhập Niết Bàn; 19 tháng 2 lễ vía Đức Quan Thế Âm Bồ Tát và ngày 21 tháng 2 lễ vía Đức Bồ Tát Phổ Hiền. Trong những ngày lễ vía này người Phật Tử tại gia nên chay tịnh và làm lành lánh dữ, tạo lập những công đức phước điền như: phóng sanh, trồng cây, xây cầu, cất chùa, xây trường học, làm việc từ thiện, cứu đời, giúp người v.v… Chính những việc làm này sẽ kéo dài tuổi thọ của chúng ta và của quả đất này. Chính những hành động có từ tâm này cũng sẽ cứu chúng ta ra khỏi sự tranh chấp, đố kỵ lẫn nhau, mà điều ấy chúng ta cần phải nên thể hiện.

Tết đã qua, tháng tư sắp đến và Phật Đản gần kề, đại diện cho Ban Biên Tập báo Viên Giác xin chân thành niệm ân chư tôn đức Tăng Ni và Quý Phật Tử cũng như không Phật Tử xa gần trên khắp năm châu bốn biển trong suốt 46 năm qua đã cộng tác, hỗ trợ, tài trợ cho tờ báo Đạo đi vào Đời của chúng ta một cách kiên trì, bền bỉ. Có như vậy Viên Giác mới có thể tồn tại cho đến ngày hôm nay. Tất cả những công đức có được này xin dâng lên Tam Bảo chứng minh và xin cầu nguyện cho tất cả Quý Vị luôn gội nhuần được ân Pháp vũ.

Nam Mô Công Đức Lâm Bồ Tát Ma Ha Tát.
Ban Biên Tập Tạp Chí Viên Giác.

Hòa Thượng Thích Thanh Từ
HỒI QUANG PHẢN CHIẾU PHẢN QUANG TỰ KỶ

Trong nhà thiền có hai câu được xem như châm ngôn của hành giả tu thiền, đó là "Hồi quang phản chiếu" và "Phản quan tự kỷ". Hai câu này là một hay khác? Nếu là một thì nói một câu đủ rồi, dùng chi tới hai câu. Nếu khác thì khác chỗ nào? Có khi ta nghe nói **"Hồi quang phản chiếu"**, có khi nghe nói **"Phản quan tự kỷ"**, câu nào cũng dạy xoay lại mình hết, tại sao có hai cách gọi khác nhau?

Trước hết tôi nói về **"Hồi quang phản chiếu"**.

Chữ "hồi" là quay lại, "quang" là ánh sáng, "phản" là trở lại, chiếu là soi sáng. "Hồi quang phản chiếu" tức là quay ánh sáng trở lại, soi rọi chính mình. Soi thế nào? Nhiều người không hiểu, tưởng ngồi nhìn chăm chăm thấu tim gan ruột phổi, đó là phản chiếu. Hiểu như vậy là sai lầm. Tôi sẽ dẫn kinh để nói rõ hơn về điều này.

Trong kinh Lăng Nghiêm, khi đức Phật đưa tay lên hỏi ngài A-nan thấy không, ngài A-nan trả lời thấy. Rồi Phật để tay xuống hỏi ngài A-nan thấy không, ngài A-nan trả lời không thấy. Ngay đó Phật liền quở Ngài là quên mình theo vật. Tất cả chúng ta từ người trí thức cho tới kẻ bình dân, suốt ngày ai cũng phóng sáu căn mắt, tai, mũi, lưỡi, thân, ý đuổi theo sáu trần bên ngoài, luôn luôn phân tích, chia chẻ, tìm hiểu. Cứ thấy hình sắc thì phân tích đẹp xấu, nghe âm thanh cũng phân tích tiếng hay dở v.v… Đối diện với tất cả cảnh giới bên ngoài, đều đem hết khả năng soi sáng của mình phân tích, chia chẻ sự vật. Càng phân tích, chia chẻ nhiều chừng nào thì càng quên mình nhiều chừng ấy.

Do đó mắt vừa thấy hình tướng thì nói thấy, khi hình tướng mất đi nói không thấy. Đó là chúng ta phóng ánh sáng của mình đuổi theo vật, hay nói cách khác là phóng quang chiếu ngoại. Phóng quang này không phải phóng quang của chư Phật, mà đem cái tri giác hiểu biết của mình phóng ra ngoài để phân tích, chia chẻ sự vật. Vì vậy khi có sự vật thì tưởng như có mình, khi mất sự vật tưởng như mất mình. Đó là một mê lầm rất đáng thương.

Phật quở ngài A-nan quên mình theo vật là vì thế. Cánh tay là vật ở ngoài, còn cái hay thấy tức là ánh sáng của chính mình. Khi có cánh tay Ngài nói thấy, khi không có cánh tay Ngài nói không thấy. Như vậy nhớ mình hay nhớ vật? Rõ ràng là nhớ vật mà quên mình. Đúng ra khi thấy cánh tay nên nói thấy có cánh tay, khi tay để xuống nên nói thấy không có cánh tay. Tay khi có khi không, cái thấy luôn luôn sẵn có. Nếu tay để xuống nói không thấy như vậy thành mù sao?

> Chúng ta mê muội chỉ nhớ vật ở ngoài, không nhớ cái hay thấy của mình. Chính cái hay thấy mới là mình, còn vật ở ngoài chỉ là ngoại cảnh. Quên mình theo vật, đó là chỗ tất cả chúng ta đang mắc phải. Mắt thấy sắc chỉ nhớ cảnh nhớ người mà không nhớ có cái hay thấy.

Kế đó, Phật dạy La-hầu-la đánh tiếng chuông boong, rồi hỏi ngài A-nan nghe không, ngài A-nan trả lời nghe. Khi tiếng chuông lặng Phật hỏi nghe không, ngài A-nan trả lời không nghe, cũng bị Phật quở quên mình theo vật một lần nữa. Tiếng chuông vang lên âm thanh phát ra bên ngoài, lỗ tai ta nghe. Cái hay nghe đó thường hằng, còn tiếng chuông khi đánh thì có, khi dừng đánh thì không. Tiếng có không, sanh diệt mà cái hay nghe thường hằng. Chúng ta lại lầm nhận tiếng là cái hay nghe, nên khi mất tiếng nói không nghe, tức là phủ nhận cái nghe thường hằng của chính mình.

Chúng ta tu hành thường vướng hai chứng bệnh rất thâm hậu, rất sâu kín, đó là quên mình và mắc kẹt ngoại cảnh. Vì vậy các Thiền sư thường dạy nơi sáu căn phải luôn gìn giữ đừng cho dính mắc sáu trần. Dính mắc tức là chạy theo, mà chạy theo tức là quên mình. Đó là gốc của sự tu.

Trong sáu căn dễ nhận dễ thấy nhất là mắt và tai. Nên các Thiền sư dùng nhiều thủ thuật để chỉ hai tánh thấy và nghe đó. Hoặc đưa phất tử, hoặc đưa cành hoa v.v… để nhắc nơi chúng ta có cái hay thấy. Nếu ngay hình ảnh đó, ta nhớ được mình có cái hay thấy là nhớ được tâm chân thật rồi. Hình ảnh Phật đưa cành hoa sen lên, ngài Ca-diếp mỉm cười, đó là sự cảm thông của hai thầy trò, Tôn giả đã lãnh hội được điều đức Phật muốn chỉ. Thấy cành hoa không lệ thuộc vào cành hoa, mà biết được mình có cái hay thấy. Khi Phật đưa mắt nhìn khắp đại chúng, tới Ca-diếp Ngài cười.

Phật không nói câu nào hết, chỉ cần đưa cành hoa lên rồi nhìn từng vị Tỳ-kheo, chỉ riêng Tôn giả Ca-diếp khi chạm mắt Như Lai liền mỉm cười. Đó là người đệ tử hiểu được ý Phật, nhìn cảnh mà chẳng quên mình, hay nói cách khác là nương nơi cảnh mà thấy mình. Vì vậy trong nhà thiền có câu "kiến sắc minh tâm". Nghĩa là thấy hình sắc bên ngoài mà sáng được tâm của mình.

Tâm mình ở đâu? Lâu nay nhiều người cứ cho tâm là cái suy nghĩ lăng xăng lộn xộn hằng ngày, không ngờ cái hay thấy hay biết mới là tâm mình. Tâm đó không có lăng xăng lộn xộn. Thấy được cành hoa là chỉ cho "kiến sắc", nhận ra mình có cái hay thấy, hay biết hằng hữu không thiếu vắng là "minh tâm". Rõ được tâm mình thì không chạy theo vật. Nếu chỉ biết cành hoa bên ngoài, có thì nói thấy, không có thì nói không thấy, đó là quên mình theo vật. Quên mình theo vật là mê, nhớ mình không theo vật là giác.

Như vậy thì hồi quang phản chiếu nghĩa là soi ánh sáng trở lại mình. Thay vì trước kia ta phóng ánh sáng ấy theo sáu trần, bây giờ dừng lại, nhớ sáu ánh sáng đó hiện hữu nơi sáu căn của mình, không theo sáu trần nữa, đó là hồi quang. Hồi quang tức là nhớ lại mình chớ không có gì lạ. Trong nhà thiền gọi thấy như mù, nghe như điếc là đây vậy. Tại sao thấy như mù? Tức mọi người đi ngang ta đều thấy hết, nhưng qua rồi thôi, không lưu tâm chú ý, chỉ biết mình đang thấy. Lúc đó ai hỏi hồi nãy đi qua mấy người, người nào đẹp người nào xấu, mình trả lời sao? Đâu có nhớ, đâu có dính gì mà biết đẹp xấu. Do đó nên nói thấy như mù. Mấy chú bên tăng tu nên nhớ mấy điểm này cho thật kỹ. Đó là trọng tâm các Thiền sư dạy cho chúng ta.

Đến nghe tiếng, ai bàn tán gì ta cũng nghe hết. Nhưng chỉ nhớ mình đang nghe thôi, không nhớ tiếng hay, tiếng dở, tiếng hơn, tiếng thua. Như vậy gọi là hồi quang. Tuy nghe nhưng ai hỏi "mấy người đó nói gì?" mình không biết. Bởi vì đâu có chú ý mà nhớ từng lời, từng câu. Nên nói nghe cũng như điếc. Đừng hiểu thấy như mù là không thấy gì hết, nghe như điếc là không nghe gì hết.

Người được thấy như mù nghe như điếc, dù ngồi giữa chợ cũng như ngồi thiền. Còn chúng ta nhiều khi ngồi thiền tại thiền đường mà ai nói trên kia liền lắng tai nghe. Hoặc ngồi đây mà thấy bóng ai đi ngang, liền nhìn kỹ phân tích xem bóng của người nào... Ngồi thiền như vậy cũng giống như ngồi ngoài chợ xem hàng. Hiểu rõ rồi mới thấy các Thiền sư luôn nhắc chúng ta phải hồi quang phản chiếu, quay lại mình nhớ mình, chớ đừng nhớ cảnh. Đó là gốc của sự tu.

Thiền sư nhờ tu như thế nên các Ngài không bận bịu, không kềm chế trong khi ngồi thiền. Các Ngài sống rất tự tại thoải mái, nhưng thấy nghe đều không dính. Nếu chúng ta tu được vậy có thích không? Rất thích. Nhưng vì mình chưa được thế nên phải có câu thứ hai, tức là "phản quan tự kỷ". Chữ "quang" của hồi quang có "g" để chỉ ánh sáng. Chữ "quan" của phản quan không có "g" để chỉ sự xem xét quán chiếu.

"Phản quan tự kỷ" nghĩa là xem xét lại mình, quán chiếu lại mình. Hồi quang phản chiếu có tánh cách kỳ đặc dành cho bậc thượng cơ, nhất là những vị tu theo thiền tông. Còn phản quan tự kỷ là nói tổng quát, bao trùm hết thảy giáo lý nhà Phật. Nghĩa là soi xét lại chính mình, từ thân thể cho tới nội tâm, thấy rõ thân thể, nội tâm mình như thế nào.

Ví dụ Phật dạy tu thiền, quán Tứ niệm xứ là pháp căn bản trong các kinh A-hàm. Quán Tứ niệm xứ là quán cái gì? Một, quán thân bất tịnh, xem xét phân tích tường tận từng bộ phận thân này, thấy đều nhớp nhúa, đó là quán thân bất tịnh. Hai, quán thọ thị khổ, tức là tất cả cảm giác do sáu trần đến với mình, ta cảm nhận rõ ràng chúng đều vô thường, không thật có, là gốc của đau khổ. Ba, quán tâm vô thường, tức những tâm niệm của mình luôn luôn sanh diệt, không dừng, đó là quán tâm vô thường. Bốn, quán pháp vô ngã tức là quán tất cả pháp, từ tâm pháp cho tới ngoại cảnh đều do duyên hợp không có chủ. Phật dạy vị nào cột tâm trong Tứ niệm xứ được bảy ngày không dời đổi, người đó sẽ chứng quả A-la-hán. Chẳng những bảy ngày mà ba ngày, chẳng những ba ngày mà một ngày, cột tâm trong Tứ niệm xứ không dời đổi sẽ chứng quả A-na-hàm. Chúng ta thấy tu dễ chứng quá, phải không?

Chỉ cột tâm trong Tứ niệm xứ trọn ngày không dời đổi liền chứng quả A-na-hàm. Dễ không? Quán như thế là phản chiếu lại mình, soi sáng lại mình, xét nét lại mình, nên pháp của các kinh A-hàm hay của Phật giáo Nguyên thủy vẫn là pháp tu "Phản quan tự kỷ". Cho tới như không dùng Tứ niệm xứ, mà dùng Ngũ đình tâm quán thì cũng là soi xét lại mình. Đó là nói hệ thống A-hàm.

Qua hệ thống Bát-nhã, mỗi đêm chúng ta đều tụng "Chiếu kiến ngũ uẩn giai không". Chiếu kiến ngũ uẩn của ai? Ngũ uẩn của mình. Như vậy cũng là soi sáng, xét nét lại chính mình để biết rõ năm uẩn không thật, không có thực thể, từ đó mà qua tất cả khổ nạn. Chúng ta thấy từ hệ A-hàm tiến lên hệ Bát-nhã, Phật đều dạy phản chiếu lại mình.

Đến Thiền tông tôi thường hướng dẫn quý thầy cô nhìn lại từng niệm khởi, đừng chạy theo nó, gọi là biết vọng không theo. Như thế có phải phản quan không? Nếu không xoay lại làm sao thấy niệm khởi? Rõ ràng đó là lối phản quan. Tóm lại, từ pháp tu A-hàm, pháp tu Bát-nhã, tới pháp tu Thiền tông đều dạy phản quan. Câu chuyện tổ Huệ Khả tìm tâm không thể được cũng là phản quan chớ gì. Tìm ở đâu? Quay lại mình.

Như vậy toàn bộ hệ thống tu của đạo Phật đều lấy phản quan tự kỷ làm trọng tâm. Câu "hồi quang phản chiếu" mới nghe thấy tương tự nhưng thật ra có khác. Đây là trường hợp dành cho những bậc kỳ đặc như tổ Lâm Tế hay Lục tổ Huệ Năng. Lục tổ Huệ Năng khi thấy tăng ngồi thiền, Ngài liền kéo lỗ tai thổi phù. Ngài Lâm Tế cũng không thích ngồi thiền, vậy các ngài tu cái gì? Các Ngài luôn hồi quang phản chiếu, tức nhớ nơi sáu căn thường sáng rõ, không phóng ra ngoài.

Cho nên tổ Lâm Tế nói rằng: Các ngươi tìm cái gì? Người đang nghe pháp đây là ai? Để chỉ cho nơi mắt, tai, mũi, lưỡi, thân, ý của chúng ta hiện có cái chân thật, ai sống được với nó tức là đang thiền. Người nào đạt được trình độ như vậy dù ngồi giữa chợ cũng vẫn thiền như thường. Còn chưa được trình độ đó thôi chịu khó ngồi thiền, phản quan tự kỷ giùm một chút. Thấy trong từng niệm thì không chạy ra ngoài, từ từ làm chủ các nghiệp, làm chủ được mình thì sống theo lối hồi quang phản chiếu của các Thiền sư. Cho nên biết tùy theo căn cơ mà lối tu có khác nhau.

Hai câu "hồi quang phản chiếu" và "phản quan tự kỷ" là nền tảng của tất cả người tu Phật chúng ta. Nếu mình làm chưa nổi trường hợp thứ nhất, thì phải theo trường hợp thứ hai, tức là phản quan tự kỷ. Chừng nào nội tâm trong sạch, yên lặng hết mới bước qua trình độ thứ nhất là hồi quang phản chiếu. Đi đứng nằm ngồi mà không dính nghiệp gì hết. Thấy như mù, nghe như điếc đó là tự tại vô ngại.

Chúng ta hiện giờ giống như con cá mắc lưới đang vùng vẫy muốn lao ra ngoài, càng vùng vẫy thì càng mắc thêm. Cho nên phải biết lối tu thiết yếu hơn hết đó là quay nhìn lại mình. Cái quay lại của chúng ta đa số là ở trường hợp thứ hai. Chính Điều Ngự Giác Hoàng đã ứng dụng pháp tu này qua câu nói của Tuệ Trung Thượng Sĩ: Phản quan tự kỷ bổn phận sự, bất tùng tha đắc. Nghĩa là xoay lại quán xét nơi mình là phận sự chính, không được từ ngoài vào.

> Tăng Ni nên nhớ trường hợp hồi quang phản chiếu chỉ dành cho người nào triệt ngộ, nghĩa là đi đứng nằm ngồi không quên mình, mới dùng được. Ai còn quên mình thì khoan dùng, dùng rất nguy hiểm. Hiểu cho tường tận như thế để trong sự tu, chúng ta ứng dụng đúng, đạt kết quả tốt, không bị lầm lẫn đáng tiếc.

Nhờ có hiểu biết tường tận, ta mới không vội kết luận trình độ và hình thức tu tập của các huynh đệ khác. Nhiều người ngồi thiền giỏi, thấy ai không ngồi thiền thì chê, tu sao không ngồi thiền? Nếu người đã sống được bằng chính sự hồi quang phản chiếu thì đâu cần ngồi thiền, vì ngồi giữa chợ họ cũng thiền như thường. Còn nếu chúng ta chưa đạt được trình độ đó mà lạm dụng ngôn từ này, e phải trầm luân đau khổ muôn kiếp.

Cho nên hiểu tường tận thì trên đường tu có hướng đi cụ thể, không mơ màng, hoang mang, sợ sệt khi nghe ai phê bình về pháp tu của mình. Ví như ta đang thích ngồi thiền, nhưng nghe nói Lục Tổ thấy ai ngồi thiền, xách lỗ tai thổi phù, mình hoang mang không biết ta tu có đúng không. Đó là chưa hiểu được mình, chưa rõ được Tổ. Nếu được như Lục Tổ thì ta nên làm như Ngài.

Lục tổ một nghe ngàn ngộ, thấy cái chân thật hiện tiền trước mắt, không mất. Như vậy ngồi thiền cũng là dư. Còn chúng ta ngàn nghe không được một ngộ, bởi vậy nên phải ngồi lại, lóng lặng tâm tư để phút giây nào đó thức tỉnh, giác ngộ. Đó là mấu chốt quan trọng trên con đường tu, Tăng Ni cần phải nắm thật vững để khỏi lầm lẫn.

Đó là ý nghĩa tôi muốn nhắc nhở hôm nay. ■

Tâm Nhãn

Đại Tạng Kinh
Công trình cuối cùng của Thầy Tuệ Sỹ

Một vị giáo thọ, đang giảng dạy tại Viện phiên dịch Phật giáo Việt Nam (trụ sở tại Sài Gòn), liên lạc gửi cho tôi xem bản kinh "Thọ tân tuế" (受新歲經) ghi chép trong "Cao-lệ quốc tân điêu đại tạng hiệu chính biệt lục" (高麗國新雕大藏校正別錄), trước bản kinh Thọ tân tuế có hai chữ "cánh hàm 竟函" (竟函 受新歲經); vị ấy hỏi tôi "cánh hàm" nghĩa là sao?

1

Thảo luận đến *Đại tạng kinh,* hiện nay, riêng tại quê hương Việt Nam chỉ còn số ít, hay nói thực trạng là lác đác, thưa thớt vài người nghiên cứu Phật học để tâm.

Theo lời thầy Tuệ Sỹ nhận định, kể từ phong trào chấn hưng Phật giáo vào thập niên 1930, các vị dịch giả đã cố gắng phiên âm và phiên dịch Kinh điển từ Hán văn hay chữ Nôm sang chữ quốc ngữ để sử dụng trong sinh hoạt thiền môn Việt Nam cũng như để đem giáo lý Phật-đà đi vào quần chúng. Nhưng đó chỉ là những đóng góp từ cá nhân, mang tính cấp thời, chưa có sự phối hợp đồng bộ, và chưa đủ tầm mức học thuật để giới thiệu Thánh điển Phật giáo tiếng Việt đến với cộng đồng dân tộc.

Tháng 10, năm 1973, Viện Tăng Thống GHPGVNTN thành lập Hội đồng Phiên dịch Tam Tạng; và qua Hội nghị Toàn thể Hội đồng Phiên dịch Tam Tạng tổ chức tại Viện Đại Học Vạn Hạnh, với 18 vị Pháp sư: HT. Trí Tịnh, Minh Châu, Trí Quang, Quảng Độ, Trí Nghiêm v.v… Nhiều kinh điển đã được dịch, góp phần đáng kể vào kho tàng Thánh điển Phật giáo Việt Nam. Tuy nhiên theo thầy, số kinh điển đã được dịch đó chưa có thời gian thuận tiện để được hiệu đính và nhuận sắc theo đúng tiêu chuẩn Phật điển hàn lâm, hay để được định bản tiếng Việt đáng tin cậy, theo chuẩn mực quốc tế.

Cũng vì lý do trên, sau năm 1998, thầy Tuệ Sỹ về cư trú tại chùa Già-lam, Sài Gòn, biết rằng sức mình có hạn nên chí nguyện chỉ hoàn thành *Đại tạng kinh Thanh văn* – "Thanh văn" là chỉ cho giáo nghĩa chưa phát triển, tức không phải những kinh điển Đại thừa… Về Kinh, thầy tập trung phiên dịch bốn bộ *A-hàm: Trường, Trung, Tạp, Tăng nhất A-hàm.* Về Luật, thầy hiệu đính lại bộ luật *Tứ phần,* do HT Đồng Minh dịch và cùng các học trò dịch Luật tạng của Căn bản thuyết nhất thiết hữu bộ. Về Luận, thầy dịch *Câu-xá luận, Thành Duy thức luận, Pháp uẩn túc luận, Tập dị môn túc luận.* Nguồn Để bản để chuyển ngữ sang Việt là *Đại chánh Tân tu Đại tạng kinh* 大正新修大藏經, thường gọi tắt là tạng *Đại chánh,* ấn bản dưới triều Đại Chánh (1924), Nhật bản. Tạng này do 3 vị Cao Nam Thuận Thứ Lang, Độ Biên Hải Húc và Tiểu Dã Huyền Diệu tham khảo bản Tái khắc Cao-lệ tạng, Khai bảo tạng, Khiết-đan tạng… để hiệu đính.

2

Nói đến Đại tạng Cao-lệ là *Đại tạng kinh* do Hàn quốc điêu khắc; khắc trên 81.258 khối gỗ, gồm 6.568 quyển. Đại tạng này còn có tên "Bát vạn Đại tạng kinh" 八萬大藏經. Trong lịch sử ghi chép, tạng Cao-lệ có hai lần khắc. Lần thứ nhất khởi công điêu khắc dưới triều vua Cao-lệ Hiển Tông (Hyeonjong) năm 2 (1011) đến năm Tuyên Tông 4 (1087) hoàn thành, gọi *Sơ điêu Đại tạng kinh* 初雕大藏經. Lần thứ hai, là bản khắc tái bản, khởi công khắc dưới triều Cao Tông năm 23 (1236), hoàn thành năm 38 (1251), gọi là *Tái điêu Đại tạng kinh* 再雕大藏經. Tạng Cao-lệ y cứ vào tạng *Khai bảo* 開寶藏 (do Tống Thái Tông Trung Quốc gửi tặng) và *Khiết-đan tạng* 契丹藏 (vương triều Khiết-đan gửi tặng năm 1063) để tu chính. *Tái điêu Đại tạng kinh* chính do sa-môn Thủ Kỳ cùng một số vị khác phụng sắc, đối chiếu nhiều bản tạng so sánh, khảo đính. Năm Tl. 1398, để tránh sự xâm nhập của người Nhật, bộ Đại tạng này được dời đến chùa Hải ấn 海印寺 (Haeinsa), một trong ba ngôi chùa lớn của Hàn quốc, cất giữ cho đến nay. Hiện tại "Cao-lệ quốc tân điêu đại tạng hiệu chính biệt lục" được xếp chung trong tạng *Đại chánh* 大正藏, tên K (Korean) 38, số (n.) 1402 (K38n1402).

Chúng ta trở lại chữ "cánh hàm 竟函". Chữ "cánh 竟" trong tác phẩm "Thiên tự văn 千字文", là một bài thơ dài của Chu Hưng Tự sáng tác vào thời Nam Lương (502-557), được tạo thành 1000 chữ Hán không trùng lặp, sắp xếp thành 250 dòng bốn ký tự và được nhóm thành bốn khổ thơ có vần điệu dễ nhớ. Truyền thuyết kể rằng, Lương Vũ Đế của nhà Lương đã ra lệnh cho Ân Thiết Thạch chép lại một ngàn chữ Hán không trùng lặp trên văn bia do nhà thư pháp nổi tiếng thời Đông Tấn là Vương Hi Chi viết, để cho các hoàng tử học tập thư pháp. Nhưng các chữ rời rạc, không liền mạch, cho nên hoàng đế lệnh cho Chu Hưng Tự biên soạn lại thành một tác phẩm có nghĩa. Chuyện kể, ông đã hoàn thành công việc đó trong một đêm, đến nỗi bạc trắng cả tóc.

Thiên tự văn chia làm bốn phần: Phần đầu nói về vũ trụ, mặt trời, mặt trăng, các vì sao... Phần hai giảng về các nguyên tắc, tiêu chuẩn tu dưỡng của một con người; Phần ba nói về các vấn đề liên quan đến sự thống trị của vương quyền, tự thuật cuộc sống xa hoa của xã hội thượng lưu, những thành tựu của họ về văn hóa, giáo dục, võ thuật và sự rộng lớn, xinh đẹp của đất nước Trung Quốc. Phần bốn miêu tả chủ yếu về cuộc sống đời thường của dân gian, nói về đạo trị gia của người quân tử.

Chữ cánh 竟 thuộc thứ Phần ba, câu "Vinh nghiệp sở cơ, tịch thậm vô cánh 榮業所基, 籍甚無竟". Tạm hiểu là sự nghiệp và vinh dự, phải phát triển thịnh đại (籍甚), mà nền tảng danh dự sự nghiệp của một đời người cần phát triển mãi mãi không hồi kết (vô cánh 無竟).

Thời gian tôi còn làm việc trong Ban phiên dịch tại Nha Trang – Khánh Hòa, dưới sự chủ trì của Hòa thượng Đỗng Minh. Hòa thượng và tôi từng đối chiếu bản tạng *Đại chánh* với tạng *Tích sa* (磧砂藏) để chỉnh sửa các bản kinh Việt ngữ; nhờ đây tôi mới biết trong tạng Tích sa cũng vay mượn những chữ trong "Thiên tự văn 千字文". Như trang đầu của quyển thứ nhất in hình "Vạn thọ điện dịch kinh 萬壽殿譯經", trang thứ hai in hình đức Phật Thích-ca thuyết pháp, số trang bắt đầu là chữ "thiên 天", tiếp theo là địa 地, huyền 玄, hoàng 黃... Những chữ này trong khổ thơ thứ nhất của *Thiên tự văn*: Thiên địa huyền hoàng, vũ trụ hồng hoang 天地玄黃, 宇宙洪荒. Phần đầu của *Thiên tự văn* diễn tả về vũ trụ: Bầu trời có màu xanh sẫm, trái đất màu vàng xám và vũ trụ ở trạng thái hỗn loạn vô biên khi bắt đầu hình thành.

Tạng *Tích sa* được khắc vào khoảng niên hiệu Bảo khánh và Thiệu định (1225-1233), dưới triều Nam Tống Lý Tông 理宗. Sau đó, đến triều Nguyên Thành Tông 元成宗, khoảng niên hiệu Đại đức 1 (1298), dưới sự chủ trì của Quản-chủ-bát 管主八, vị Tăng lục phủ Tùng giang... *Tích sa tạng* được tiếp tục khắc; cho đến niên hiệu Chí trị 2 (1322), triều Nguyên Anh Tông 元英宗, khắc bản Tích sa tạng mới hoàn thành viên mãn. Toàn tạng, tổng cộng có 591 hòm, 1532 bộ, 6362 quyển.

Nói tóm lại, tạng *Cao-lệ* và *Tích sa* tạng là những tạng được khắc thời xa xưa, họ mượn văn tự trong bài thơ của Chu Hưng Tự để đánh dấu số trang, số quyển cho có nét đặc hữu riêng thay cho số 1, 2, 3..., hay a, b, c... loại mẫu tự, số hiệu hiện đại mà tạng *Đại chánh* của Nhật Bản đã dùng. Còn chữ 函, nghĩa là hòm, hộp, chứa đựng..., có thể thời ấy họ tính số bản gỗ được khắc cho mỗi bộ kinh đựng trong hòm, một bộ kinh gồm nhiều tấm gỗ xếp lại. Như vậy, *Cánh hàm – Thọ tân tuế kinh* (竟函受新歲經), được hiểu kinh Thọ tân tuế hòm ký hiệu chữ "Cánh".

> Tháng 8 năm 2022, thầy Tuệ Sỹ ngồi trên giường bệnh tại bệnh viện ở Thủ đức, Sài Gòn, viết "Lược sử khắc bản Đại tạng kinh", gồm 29 trang, với 9 chương ký tải lược sử 24 loại Đại tạng kinh, Tạng thời Tống, Tạng thời Liêu, Tạng Cao-lệ, Tạng Nhật bản v.v. Thầy gắng gượng viết phần lược sử này với lý do, trước khi *Đại tạng kinh Thanh văn* do thầy phiên dịch chính thức ấn hành, muốn độc giả hiểu được khi Phật kinh truyền vào Trung Hoa, trải qua các triều đại được ký lục, biên chép và khắc bản lưu thành Đại tạng thế nào.

Đại tạng kinh Thanh văn chính thức ấn hành vào năm 2023, tất cả 29 tập. Đây là bộ Đại tạng ngữ hệ Bắc Truyền nằm trong ba ngôn ngữ chính Phạn (Sanskrit), Hán và Tây Tạng được Việt dịch có tầm mức Hàn lâm, là nguồn tư liệu quý giá cho giới nghiên cứu Phật giáo Việt Nam tra khảo học tập. Nhưng đáng tiếc *Đại tạng Thanh văn* không được phổ biến lưu bố rộng rãi tại Việt Nam, bởi nhiều nghịch duyên.

"Nhơn hữu thiện nguyện, thiên tất hựu chi (人有善愿，天必佑之)" – "Người có thiện nguyện trời cũng phải theo", dù sao chí nguyện muốn chánh pháp cứu trụ nhân gian, thầy đã làm việc hết sức đến hơi thở cuối cùng của một người bệnh – một công trình vĩ đại, *Đại tạng kinh* bằng tiếng Mẹ đẻ đã hoàn thành nửa chặng đường…

Hy vọng học trò và tứ chúng sẽ tiếp tục. ∎

Ngày 18 tháng ba, Giáp thìn.

Tài liệu tham chiếu:
1. 《高麗國新雕大藏校正別錄》卷20：「竟函　受新歲經　竺法護譯」 2023.Q4, K38, no. 1402, p. 647a8.
2. Tuệ Sỹ – Lược sử khắc bản Đại tạng kinh.
3. cf. vi.wikipedia.org/wiki/Thiên tự văn.

Phụ chú của BBT TC Viên Giác:

Tính đến 1/2025 Hội Ấn Hành Đại Tạng Kinh Việt Nam đã xuất bản được 37 quyển Kinh Luật Luận trong 2 kỳ. Kỳ 1 vào năm 2023 có 29 quyển và kỳ 2 vào năm 2024 có 8 quyển. Chương trình phiên dịch đang tiếp tục, dự kiến kỳ 3 sẽ ấn hành trong dịp Đại Tường của Cố Hòa Thượng Tuệ Sỹ vào 12/2025.

Hoang Phong
Nguyễn Đức Tiến

ĐI NGHE BUỔI THUYẾT TRÌNH VỀ ĂN CHAY CỦA BÁC SĨ JÉRÔM BERNARD-PELLET

Bác sĩ Jérôme Bernard-Pellet

Jérôme Bernard-Pellet là một bác sĩ người Pháp được một hội tâm linh Ấn Độ mời thuyết trình về chủ đề ăn chay tại Hội trường số 104 đường Vaugirard - Paris, ngày 2 tháng 10 năm 2009. Là một bác sĩ và đồng thời cũng là một khoa học gia nghiên cứu về ăn chay, ông được nhiều người biết đến vì sự nhiệt tâm của ông trong các buổi thuyết trình được tổ chức khắp nơi. Ông sẵn sàng đi thuyết giảng bất cứ nơi đâu nếu có một tổ chức nào mời. Bài viết này không có chủ đích lặp lại toàn thể nội dung của buổi nói chuyện vì thật ra những lợi điểm của việc ăn chay đã từng được nhiều sách báo nói đến. Mục đích của người viết khi đi nghe là cố gắng ức đoán xem động cơ nào đã thúc đẩy bác sĩ J. Bernard- Pellet khuyến khích việc ăn chay, đồng thời để tìm hiểu xem cử tọa đến nghe thuộc tầng lớp nào trong xã hội và họ mong đợi những gì ở buổi thuyết trình?

Trước hết người viết xin tóm lược một vài nét chính trong nội dung của bài thuyết trình và sau đó sẽ tường thuật sơ lược diễn tiến của buổi nói chuyện để làm đề tài suy tư.

1- Sơ lược nội dung buổi thuyết trình
Định nghĩa về ăn chay

Bác sĩ J. Bernard-Pellet bắt đầu buổi nói chuyện bằng cách định nghĩa thế nào là ăn chay. Theo ông thì ẩm thực của con người gồm có ba loại:

- Ăn tạp (omnivore, omnivorous): ăn thức ăn có nguồn gốc thực vật và động vật

- Ăn chay (végétarien, végétarisme, vegetarian, vegetarianism): không ăn "thịt" của bất cứ một động vật nào (bất kể là heo, bò, gà, cá, sò ốc, rắn rết, côn trùng...)

- Ăn toàn chay (végétalien, végétalisme, vegan, veganism): ăn toàn thực vật, chẳng những không ăn "thịt" của bất cứ động vật nào mà còn tránh hết các thực phẩm có nguồn gốc động vật như sữa, trứng, chất keo gelatin (trong bánh, kẹo..., chất keo thường là làm bằng xương và da súc vật).

Động cơ thúc đẩy việc ăn chay

Bác sĩ J. Bernard-Pellet liệt kê các động cơ thúc đẩy việc ăn chay như sau:

- **Ăn chay vì sự sống của sinh vật:** Mỗi năm có khoảng 55 tỉ sinh vật sống trên địa cầu bị giết hại để ăn thịt. Cá trong ao hồ, sông ngòi và đại dương bị giết khoảng 1.000 tỉ con vừa lớn vừa nhỏ mỗi năm. [Có lẽ cũng cần nhắc thêm là dân số địa cầu gồm khoảng hơn 7 tỉ người].

- **Ăn chay vì môi sinh**: Chăn nuôi là một trong những nguyên nhân hàng đầu làm ô nhiễm địa cầu. Một phần tư tổng số khí CO thải ra trong bầu khí quyển là do gia súc chăn nuôi. Các chất phóng uế của súc vật trên đất và trong nước làm cho địa cầu trở nên ô nhiễm. Chẳng hạn như chất nitrat từ phân của súc vật và cá thải ra từ các nơi chăn nuôi kỹ nghệ đang làm cho các quốc gia Tây phương điên đầu vì không tìm được giải pháp nào hữu hiệu và quy mô để trừ khử.

- **Ăn chay để chống lại nạn đói**: Ăn thịt là một sự phí phạm lớn lao vì phải cần đến 10 gam chất đạm thực vật mới tạo được 1 gam chất đạm trong thịt cá.

- **Ăn chay vì kinh tế và ăn chay trong mục đích tu tập tinh thần**: Bác sĩ J. Bernard- Pellet nêu lên hai lý do này nhưng không giải thích. Ông cho biết là vấn đề kinh tế không thuộc lãnh vực hiểu biết của ông, còn vấn đề tâm linh thì mang tính cách cá nhân.

Lợi ích của việc ăn chay

Có lẽ cũng không cần phải dài dòng về mục này vì phần đông ai cũng biết và hơn nữa đã có nhiều sách vở quảng bá những lợi ích thiết thực của việc ăn chay. Sau đây là một vài lợi ích của ăn chay liên quan đến sức khoẻ do bác sĩ J. Bernard-Pellet nêu lên:

- Ăn chay làm giảm tỷ lệ tử vong (mortalité) và tỷ lệ mắc bệnh (morbilité) một cách rõ rệt. Tỷ lệ tử vong và mắc bệnh giảm xuống từ 10% đến 15% đối với người ăn chay.

- Cải thiện sự thoải mái và mang lại cảm giác khoan khoái cho người ăn chay.

- Làm chậm lại hiện tượng lão hóa của các tế bào cơ thể.

- Làm giảm xuống từ 20% đến 50% các chứng bệnh sau đây: phì nộm, các bệnh tim-mạch (chứng nhói tim, nhồi máu cơ tim), huyết áp cao, tiểu đường, ung thư, các bệnh về thận, sa sút trí nhớ và giảm trí thông minh (démence), sạn thận, viêm khớp vì phong thấp, bệnh trĩ, ruột thừa... (maladies diverticulaires), bệnh thoát vị của một số cơ quan (hernie)...

Nên ăn chay như thế nào?

Nguồn hình: amazon.com

Bác sĩ J. Bernard-Pellet khẳng định là cách ăn chay tốt nhất và lý tưởng nhất là cách ăn toàn chay. Ông nêu lên nhiều kết quả không chối cãi được do các khảo cứu khoa học mang lại liên quan đến sức khoẻ và sự ngăn ngừa và chữa trị đối với nhiều loại bệnh tật. Một số các kết quả ấy có thể liệt kê ra như sau:

- Tăng cường sự miễn dịch (immunité) của cơ thể và nhất là làm gia tăng sự hoạt động hữu hiệu của tuyến tụy hay tụy trạng (còn gọi là lá lách). Các khoa học gia theo dõi một số mẫu người bị bệnh tiểu đường loại 2, tức loại tiểu đường thông thường nhất nơi những người lớn tuổi, số người này chỉ cần ăn toàn chay trong một thời gian ngắn thì tình trạng bệnh lý sẽ được cải thiện một cách nhanh chóng, mặc dù phần lớn bệnh tiểu đường mang tính cách di truyền.

- Các khoa học gia còn quan sát, phân loại và so sánh ảnh hưởng của việc ăn chay tùy theo các nhóm người được đem ra thử nghiệm: nhóm không ăn chay, nhóm ăn chay, nhóm ăn toàn chay..., các nhóm người này còn được phân chia theo tuổi tác, nghề nghiệp, địa lý, chủng tộc, môi trường (sống ở thành thị hay thôn quê)... Thí dụ như ở Mỹ, trẻ con mới tám tuổi đã bị bệnh tiểu đường loại 2 vì ăn quá nhiều bánh mì và thịt bò xay (hamburger), bánh ngọt (trứng, đường, bơ) và uống quá nhiều coca-cola (đường). Các kết quả nghiên cứu đều cho thấy các mẫu người thuộc nhóm ăn toàn chay có sức khoẻ tốt hơn hết, trong số những người này nếu có ai mang sẵn các chứng bệnh như tiểu đường, áp huyết cao... thì bệnh tình của họ cũng thuyên giảm một cách rõ rệt.

Các thức ăn chay có thiếu chất đạm (protein) và chất sắt hay không?

Theo bác sĩ J. Bernard-Pellet thì người ăn chay ăn nhiều chất đạm (protein) hơn sự cần thiết của cơ thể rất nhiều. Ngay cả súc vật chăn nuôi nói chung cũng hấp thụ chất đạm ba lần nhiều hơn nhu cầu cần thiết. Chất đạm là các phân tử amino axit kết hợp lại và tạo ra cấu trúc của các tế bào. Thông thường có khoảng 20 loại protein khác nhau trong thực phẩm, nhưng thật sự cơ thể chỉ cần đến 8 loại protein chính. Một phụ nữ cân nặng 50 kg chỉ cần hấp thu mỗi ngày 40 gam protein là đủ. Các loại protein có thể tìm thấy trong rau đậu và ngũ cốc.

Bác sĩ J. Bernard-Pellet không tiếc lời tán dương phẩm tính của đậu nành. Theo ông thì đậu nành là một thứ thực phẩm rất giàu các loại protein và có khả năng chống lại các độc tố histamin. Đậu nành hàm chứa tất cả tám thứ protein cần thiết và được xếp vào loại thực phẩm lý tưởng nhất cho người ăn chay, nhất là ăn toàn chay vì đậu nành có thể thay thế sữa và các thực phẩm biến chế từ sữa. Đậu nành ngăn ngừa rất hiệu quả nhiều chứng bệnh mãn tính chẳng hạn như các bệnh ung bướu, nhất là ung thư vú, ung thư tuyến tiền liệt... Đậu nành còn làm chắc xương và tránh được bệnh xốp xương của phụ nữ khi mãn kinh...

Ngoài các đặc tính ngừa bệnh trên đây nhờ vào các chất protein (36%), gluxit (30%) và lipit (18%) trong hạt đậu khô, thì đậu nành còn chứa nhiều loại hormon có cấu trúc rất gần với hormon oestrogen, tức là loại hormon gây động dục nơi con người. Các nguyên tố này gọi là isoflavon, chúng tác động giống như hormon oestrogen trong việc ngăn ngừa và chữa trị ung thư vú, tử cung, tiền liệt tuyến và đại tràng.

Đối với chất sắt thì bác sĩ J. Bernard-Pellet cho biết là các loại đậu khô và đậu nành, hạnh nhân... đều chứa chất sắt, các loại rau như cải bắp, rau dền, cải hoa (brocoli)... cũng rất giàu chất sắt.

Một vài điều cần lưu ý cho người ăn chay:

Theo bác sĩ J. Bernard-Pellet trên thực tế ăn chay không có trở ngại hay khó khăn gì cả vì ăn chay đơn giản hơn lối ăn tạp rất nhiều. Không cần phải là chuyên gia về ăn chay mới biết cách ăn chay. Tuy nhiên trong phần này bác sĩ J. Bernard-Pellet cũng nêu lên tất cả các loại thuốc cần thiết bổ khuyết thêm cho người ăn chay cũng như người ăn tạp, chẳng hạn như các loại vitamin B12, vitamin D, Omega-3... Ông cũng nêu lên các tên thuốc liên quan đến các loại vitamin ấy và cho biết cả phân lượng cần thiết, cách dùng v.v... Ông còn cho biết thêm có hai loại thuốc Omega-3 khác nhau, một thứ được bào chế hoàn toàn từ dầu thực vật, một thứ khác lấy từ dầu cá.

Các vấn đề khó khăn liên hệ đến việc ăn chay:

Các khó khăn chính trong việc ăn chay:

- Thay đổi thói quen của chính mình khi phải chuyển từ lối ăn tạp sang lối ăn chay
- Giải thích với những người chung quanh tại sao mình lại quyết định ăn chay- Tìm thức ăn chay khi ra khỏi nhà hoặc khi đi xa

Bác sĩ J. Bernard-Pellet còn cho biết qua kinh nghiệm của ông thì số bác sĩ hiểu biết tường tận về ăn chay và ăn toàn chay rất hiếm. Một số lớn các bác sĩ vì không nắm vững về vấn đề ăn chay nên thường hay khuyên mọi người không nên chọn lối ẩm thực này. Bất cứ vấn đề gì không hiểu biết tường tận thì thường làm cho người ta sợ hãi. Y khoa là một ngành học mênh mông vì thế không phải bất cứ vị bác sĩ nào cũng đủ sức hiểu biết tất cả. Các công cuộc khảo cứu y khoa quốc tế đều công nhận những lợi điểm về ăn chay, và sau đây là câu tuyên bố chung của các hiệp hội Hoa Kỳ, Gia Nã Đại và Pháp (APSARES) về dinh dưỡng:

"Các lối ăn chay (kể cả ăn toàn chay) nếu được thực hiện đúng đắn sẽ rất tốt cho sức khỏe, thích hợp trên phương diện dinh dưỡng và hiệu quả trên phương diện phòng ngừa và trị liệu một số bệnh tật" (Les régimes végétariens (y compris le végétalisme) menés de facon appropriée sont bons pour la santé, adéquats sur le plan nutritionnel et bénéfiques pour la prévention et le traitement de certaines maladies)

Bác sĩ J. Bernard-Pellet còn cho biết thêm một số các trang trên mạng Internet chỉ dẫn về việc ăn chay, cách nấu ăn các món chay và cách chọn lựa các thực phẩm chay.

Tóm lược phần kết luận của bác sĩ J. Bernard-Pellet:

Các dữ kiện và những điều khẳng định do ông nêu lên trong buổi thuyết trình đều được căn cứ vào các tài liệu y khoa quốc tế. Riêng ông thì ngoài các công cuộc khảo cứu, ông còn mổ xẻ hơn 2.000 tài liệu khoa học liên quan đến vấn đề ăn chay và một số lớn các tài liệu này được lưu trữ trong Thư viện quốc gia Hoa Kỳ về Y khoa, bất cứ ai cũng có thể tìm thấy các tài liệu ấy trên mạng Internet www.pubmed.org. của thư viện khổng lồ này. Vì thế nếu có ai muốn kiểm chứng những điều ông nói hoặc muốn tìm hiểu thêm về ăn chay thì có thể truy lùng các nguồn tư liệu trên đây.

Tóm lại theo ông thì quan điểm của hiệp hội dinh dưỡng Hoa Kỳ về ăn chay là quan điểm có giá trị toàn cầu mà chúng ta có thể tin tưởng được. Công việc nghiên cứu của hiệp hội này rất khoa học và các kết quả mang lại có thể sử dụng như những tài liệu dẫn chứng đứng đắn và hùng hồn nhất.

2- Một vài cảm nghĩ sau khi tham dự buổi thuyết trình

Diễn tiến của buổi thuyết trình:

Buổi thuyết trình khởi sự lúc 14 giờ 15 phút, cử tọa khoảng 40 người. Con số cử tọa như thế cũng tương đối khá đông so với chủ đề thuyết trình và nhất là buổi nói chuyện do một hội tâm linh ít người biết đến đứng ra tổ chức. Phần lớn người đến nghe thuộc vào lứa tuổi khoảng từ 40 đến 60 và hầu hết là phụ nữ, chiếm khoảng ¾ cử tọa. Những người đến nghe tỏ ra là những người thuộc tầng lớp trung lưu và có trình độ kiến thức khá cao.

Buổi thuyết trình được diễn ra gần như dưới hình thức bàn tròn vì người tham dự đặt nhiều câu hỏi và nêu lên những thắc mắc của mình trong khi bác sĩ Bernard-Pellet đang thuyết trình. Bầu không khí rất cởi mở, bác sĩ J. Bernard-Pellet tỏ ra rất kiên nhẫn, từ tốn và trả lời tất cả các câu hỏi mặc dù có nhiều câu khá lạc đề.

Bác sĩ J. Bernard-Pellet chấm dứt phần thuyết trình vào lúc 15 giờ 45 phút và sau đó thì cử tọa tranh nhau nêu lên đủ mọi thứ câu hỏi. Buổi thuyết trình chấm dứt vào lúc 18 giờ. Bác sĩ J. Bernard-Pellet lúc nào cũng tỏ ra điềm đạm và không nóng nảy, mặc dù buổi thuyết trình kéo dài gần 4 giờ liên tiếp.

Các chủ đề không được khai triển:

Trong số các lý do thúc đẩy việc ăn chay thì bác sĩ J. Bernard-Pellet có nêu lên hai lý do khá quan trọng nhưng ông lại không khai triển, lý do thứ nhất là ăn chay vì kinh tế và lý do thứ hai là ăn chay vì tu tập tâm linh. Quả thật đây là hai lý do rất tế nhị.

Tại sao kinh tế lại là một lý do liên hệ đến việc ăn chay? Chúng ta đều hiểu rằng một phần kinh tế của các nước tân tiến ngày nay dựa vào việc chăn nuôi kỹ nghệ và sản xuất thực phẩm biến chế từ gia súc. Hình ảnh người nông dân chăn nuôi với tính cách gia đình trong nông trại của mình là một hình ảnh lỗi thời đối với các nước tân tiến ngày nay. Người nông dân phải sản xuất thật quy mô theo lối kỹ nghệ mới đủ sống. Sự lệ thuộc vào kỹ thuật bắt buộc họ phải vay mượn ngân hàng để trang bị và cải tiến. Nợ nần là một áp lực bắt họ phải liên tục gia tăng sản xuất đưa đến tình trạng dư thừa thực phẩm. Dư thừa làm giá cả hạ thấp, giá cả càng xuống thấp thì người nông dân và các tổ hợp chăn nuôi lại càng phải gia tăng sản xuất nhiều hơn nữa để trả nợ ngân hàng và giữ mức lời tạm gọi là tương xứng với sự đầu tư của họ.

Cái vòng lẩn quẩn đó đã nô lệ hóa người nông dân và đồng thời cũng tạo ra một vấn đề nan giải cho các quốc gia tân tiến, vì chính phủ phải trợ cấp thường xuyên cho họ. Trợ cấp chỉ là một giải pháp vá víu, kết quả là người nông dân vẫn tiếp tục biểu tình đòi hỏi chính phủ phải giải quyết sự thua lỗ của họ. Họ kéo nhau lái máy kéo, máy cày nghênh ngang giữa đường phố làm tắc nghẽn lưu thông, hoặc ủi sập các tòa nhà hành chính địa phương, và gần đây họ đã đổ hàng triệu lít sữa ra đường cái, trong ruộng đồng để bày tỏ sự phẫn nộ của họ.

Trong khi đó thì hàng triệu gia súc bị cắt cổ, thọc huyết, hoặc bị bắn vào đầu bằng những súng sáng chế riêng để giết chúng… Chúng giẫy chết trong yên lặng trước khi được đưa vào các dây chuyền xẻ thịt và biến chế thực phẩm. Những con thú bị giết không có một hy vọng nào có thể trốn thoát và cũng không đủ trí thông minh để bày tỏ sự phẫn nộ của mình như những người chăn nuôi chúng. Đấy là chưa kể những khổ đau mà chúng phải gánh chịu do các kỹ thuật chăn nuôi kỹ nghệ ngày nay.

Có thể trên đây là lý do ăn chay vì kinh tế mà bác sĩ J. Bernard-Pellet đã nêu lên mà ông không giải thích (?). Sự yên lặng của ông có lẽ cũng dễ hiểu vì ăn chay để chống lại một xã hội tiêu thụ và biến cải một nền kinh tế điên rồ chỉ biết dựa vào sự gia tăng sản xuất như một phương tiện sống còn thì quả thật việc ăn chay sẽ là một lý do quá yếu ớt không hội đủ sức mạnh tương xứng.

Mặt khác, ăn chay vì lý do tu tập tâm linh lại mang tính cách nội tâm và cá nhân nhiều hơn, và cái lý do đó chỉ có thể phát sinh từ một hạt giống trong lòng mỗi người. Vì thế cũng có thể giải thích phần nào sự yên lặng của bác sĩ J. Bernard-Pellet, nếu ông mang cái lý do đó để thuyết phục mọi người thì có thể chỉ làm trò cười cho thiên hạ và chưa chắc đã có ai đến dự những buổi thuyết trình của ông. Trong các xã hội Tây phương con người thường bị chi phối bởi sự ích kỷ và những giá trị bên ngoài, mà có rất ít người biết khơi động những xúc cảm từ bi trong lòng mình. Đấy là chưa kể đến ảnh hưởng giáo dục và truyền thống tín ngưỡng lâu đời của họ. Đối với họ, con người là trung tâm của vũ trụ, và sự hiện hữu của tất cả các sinh vật khác chỉ có mục đích phục vụ cho họ mà thôi.

Nội dung các câu hỏi:

Trong suốt phần trình bày và trong hơn hai giờ thảo luận, không thấy có một câu hỏi nào liên quan đến những động cơ thúc đẩy việc ăn chay khác hơn động cơ tìm kiếm sức khoẻ riêng cho cá nhân mỗi người. Chẳng hạn như các câu hỏi: tôi bị dị ứng bởi loại rau đậu này hay loại rau đậu khác, phải nấu ăn như thế nào để giữ được chất bổ dưỡng trong rau đậu, loại thuốc nào tốt nhất để có thêm chất vôi, phân lượng phải như thế nào, có thể dùng liên tục hay không, uống dư thừa vitamin có hại hay không v.v... Chưa kể rất nhiều câu hỏi lạc đề hay bên cạnh vấn đề, chẳng hạn như: có nên chích ngừa cúm heo A H1N1 hay không, đậu nành được xếp vào loại rau đậu (légumineux) hay ngũ cốc (céréale)...

Tóm lại tất cả các câu hỏi của cử tọa đều hướng vào sự duy trì và cải thiện sức khoẻ của cá nhân mình. Tuy thế bác sĩ J. Bernard-Pellet vẫn trả lời tất cả các câu hỏi ấy một cách rất vui vẻ, tôi hết sức khâm phục sự kiên nhẫn của ông.

Trong khi đó có những thắc mắc trong lòng tôi và biết đâu có thể đấy cũng là những thắc mắc trong lòng ông nữa, nhưng kể cả ông và tôi không có ai có thể trình bày ra được, vì lý do là những thắc mắc đó rất sâu xa, vượt lên trên cả cái sức khoẻ và sự an lành của cá nhân mỗi người. Tôi mạn phép được ức đoán những thắc mắc trên đây trong lòng của bác sĩ J. Bernard-Pellet dựa vào vào những hoạt động hăng say của ông trong công tác quảng bá việc ăn chay.

Một câu hỏi thích đáng:

Gần sáu giờ chiều bỗng có một bà khá lớn tuổi nêu lên câu hỏi như sau: *"Ông là một bác sĩ, vậy vì lý do gì mà ông ăn chay?"* Câu hỏi không được rõ ràng lắm, theo tôi hiểu có lẽ bà ấy muốn nói: *"Ngoài lý do sức khoẻ như ông vừa trình bày thì còn có lý do nào khác thúc đẩy ông ăn chay?"* Dù sao thì sau khi nghe câu hỏi ấy, những nét vui vẻ hiện lên trên nét mặt của ông. Hai mắt ông sáng hẳn lên và ông đã trả lời một cách thật trịnh trọng như sau:

- **Bà có biết không, gia đình cha mẹ tôi làm nghề chăn nuôi súc vật để giết thịt. Tôi đã thấy quá nhiều máu chảy và sự đau đớn. Tôi không còn ăn thịt được nữa.**

Lúc đó tôi mới đưa tay và xin phát biểu như sau:

- Thưa bác sĩ và tất cả quý vị, có ai trong số quý vị biết Lamartine là người ăn chay hay không?

Tất cả mọi người đều ngạc nhiên trước câu hỏi khá bất ngờ của tôi, họ giữ yên lặng và có vẻ chờ đợi. Bỗng bác sĩ J. Bernard-Pellet cất lời hỏi tôi:

- Có phải ông muốn nói đến thi sĩ Lamartine hay không?

- Đúng như thế, đó là văn sĩ và thi hào Lamartine thuộc cuối thế kỷ XVIII và đầu thế kỷ XIX. Có một lần khi ông còn bé, mẹ ông đã dắt ông ra phố và khi hai mẹ con đi ngang một lò sát sinh, ông thấy những người đồ tể hai tay đầy máu đang giết những con vật trong nhà, máu me chảy ra lênh láng tận ngoài sân. Hình ảnh đó đã làm cho ông khiếp sợ vô cùng.

Bác sĩ J. Bernard-Pellet tỏ vẻ chú tâm đặc biệt vào câu chuyện tôi vừa kể, và ông đã nói với tôi như sau:

- Cám ơn ông thật nhiều, tôi không hề được biết về câu chuyện này.

Hóa ra động cơ thúc đẩy việc ăn chay của bác sĩ J. Bernard-Pellet cũng khá giống với trường hợp của thi hào Lamartine.

Lời kết:

Thật sự thì cũng ít có ai biết câu chuyện trên đây. Sở dĩ tôi biết được chuyện ăn chay của thi hào Lamartine là vì tình cờ mua được một quyển sách khá xưa trong một dịp hội chợ bán đồ cũ tổ chức trong vùng tôi cư trú. Tựa quyển sách là ***"Những bà mẹ của các danh nhân"*** (Les mères des Grands hommes), tác giả là Maurice Bloch, do nhà xuất bản Ch. Delagrave Paris phát hành năm 1885.

Trong quyển sách ấy có kể chuyện về cậu bé Lamartine và mẹ của cậu. Tôi xin dịch và tóm lược ra đây vài đoạn thuộc các trang 158 và 159 như sau:

[...] Bà [tức là mẹ của Lamartine] nuôi con bằng lối ăn chay cho đến khi ông lên 12 tuổi, bà chỉ cho ông ăn bánh mì, sữa, rau và hoa quả. Tuyệt đối không một miếng thịt nào.

Và tiếp theo đây là lời kể chuyện của cậu bé Lamartine:

Một hôm mẹ tôi tình cờ dẫn tôi đi ngang một lò sát sinh. Tôi trông thấy những người đồ tể hai cánh tay để trần nhuộm đầy máu đang đập chết một con bò, các người khác thì đang giết bê và cừu. Những suối máu bốc khói chảy lênh láng khắp nơi. Tôi kéo tay mẹ tôi đi cho nhanh để tránh xa nơi này.

Tác giả quyển sách còn cho biết là sau đó thì cậu hết sức sợ hãi và ghê tởm mỗi khi trông thấy thịt nấu chín. Ít lâu sau thì gia đình cậu gởi cậu vào trường nội trú, cậu hết sức khổ sở vì phải ăn những thức ăn giống như các đứa trẻ khác dưới sự canh chừng của các thầy giáo mà cậu gọi họ là những tên cai ngục. Cũng cần nói thêm là vào thời bấy giờ trường học và việc giáo dục rất nghiêm khắc vì được đặt dưới sự quản lý của những người tu hành.

Một hôm cậu bỏ trốn. Sau khi phát giác ra sự vắng mặt của cậu thì nhà trường sai người đổ đi tìm. Người ta tìm được cậu đang đói lả và đang ngồi trong một quán ăn trước một đĩa trứng chiên mà cậu chưa kịp ăn. Người ta lại lôi cậu về trường và giam cậu vào một nơi riêng. Nhưng hai tháng sau thì nhà trường chịu không nổi trước thái độ của cậu và đành dẫn giao trả cậu cho cha mẹ.

Trước cảnh tượng khổ đau, có những người xúc động không chịu nổi, tuy nhiên cũng có những người thản nhiên, chẳng hạn như những người đồ tể. Thật ra thì tất cả chúng ta đều hàm chứa những xúc cảm từ bi, nhưng những xúc cảm đó lại bị che lấp quá sâu kín trong lòng một số người. Tu tập có nghĩa là khơi động những xúc cảm đó trong lòng mình để không khiến mình giống như những người đồ tể đáng thương. Những xúc cảm ấy có thể sẽ giúp cho mỗi người trong chúng ta cảm nhận được những rung cảm của thi hào Lamartine đã từ hai trăm năm trước nhưng đến nay vẫn còn bàng bạc qua những trang sách và những vần thơ của ông. Những xúc cảm ấy trong lòng chúng ta biết đâu cũng có thể đã khiến chúng ta đi nghe một buổi thuyết trình của bác sĩ J. Bernard-Pellet được tổ chức ở một nơi nào đó. Thương lắm thay cho những người đồ tể, vì họ vẫn là những người đồ tể suốt đời. ∎

Bures-Sur-Yvette (France)

Giới thiệu: **TRIỂN LÃM TRANH "QUÊ HƯƠNG"** và gặp gỡ hai Họa sĩ **VIVI VÕ HÙNG KIỆT & CÁT ĐƠN SA** tại **HANNOVER** (Chùa Viên Giác) & **PARIS** (Chùa Khánh Anh – EVRY).

Báo Viên Giác trân trọng giới thiệu Buổi Triển Lãm tranh đặc biệt của hai **họa sĩ ViVi Võ Hùng Kiệt** (Báo Tuổi Hoa, Thiếu Nhi…) và **nghệ sĩ Cát Đơn Sa**. Hs. ViVi đã gắn bó nghệ thuật hơn nửa thế kỷ, sáng tác nhiều tranh, tượng ở trong & ngoài nước. Một cơ hội hiếm có để thưởng lãm những bức tranh đậm chất tình tự dân tộc, đầy hoài niệm nay đã không còn nữa. Đây cũng là dịp để giao lưu, tiếp xúc trực tiếp với hai nghệ sĩ tài danh.

➢ Tại **Chùa Viên Giác**, Hannover - **Thời gian:** Trong dịp Đại lễ Vu Lan, **từ ngày 05 đến 07 tháng 9 năm 2025.**

➢ Tại **Chùa Khánh Anh**, Evry-Paris - **Thời gian:** Trong dịp Đại lễ Vu Lan, **từ ngày 12 đến 14 tháng 9 năm 2025.**

Trân trọng kính mời quý đồng hương và quý Phật tử đến tham dự. ∎

Thơ

Tôn Nữ Mỹ Hạnh

TÂM SEN CỦA PHẬT

Cuối đường bóng ngả chiều rơi
Xác thân trần thế nhỏ nhoi vô thường
Hình hài hoàn lại cố hương
Con thuyền bất định sóng dồn đục trong.

Đời như chiếc lá phiêu bồng
Lạc bờ bến lạ buồn không cửa nhà
Xin làm một hạt mưa sa
Nương nhờ kinh kệ đường xa cũng kề.

Chìm trong bể dục sông mê
Trượt dài xuống dốc bánh xe luân hồi
Tử sinh kiếp nạn không rời
Cửa thiền rộng mở chứng lời Như Lai.

Giữ lòng thanh tịnh người ơi
Tâm sen của Phật rạng ngời sáng trong
Đi qua giữa chốn bụi hồng
Thế gian bào ảnh huyễn không giữa trời.

Cánh chim bé nhỏ ngàn khơi
Bay trong giông bão phận người treo chuông
Chông gai thử thách dần buông
Con đường chánh pháp cội nguồn chân như ./.

Bác sĩ Đỗ Hồng Ngọc

Một ngày kia… đến bờ

Tùy bút gồm 26 tiểu mục "Một Ngày Kia… Đến Bờ" là những bài Pháp thoại giá trị dễ hiểu & lý luận khoa học (NXB Đà Nẵng, 2023). Tất cả sẽ được dịch sang tiếng Đức và lần lượt trích đăng song ngữ ở Báo Viên Giác, với sự đồng ý của tác giả - BBT VG.

➢ **Bát Nhã "Chân Không", Hoa Nghiêm "Diệu Hữu"**

Còn hỏi Bát Nhã học ở đâu thì Văn Thù sẽ trả lời. *Lý* ở đó. Rồi hỏi Hữu hóa học ở đâu, thì Phổ Hiền dạy, duyên sinh duyên khởi, *Sự* ở đó. Mà Lý với Sự là cùng một thể tánh đó thôi. Nó viên dung vô ngại, tác động qua lại lẫn nhau đời đời kiếp kiếp. Bát Nhã thì phải Học. Hoa Nghiêm thì phải Hành. Rồi đến một lúc, thấy được Sự Sự vô ngại thì hết chuyện.

Nhưng làm sao vào được Tam muội Phổ Hiền? Vào Tam muội Phổ Hiền thì mới thấy biết Như Lai đã hiện tướng ra một ông Phật như thế nào mà trẻ con hát: "Một ông Phật hiện ra, 3 con Ma biến mất"! Ma tham, Ma sân, Ma si.

Mục tiêu của Hoa Nghiêm *hữu hóa* là giúp ta có được cuộc sống an nhiên, tự tại, hạnh phúc ngay ở đây và bây giờ… Một "thế giới hoa tạng", rực rỡ xinh đẹp sẽ được thành tựu tùy tâm mình. Cho nên người có khả năng làm chủ chính bản thân mình, người biết sống Tự-tại Vô-ngại là người làm chủ được cả… thế giới (Thế chủ) chớ không phải thần thánh từ phương nào làm chủ thế giới!

Học Hoa Nghiêm là để thấy được Lý vô ngại, Sự vô ngại, và nhờ đó mà đạt đến "Sự Sự Vô Ngại" vậy.

Vô ngại là không bị trở ngại, không bị ngăn che, không bị chia cắt, không còn phân biệt, là được thông suốt, thông dung… vì đã thấy được cái này có vì cái kia có, cái này không vì cái kia không, trong mạng lưới trùng trùng duyên khởi, duyên sinh, thấy được "hữu-hóa" đều đến từ trong tánh Không (Bát Nhã).

"Lý" mà được hiểu vậy rồi thì cái núi Tu-di to đùng kia có thể nhét vào hạt cải, nước bốn biển mênh mông nọ có thể dung chứa trong một lỗ chân lông. Bát Nhã giúp ta thấy được chân Không, vô tướng. Nhưng Không ở đây không phải là không có. Còn cái có chỉ do duyên sinh mà có, nên được coi là "diệu hữu", một cái có tuyệt diệu, có khi nó chỉ hiện hữu trong thoáng chốc rồi biến mất làm cho ta ngẩn ngơ! Phải có cái nhìn "thật tướng" như Phật dạy trong kinh Pháp Hoa thì mới "ngộ nhập" tri kiến Phật.

Cái "thật tướng" đó nó mới đẹp làm sao! Nó hiện hữu từ vô tướng, sinh trụ dị diệt trong chốc lát ở nơi "hữu vi" rồi trở về lại với vô tướng. Kim Cang nói: "Nhất thiết hữu vi pháp/ như mộng, huyễn, bào, ảnh/ như lộ, diệc như điện. Ưng tác Như-thị quán". Tất cả mọi sự vật hiện tượng ở đời (hữu vi) thì như giấc mộng, như huyễn, như bèo bọt, như ảo ảnh, như sương mai, như điện chớp… Hãy quan sát để thấy như thế. Đừng có bám chấp, đừng có ảo vọng.

Cánh hoa lung linh trước gió, con bướm đầy màu sắc chập chờn, con ong hút mật, con công đang múa, sư tử gầm gừ… tất cả đều từ một "Tạng" mà ra. Chính là Như Lai tạng (Tathagata-garbha). Tất cả pháp giới các vị Phật cho đến Thiên, Nhân… Ngạ quỷ cũng đều từ Như Lai tạng mà ra như thế. Bồ tát Phổ Hiền ở trong Tam muội của mình thấy rõ: "Nhất thiết chư Phật tỳ-lô-giá-na Như Lai tạng thân". Nói khác đi, Thân của các vị Phật, chính là tỳ-lô-giá-na kia, đều từ Như Lai tạng mà ra cả đó thôi!

Nhớ một lần kia, Phật hỏi Duy-ma-cật: Ông quán Như Lai thế nào? Duy-ma-cật trả lời: Tôi quán *pháp thân* Như Lai, cũng như quán *pháp thân* Phật và tôi, không khác!

Có điều Phật thì do nghiệp do duyên từ nhiều đời nhiều kiếp, nay thành Đức Phật toàn giác với 32 tướng tốt, 80 vẻ đẹp, còn tôi… chỉ là một vị được gọi là Bồ-tát tại gia ở thành Tỳ-da-ly này, tôi phải tu hành nhiều đời nhiều kiếp nữa! Phật cười: Ta là Phật đã thành, Ông là Phật sẽ thành! Bởi ai cũng sẵn có Phật tánh, ai cũng có Pháp thân sẵn đó rồi, ai cũng từ Như Lai tạng mà ra.

Vậy Như Lai vốn "vô tướng" bỗng "hiện" ra một ông Phật để làm gì? Để "diệt khổ" cho muôn loài, nên được gọi là Đạo sư, Thiên nhân sư. Bệnh gốc của chúng sanh là Tham Sân Si. Tham sân si mà… triệt tiêu thì Niết-bàn đây chớ đâu! Bằng cách nào? Dễ thôi. Tứ Diệu Đế, Bát chánh đạo, Thập nhị nhân duyên… từng bước cho đến khi thấy Như Lai vô tướng, thấy được Như Lai tạng, nhìn mọi thứ bằng thật tướng của nó và từ đó… sẽ Ung dung, Tự tại, Vô ngại! Đó chính là con đường từng bước Phật đã dạy sau khi Giác ngộ và mất một thời gian nghiền ngẫm dưới cội Bồ-đề tìm một phương pháp tiếp cận mới sao cho chúng sanh… chấp nhận.

Phật lúc nào cũng ở trong Định, ít khi xuất hiện. Nhờ có hai "thị giả" là Bồ-tát Văn Thù *trí tuệ* cưỡi sư tử một bên và Bồ-tát Phổ Hiền *từ bi* cưỡi voi sáu ngà một bên thay Phật thuyết giảng. Phật chỉ ngồi yên cười… tủm tỉm, không nói năng chi. Trước khi nhập Niết-bàn Phật dặn dò đệ tử: Xưa nay, ta chẳng nói điều gì, ta chẳng dạy ai điều chi cả! Bởi Phật biết sau này có Internet, có AI các thứ thì họ sẽ nói lung tung rồi đổ thừa Phật! ∎

(còn tiếp số tới)

Eines Tages… das andere Ufer erreichen

Übersetzt ins Deutsche von

Nguyên Đạo & Prof. Beuchling

Diese 26 Essays in „Eines Tages… das andere Ufer erreichen" sind wertvolle, leicht verständliche und wissenschaftlich fundierte Dharma-Vorträge. Sie werden mit Zustimmung des Autors alle ins Deutsche übersetzt und zweisprachig in der Zeitschrift Viên Giác veröffentlicht – Die Redaktion.

➢ **Prajna „Wahre Leere", Avatamsaka „Wunderbare Existenz" – (Bát Nhã "Chân Không", Hoa Nghiêm "Diệu Hữu")**

Wenn man fragt, wo man Prajna lernt, wird Manjushri (Văn Thù) antworten. Das Prinzip ist dort. Und wenn man fragt, wo man über Existenz lernt, lehrt Samantabhadra (Phổ Hiền) über bedingtes Entstehen und bedingte Erscheinung. Prinzip und Erscheinung sind ein und dasselbe Wesen. Sie sind vollkommen vereint und beeinflussen sich gegenseitig durch unzählige Zeitalter und Leben. Prajna muss man lernen. Avatamsaka muss man praktizieren. Und wenn man schließlich alles als ungehindert erkennt, ist alles vollbracht.

Aber wie erreicht man *die Samadhi von Samantabhadra (Tam Muội Phổ Hiền)*? Nur in der Samadhi von Samantabhadra erkennt man, wie der *Tathāgata* eine Erscheinung als Buddha angenommen hat, wie Kinder singen: „Ein Buddha erscheint, und drei Dämonen wissen, dass sie verloren haben!" Die Dämonen der Gier, des Hasses und der Unwissenheit.

Das Ziel der Avatamsaka-Transformation ist es, uns ein ruhiges, freies und glückliches Leben hier und jetzt zu ermöglichen… Eine „Welt des Juwelengewölbes", strahlend und schön, wird entsprechend unserer Herzenshaltung verwirklicht. Daher ist derjenige, der sich selbst beherrschen kann, der frei und ungehindert lebt, der wahre Herrscher der Welt und nicht irgendeine Gottheit, die die Welt beherrscht!

Das Studium des Avatamsaka dient dazu, das ungehinderte Prinzip, die ungehinderte Erscheinung zu erkennen und dadurch „Alles ist Ungehindert" zu erreichen.

Ungehindert bedeutet, nicht behindert, nicht blockiert, nicht getrennt zu sein, keine Unterscheidungen mehr zu treffen, durchdringend und allumfassend zu sein… denn man hat erkannt, dass dieses durch jenes existiert, dieses nicht durch jenes nicht existiert, im Netz der unendlichen bedingten Entstehung und des bedingten Entstehens erkennt man, dass „wunderbare Existenz" aus der Leere (Prajna) entsteht.

„Wahrheit", so verstanden, bedeutet, dass der riesige Tu-Di-Berg [1] in einen Senfkorn gepresst werden kann, das Wasser der vier riesigen Meere

---

[1] Der Berg Tu-di (Sanskrit, m., मेरु, meru; chinesisch 須彌山 / 须弥山, Pinyin Xūmí shān, W.-G. Hsü-mi shan) bildet gemäß der hinduistischen, jainistischen und der buddhistischen Kosmogonie den Weltenberg im Zentrum des Universums. Der unvorstellbar hohe Berg Sumeru, Wohnsitz von Göttern und Schutz-Gottheiten, erhebt sich im Mittelpunkt des Universums. Um ihn kreisen die Sonne und der Mond, die Sterne und die Planeten, die den Lauf von Tag und Nacht beeinflussen, das Kommen und Gehen der Jahreszeiten und damit letztlich das Wohlergehen der Menschen. Quelle: https://de.wikipedia.org/wiki/Meru_(Mythologie) - (Anmerkungen des Übersetzers).

in einer Pore enthalten sein kann. Prajna hilft uns, die wahre Leere, die Formlosigkeit zu sehen. Aber Leere hier bedeutet nicht Nicht-Existenz. Das Vorhandene existiert nur durch bedingte Entstehung und wird daher als „wunderbare Existenz" betrachtet, eine wunderbare Existenz, die manchmal nur für einen Moment existiert und dann verschwindet, was uns staunen lässt! Man muss die „wahre Form" sehen, wie der Buddha im Lotus-Sutra lehrte, um die Erkenntnis des Buddha zu erlangen.

Diese „wahre Form" ist wunderschön! Sie existiert aus der Formlosigkeit, entsteht, besteht, wandelt und vergeht in einem Moment in der „bedingten Existenz" und kehrt dann zur Formlosigkeit zurück. Das Vajracchedika-Pranjaparamita-Sutra sagt: „Alle Phänomene (bedingte Erscheinungen) sind wie ein Traum, eine Illusion, eine Blase, ein Schatten, wie Tau oder ein Blitzschlag. Man sollte sie so betrachten." Man sollte sich nicht anhaften, man sollte keine Illusionen haben.

Die schimmernde Blume im Wind, der bunte, flatternde Schmetterling, die Nektar saugende Biene, der tanzende Pfau, der brüllende Löwe... alles entsteht aus einem „Schatz". Das ist der Tathāgata-Schatz (Tathāgatagarbha). Alle Dharma-Welten der Buddhas bis zu Göttern, Menschen... und Dämonen stammen ebenfalls aus dem Tathāgata-Schatz. Bodhisattva Samantabhadra sieht klar in seiner Samadhi: „Alle Buddhas, die Tathāgatagarbha, sind der Körper des Tathāgata." Mit anderen Worten, der Körper der Buddhas, das ist der Tathāgata, alle stammen aus dem Tathāgata-Schatz!

Erinnere dich an eine Zeit, als der Buddha Subhuti (Duy Ma Cật) fragte: „Wie betrachtest du den Tathāgata?" Subhuti antwortete: „Ich betrachte den Dharma-Körper des Tathāgata, genauso wie ich den Dharma-Körper des Buddha und meinen eigenen betrachte, kein Unterschied!

Aber der Buddha, wegen Karma und bedingter Entstehung aus vielen Leben und Epochen, ist jetzt ein vollständig erleuchteter Buddha mit 32 guten Merkmalen und 80 Schönheiten, während ich... nur ein Heim-Bodhisattva in der Stadt Shravasti bin, ich muss noch viele Leben und Epochen praktizieren!" Der Buddha lächelte: „Ich bin ein Buddha, der geworden ist, du bist ein Buddha, der werden wird!" Denn jeder hat bereits die Buddha-Natur, jeder hat bereits den Dharma-Körper, jeder stammt aus dem Tathāgata-Schatz.

Warum also erscheint der Tathāgata „formlos" plötzlich als ein Buddha? Um „Leiden für alle Wesen zu beenden", daher wird er als Lehrer, als himmlischer und menschlicher Lehrer bezeichnet. Die grundlegende Krankheit der Lebewesen ist Gier, Hass und Unwissenheit. Wenn Gier, Hass und Unwissenheit... beseitigt werden, dann ist das Nirvana hier und nicht woanders! Wie? Einfach. Die Vier Edlen Wahrheiten, der Achtfache Pfad, die Zwölf Verknüpfungen des bedingten Entstehens... Schritt für Schritt, bis man den formlosen Tathāgata sieht, den Tathāgata-Schatz erkennt, alles mit seiner wahren Form betrachtet und von da an... gelassen, frei und ungehindert lebt! Das ist der schrittweise Weg, den der Buddha nach seiner Erleuchtung lehrte und eine Zeitlang unter dem Bodhi-Baum über eine neue Herangehensweise nachdachte, damit die Lebewesen... akzeptieren können.

Der Buddha war immer in Samadhi, erschien selten. Dank der zwei „Vertreter", Bodhisattva Manjushri, der Weisheit, der auf einem Löwen reitet, und Bodhisattva Samantabhadra, der Mitgefühl, der auf einem sechszähnigen Elefanten reitet, die anstelle des Buddha predigten. Der Buddha saß nur still und lächelte... schmunzelnd, sagte nichts. Bevor er ins Nirvana eintrat, wies der Buddha seine Schüler an: „Bis heute habe ich nichts gesagt, niemandem etwas gelehrt!" Denn der Buddha wusste, dass in der Zukunft mit dem Internet, KI und so weiter, die Leute wild reden und dann dem Buddha die Schuld geben würden! ∎

(fortsetzen in der nächsten Ausgabe)

Tịnh Ý Giới thiệu
TRUYỆN CỔ PHẬT GIÁO
SONG NGỮ VIỆT – ĐỨC

"SAO KHÔNG LÀM GÌ... MÀ CŨNG MUỐN ĂN?"

Mùa an cư ấy Bụt lại cư trú ở Ekanala, một khu đồi núi về phía Nam thủ đô Rajagaha.

Một buổi sáng, đi khất thực ngang qua cánh đồng ở làng Ekanala, Bụt và các vị khất sĩ bị một nông dân chặn đường.

Nông dân này tên là Bharadvaja, ông là một nhà triệu phú, ông có hàng ngàn mẫu ruộng, đây là mùa cày ruộng, ông đang đốc thúc dân cày đi cày. Có hàng trăm người đang cày ruộng cho ông trong ngày hôm đó. Chặn đường Bụt và các vị khất sĩ, ông nói:

– Chúng tôi là nông dân, chúng tôi phải cày sâu cuốc bẫm, bỏ phân, chăm bón và gặt hái mới có được gạo ăn. Các vị không có ích lợi gì cho đời cả. Các vị không cày, không cuốc, không gieo trồng, không bỏ phân, không chăm bón, không gặt hái…

Bụt bảo Bharadvaja:

– Có chứ, chúng tôi cũng có cày, cuốc, gieo trồng, bỏ phân, chăm bón và gặt hái.

– Cày của quý vị đâu, cuốc của quý vị đâu, bò của các vị đâu, hạt giống của các vị đâu? Các vị chăm bón cái gì, săn sóc cái gì, gặt hái cái gì?

Bụt nói:

– Hạt giống của chúng tôi là niềm tin. Đất của chúng tôi là chân tâm. Cày của chúng tôi là chánh niệm. Bò của chúng tôi là sự tinh tiến. Mùa màng của chúng tôi là sự hiểu biết và thương yêu. Điền chủ! Nếu không có niềm tin, sự hiểu biết và lòng thương yêu thì cuộc đời sẽ khô cằn và đau khổ lắm. Chúng tôi cũng gieo trồng và cũng gặt hái như điền chủ.

Vị chủ ruộng Bharadvaja rất thích thú được nghe lời Bụt nói. Ông truyền gia nhân đem thức ăn trưa dành cho ông ta tới để cúng dường Bụt. Thức ăn là cơm gạo thơm nấu với sữa. Bụt từ chối. Người nói:

– Tôi thuyết pháp không phải với mục đích là được cúng dường. Các vị khất sĩ không đổi giáo pháp với phẩm vật cúng dường. Nếu điền chủ muốn cúng dường, xin để đến một hôm khác.

Vị điền chủ rất cảm phục. Ông lạy xuống và xin được quy y với Bụt.

(Trích: "Thích Nhất Hạnh: Đường Xưa Mây Trắng- Chương 49 - Con hãy học hạnh của Đất".)

***

Lời bàn: Dưới con mắt của ông điền chủ, thì cuộc sống của Phật và các thầy khất sĩ đối lập với với đời sống vất vả của họ. *"Các vị không cày, không cuốc, không gieo trồng, không bỏ phân, không chăm bón, không gặt hái… mà cũng có ăn.*

Ông điền chủ quên rằng, xã hội nào cũng có nhiều ngành nghề. Ấn Độ ngày ấy cũng có tầng lớp tăng lữ Bà-la-môn chăm sóc đời sống tâm linh của dân chúng. Tăng đoàn của đức Thế Tôn cũng ý nghĩa tương tự.

Trước lời công kích thiếu thân thiện của điền chủ, đức Thế Tôn đã trả lời không chút do dự: Người tu cũng lao động miệt mài chẳng thua kém người nông dân. Họ cũng cần "hạt giống, "cần "đất", cần "công cụ", cần sự "cần mẫn tinh tấn" để có "thu hoạch". Có điều những phương tiện và thành quả đó không thể nắm bắt hay sờ mó như cái cuốc, cái cày, con bò... như của người nông dân.

1. Nếu **hạt giống** là điều kiện quyết định của nhà nông để cho ra sản lượng nhiều ít, tốt xấu thì **Niềm tin (Tín) là hạt giống của người tu**. Hạt giống trong nhà thiền chính là những chủng tử: ý chí, có niềm tin vào con đường giải thoát, đi theo cả cuộc đời của người tu: Tín-Hạnh-Nguyện.

2. Nếu **Đất** ruộng là điều kiện để nơi đó hạt giống được gieo trồng và sinh trưởng, thì **Tâm** chính là nơi mà người tu gieo trồng, nuôi dưỡng hạt giống tốt lành, chế ngự những tâm hành khổ đau, bất thiện… nên trong nhà thiền gọi là *Tâm Địa*.

3. **Chánh Niệm:** Nếu cái cày là nông cụ của người nông dân để vỡ đất trước khi trồng trọt, thì các vị khất sĩ phải dùng Chánh niệm như phương tiện chính để tu tập.

4. **Sự Tinh Tấn trong tu tập** như con bò siêng năng của người làm ruộng.

5. **Hiểu biết và thương yêu** (Trí tuệ và lòng Từ bi) là hoa trái của người tu. " Duy Tuệ Thị Nghiệp", mục đích của người tu là mong đạt tới *Hiểu biết*

lớn và *Thương yêu sâu*, cũng như người nông dân. Mong một mùa bội thu nông sản.

Đó chính là những chi phần trong *Ngũ lực: Tín, Tấn, Niệm, Định, Tuệ* của người tu!

Trong Đại Tạng Kinh có nhiều câu chuyện kể về những giao tiếp của đức Thế Tôn với nhiều tầng lớp trong xã hội: Nông dân, người chăn trâu, người dạy ngựa, người lên dây đàn, vua, quan, thương nhân… và qua mỗi trường hợp, Phật dạy cho chúng ta những bài Pháp sâu sắc, thú vị.

Câu chuyện ngắn kể về mẩu đối thoại giữa Đức Thế Tôn và ông điền chủ của hai ngàn sáu trăm năm trước tưởng chừng xưa cũ. Chẳng ngờ ngày nay đâu đó chúng ta vẫn còn nghe có người nêu câu hỏi với người tu: "Sao quý vị không làm gì cả... mà vẫn muốn ăn?". Tiếc thay! ∎

Alte buddhistische Geschichten

Tịnh Ý stellt vor – Mỹ Đình überträgt ins Deutsche

Warum tut ihr nichts … aber wollt trotzdem essen?

In jener Regenzeit verweilte der Buddha wieder in Ekanala, einer hügeligen Region südlich der Hauptstadt Rajagaha.

Eines Morgens, als der Buddha mit seinen Mönchen auf Almosengang durch die Felder des Dorfes Ekanala zog, wurde er von einem Bauern aufgehalten.

Dieser Bauer hieß Bharadvaja. Er war ein wohlhabender Großgrundbesitzer mit Tausenden von Morgen (Hektar) Land. Es war die Pflugsaison, und er beaufsichtigte die Feldarbeiter beim Pflügen. An diesem Tag arbeiteten Hunderte von Menschen für ihn auf den Feldern.

Bharadvaja trat vor den Buddha und die Mönche und sagte:

– Wir sind Bauern. Wir müssen tief pflügen, den Boden umgraben, düngen, pflegen und ernten, um Reis zu bekommen. Ihr aber leistet keinen Beitrag für das Leben. Ihr pflügt nicht, ihr grabt nicht, ihr sät nicht, ihr düngt nicht, ihr pflegt nicht, ihr erntet nicht…

Der Buddha antwortete Bharadvaja mit ruhiger Stimme:

– Doch, wir pflügen, graben, säen, düngen, pflegen und ernten ebenso.

Bharadvaja fragte ungläubig:

– Wo sind eure Pflüge, eure Hacken, eure Ochsen, eure Samen? Was pflegt ihr, worum kümmert ihr euch, was erntet ihr?

Buddha sprach:

– Unser Samen ist der Glaube. Unser Acker ist das wahre Herz. Unser Pflug ist die Achtsamkeit. Unsere Ochsen sind der Eifer. Unsere Ernte ist das Verstehen und die Liebe.

Grundbesitzer! Ohne Glauben, Verstehen und Liebe wäre das Leben trocken und voller Leid. Auch wir säen und ernten, genau wie Ihr.

Der Landbesitzer Bharadvaja war tief beeindruckt von Buddhas Worten. Er befahl seinen Dienern, das Mittagessen, das für ihn selbst bestimmt war, Buddha als Opfergabe zu bringen. Es war duftender Reis, gekocht mit Milch.

Doch Buddha lehnte ab und sprach:

– Ich lehre das Dharma nicht mit der Absicht, Gaben zu empfangen. Ein Mönch tauscht die Lehre nicht gegen Spenden. Wenn Ihr eine Gabe darbringen wollt, dann hebt sie euch für einen anderen Tag auf.

Der Landbesitzer war voller Ehrfurcht. Er verneigte sich tief vor Buddha und bat darum, Zuflucht bei ihm zu nehmen.

(Auszug aus: „Thich Nhất Hạnh: Alter Pfad, weiße Wolken" – Kapitel 49 – „Du sollst die Tugend der Erde lernen.")

***

Kommentar:

Aus der Sicht des Landbesitzers steht das Leben des Buddha und der Mönche im Gegensatz zu seinem eigenen mühsamen Dasein. „Ihr pflügt nicht, grabt nicht, sät nicht, düngt nicht, pflegt nicht, erntet nicht … und dennoch habt ihr zu essen."

Er vergisst jedoch, dass es in jeder Gesellschaft verschiedene Berufe gibt. Auch im alten Indien gab es die Kaste der Brahmanen, die für das spirituelle Leben der Menschen sorgte. Der Orden des Erhabenen hatte eine ähnliche Bedeutung.

Auf die wenig freundliche Kritik des Landbesitzers antwortete der Buddha ohne Zögern: Auch ein Mönch arbeitet unermüdlich, nicht weniger als ein Bauer. Auch er braucht „Samen", „Erde", „Werkzeuge" und „Fleiß", um „Ernte" zu erzielen. Doch diese Mittel und ihre Ergebnisse sind nicht greifbar wie ein Pflug, eine Hacke oder ein Ochse auf dem Feld.

1. Wenn die Qualität der Samen für den Bauern die entscheidende Voraussetzung für eine gute

oder schlechte Ernte ist, dann ist der Glaube (*Shraddhā*) der „Samen" für den Mönch. In der Zen-Tradition sind diese Samen die geistigen Potenziale – der Wille und der Glaube an den Pfad der Befreiung, der das ganze Leben eines Praktizierenden begleitet: Glaube (*Tín*), Praxis (*Hạnh*) und Gelübde (*Nguyện*).

2. Wenn der Ackerboden die Voraussetzung dafür ist, dass Samen gesät und zum Wachsen gebracht werden, dann ist der **Geist** das Feld, auf dem der Praktizierende gute Samen kultiviert, nährt und gleichzeitig leidvolle, unheilsame Geisteszustände zähmt. Deshalb wird dieses Konzept in der Zen-Tradition als **„Geist-Erde" (Tâm Địa)** bezeichnet.

3. **Achtsamkeit (Chánh Niệm):** Wenn der Pflug das Werkzeug des Bauern ist, um die Erde vor dem Anbau zu bearbeiten, dann ist Achtsamkeit das Hauptwerkzeug des Mönchs in seiner spirituellen Praxis.

4. **Eifrige Anstrengung (Tinh Tấn):** In der spirituellen Praxis ist der unermüdliche Fleiß eines Mönchs vergleichbar mit einem fleißigen Ochsen auf dem Feld.

5. **Weisheit und Mitgefühl (Trí Tuệ & Từ Bi):** Sie sind die Früchte der spirituellen Praxis. So wie ein Bauer eine reiche Ernte an Feldfrüchten anstrebt, so ist das Ziel eines Praktizierenden das große Verstehen (Weisheit) und die tiefe Liebe (Mitgefühl). Das Motto der buddhistischen Praxis lautet **„Duy Tuệ Thị Nghiệp"** – „Nur Weisheit ist das wahre Vermächtnis".

Diese fünf Aspekte entsprechen den fünf Kräften (Ngũ Lực) im Buddhismus: **Glaube (Tín), Energie (Tấn), Achtsamkeit (Niệm), Konzentration (Định) und Weisheit (Tuệ).**

In der **Tripitaka** (Große Sutra-Sammlung) gibt es zahlreiche Geschichten über Buddhas Begegnungen mit verschiedenen gesellschaftlichen Schichten: Bauern, Viehhirten, Pferdetrainer, Lautenspieler, Könige, Beamte, Kaufleute… In jeder dieser Begegnungen vermittelte der Buddha tiefgründige und inspirierende Lehren.

Die kurze Geschichte über den Dialog zwischen dem Erhabenen und dem Landbesitzer liegt mehr als 2.600 Jahre zurück, doch ihre Botschaft ist keineswegs veraltet. Noch heute hören wir Menschen dieselbe Frage an Praktizierende stellen: „Warum tut ihr nichts… aber wollt trotzdem essen?". Wie bedauerlich! ∎

Tranh: Cát Đơn Sa

Chuyện Ngắn Thiếu Nhi

Thi Thi Hồng Ngọc

GIA ĐÌNH MÌNH LÀ CON PHẬT

LỄ PHÉP

Hôm nay nhà Thảo An có khách là hai gia đình bên ba và bên mẹ đến thăm. Trong lúc ba mẹ đang tiếp khách thì chị em cô đi học về và đồng khoanh tay cúi đầu lễ phép nói:

- Dạ cháu chào cậu, chào dì, chào cô, chào bác.

Mọi người đồng thanh khen nhà có phúc nên dạy dỗ con cái lễ phép đến thế, ba mẹ nói vài lời khiêm tốn, nhưng ai cũng muốn học hỏi kinh nghiệm "dạy con từ thuở còn thơ" này. Mẹ gọi cả ba cô con gái đến và hỏi:

- Các con có thể vui lòng cho biết tại sao nên khoanh tay chào hỏi người lớn tuổi hơn mình?

Cô Út Thảo Hiền nhanh nhẩu nói trước:

- Con thấy ba mẹ làm như vậy với ông bà và ai cũng nói ba mẹ… ngoan. Con thích làm giống như vậy.

Thảo Mai ngập ngừng tiếp lời:

- Con thấy… mỗi lần làm như vậy ai cũng vui, con cũng vui mà không… mất công làm nhiều cái gì thì tại sao mình không làm?

Thảo An điềm đạm lên tiếng:

- Con thấy trẻ con nước ngoài gặp người còn biết chào "hallo". Tại sao trẻ con Việt Nam lại không bằng nó? Khi con gặp ba mẹ của bạn, con cúi chào, họ ngạc nhiên lắm họ đều nói người Việt Nam lịch sự quá, văn hóa của Việt Nam hay quá! Rồi họ cũng học cúi đầu chào con. Chỉ có một cái chào của con mà họ khen ngợi cả nước Việt Nam thì con tin là con làm đúng.

Cả nhà im phăng phắc, ba mẹ mỉm cười nhìn nhau ngầm hiểu ý: chẳng còn gì để "chia sẻ" với họ hàng đang hiện diện nữa.

NHƯ CHÓ VỚI MÈO

Thảo An và Thảo Mai dạo này rất hay tranh cãi với nhau thậm chí về vấn đề nhỏ nhặt như mở hay tắt đèn ngủ, ăn Pizza hay Spaghetti…? Đã vậy hai cô chị lại lôi kéo cô Út Thảo Hiền vào làm đồng minh làm căn phòng nhỏ của ba chị em hầu như ngày nào cũng ồn ào lời qua tiếng lại. Một hôm dì Liễu, bạn đạo của mẹ đến chơi và chứng kiến, mẹ than phiền với dì:

- Em không biết nói làm sao, chúng nó dạo này giở chứng cãi nhau như chó với mèo ấy.

Dì về rồi, Thảo An và Thảo Mai bực bội vì nghe được lời mẹ vừa nói, hai cô bé đến cạnh mẹ hỏi ngay:

- Sao mẹ bảo chúng con như con chó với con mèo?

Mẹ phì cười giải thích đó là một thành ngữ ngụ ý rằng hai người nào hay gây gổ với nhau thì giống như chó mèo thấy nhau là gầm gừ không thân thiện. Thảo Mai lắc đầu:

- Không đúng! Con thấy con mèo Mimi nhà bà Carola với con chó Susi nhà bà Mariana rất thân thiện với nhau mà.

Mẹ nghiêm nghị nhìn hai cô con gái dạy bảo:

- Mẹ đã nói đó chỉ là câu thành ngữ ví dụ thôi. Còn các con đã nhìn thấy chó Susi và mèo Mimi hòa thuận, tại sao chị em con không biết nhẹ nhàng thoả thuận mọi việc với nhau mà cứ phải lớn tiếng tranh cãi giành thắng cho bằng được? Chẳng lẽ các con không bằng Mimi và Susi hay sao?

Ngày hôm sau, chụp được ảnh hai thú cưng nhà hàng xóm nằm sưởi nắng cạnh nhau trong vườn, ba liền rửa lớn tấm ảnh này và dán vào cửa phòng các cô con gái. Những cuộc tranh cãi hoàn toàn biến mất.

MÀU ĐEN

Mỗi tối cả nhà quây quần cùng học tiếng Việt. Trong nhà có Thảo An là chịu khó đọc sách chữ Việt nên hiểu được nhiều hơn các em, những lần đố vui có thưởng toàn chị Cả đoạt giải nên các cô em rất ấm ức, cả hai bảo nhau cố gắng học thêm tiếng Việt và nhờ… ông nội bên Việt Nam dạy thêm vì ông đã từng là thầy giáo dạy văn mà. Tối nay như thường lệ, ba sẽ ra một đề tài nào đó, còn mẹ sẽ góp ý thêm. Ba mở đầu:

- Hôm nay mình sẽ nói về các con vật và cách dùng từ diễn tả màu sắc của nó. Các con suy nghĩ rồi trả lời nha! Con mèo đen còn gọi là gì?

Thảo Mai và Thảo Hiền đồng thanh trả lời: "Mèo mun".

Ba mẹ gật đầu khen, Thảo An ngạc nhiên nhìn hai em đang hí hửng, thầm nghĩ: "Sao tự nhiên tụi nó giỏi thế nhỉ?". Ba lại hỏi tiếp:

- Còn chó đen?

Hai cô bé lại nói to:

- Gọi là chó mực

Mẹ mỉm cười hỏi:

- Thế con ngựa đen?

Hai cô vừa cười khúc khích vừa trả lời:

- Là ngựa ô.

Đến nước này thì Thảo An không nhịn được nữa vội vàng hỏi:

- Ở đâu hai em biết nhiều thế?

Thảo Hiền định nói thì Thảo Mai đưa mắt nhìn liền im lặng, Thảo An cười hỏi dồn:

- Vậy thì hai đứa có biết: gấu đen, heo đen, gà đen, thỏ đen, rồng đen còn gọi là gì nữa không?

Ba mẹ nhìn nhau, cả hai đều không nghĩ rằng cô con cả có thể biết nhiều đến thế. Thảo An thích thú nhìn vẻ lúng túng của hai em, đợi một lúc cô bé mới thong thả nói:

- Gấu đen gọi là gấu ngựa, heo đen là heo mọi, gà đen là gà ác, thỏ đen là hắc thố, rồng đen là hắc long.

Đến phiên ba sửng sốt hỏi:

- Ở đâu con biết giỏi thế?

Thảo An vui vẻ nói:

- Con tìm hiểu trên Internet đấy, ba mẹ đừng lo, Internet là bạn tốt hay không là do mình dùng nó vào việc gì.

Thảo Mai buột miệng:

- Chị nói đúng! Nhưng Internet thì phải cẩn thận khi dùng; còn ông nội thì không, ông nội biết mọi thứ nhưng chỉ dạy mình điều tốt mà thôi.

Ba nhìn mẹ khẽ nói:

- Chắc là mèo mun, chó mực, ngựa ô cũng từ "Internet Ông Nội" mà ra đấy. Đúng không? ■

Thi Thi Hồng Ngọc

Unsere Familie sind Buddhisten

Kinderkurzgeschichten
Mỹ Đình überträgt ins Deutsche

Höflichkeit

Heute hat Thảo Ans Familie Besuch von zwei Familien – eine von der Seite des Vaters und eine von der Seite der Mutter. Während die Eltern die Gäste empfangen, kommen die Geschwister von der Schule nach Hause. Sie falten höflich die Hände, verneigen sich leicht und sagen:

- Dạ, cháu chào cậu, chào dì, chào cô, chào bác. (Guten Tag, Onkel, Tante, ältere Schwester, ältere Brüder.)

Alle Anwesenden loben einstimmig, dass die Familie Glück habe, ihre Kinder so gut zu erziehen. Die Eltern bedanken sich bescheiden, doch jeder möchte ihre Erfahrung mit der frühen Erziehung der Kinder lernen. Die Mutter ruft ihre drei Töchter zu sich und fragt:

-Könnt ihr mir sagen, warum es wichtig ist, die Hände zu falten und ältere Menschen zu grüßen?

Die jüngste Tochter, Thảo Hiền, antwortet schnell:

- Ich sehe, dass Mama und Papa das bei den Großeltern tun, und alle sagen, dass Mama und Papa… brav sind. Ich möchte es genauso machen.

Thảo Mai fügt zögernd hinzu:

- Ich sehe… jedes Mal, wenn ich das mache, freuen sich alle. Ich bin auch froh, und es kostet mich nicht viel Mühe. Warum sollte ich es also nicht tun?

Thảo An spricht ruhig:

- Ich habe gesehen, dass ausländische Kinder, wenn sie jemanden treffen, „Hallo" sagen. Warum sollten vietnamesische Kinder das nicht auch können? Wenn ich die Eltern meiner Freunde treffe und mich verbeuge, sind sie überrascht. Sie sagen immer, dass die Vietnamesen sehr höflich sind und die vietnamesische Kultur schön ist! Dann lernen sie auch, sich zu verbeugen und mich zu grüßen. Nur durch meinen Gruß loben sie ganz Vietnam. Deshalb glaube ich, dass ich das Richtige tue.

Die ganze Familie ist still. Die Eltern lächeln sich an, in stillem Einverständnis: Es gibt nichts mehr, was sie mit den anwesenden Verwandten „teilen" müssen.

Wie Hund und Katze

In letzter Zeit streiten sich Thảo An und Thảo Mai sehr oft, sogar über Kleinigkeiten wie das Ein- oder Ausschalten des Nachtlichts oder ob sie Pizza oder Spaghetti essen sollen. Schlimmer noch, die beiden älteren Schwestern ziehen ihre jüngste Schwester, Thảo Hiền, auf ihre Seite, sodass es im kleinen Zimmer der drei Geschwister fast täglich lautstarke Auseinandersetzungen gibt.

Eines Tages kam Tante Liễu, eine spirituelle Freundin der Mutter, zu Besuch und erlebte den Streit mit. Die Mutter seufzte und klagte:

- Ich weiß nicht mehr, was ich sagen soll. In letzter Zeit streiten sie sich wie Hund und Katze.

Nachdem die Tante gegangen war, waren Thảo An und Thảo Mai verärgert, weil sie die Worte der Mutter gehört hatten. Die beiden gingen sofort zu ihr und fragten empört:

- Warum sagst du, dass wir wie Hund und Katze sind?

Die Mutter lachte und erklärte, dass es sich um eine Redewendung handele, die bedeutet, dass zwei Menschen, die sich oft streiten, sich so verhalten wie Hunde und Katzen, die sich sofort anknurren, wenn sie sich sehen.

Thảo Mai schüttelte den Kopf:

-Das stimmt nicht! Ich habe gesehen, dass die Katze Mimi von Frau Carola und der Hund Susi von Frau Mariana sehr freundlich zueinander sind.

Die Mutter blickte ihre beiden Töchter ernst an und ermahnte sie:

- Ich habe doch gesagt, dass es nur eine Redewendung ist. Aber wenn ihr schon gesehen habt, dass sich Mimi und Susi gut verstehen, warum könnt ihr Geschwister dann nicht auch friedlich miteinander auskommen, anstatt lautstark um jeden Sieg zu streiten? Oder wollt ihr etwa behaupten, dass ihr euch nicht einmal so gut benehmen könnt wie Mimi und Susi?

Am nächsten Tag fotografierte der Vater die beiden Haustiere der Nachbarn, wie sie friedlich nebeneinander in der Sonne lagen. Er ließ das Bild in großem Format ausdrucken und klebte es an die Tür des Zimmers seiner Töchter.

Von diesem Tag an verschwanden die Streitereien vollständig.

Die Farbe Schwarz

Jeden Abend versammelt sich die ganze Familie, um gemeinsam Vietnamesisch zu lernen. In der Familie ist Thảo An diejenige, die fleißig vietnamesische Bücher liest und daher mehr versteht als ihre jüngeren Geschwister. Bei Quizspielen mit Belohnungen gewinnt immer die älteste Schwester, was die beiden jüngeren ziemlich ärgert. Also beschließen sie, sich mehr mit Vietnamesisch zu beschäftigen – und bitten ihren Großvater in Vietnam um Hilfe, denn er war früher Lehrer für Literatur.

Wie gewohnt gibt der Vater am Abend ein Thema vor, während die Mutter zusätzliche Hinweise gibt. Der Vater beginnt:

- Heute sprechen wir über Tiere und darüber, wie man ihre Farben beschreibt. Überlegt und antwortet! Wie nennt man eine schwarze Katze?

Thảo Mai und Thảo Hiền rufen gleichzeitig:
- Mèo mun!

Die Eltern nicken anerkennend. Thảo An schaut überrascht ihre beiden Schwestern an, die sich freudig grinsend anblicken, und denkt sich: *Seit wann sind die beiden so gut?*

Der Vater fragt weiter:
- Und wie nennt man einen schwarzen Hund?

Die beiden Mädchen rufen erneut laut:
- Chó mực!

Die Mutter lächelt und fragt:
- Und ein schwarzes Pferd?

Die Schwestern kichern und antworten:
- Ngựa ô!

Nun kann sich Thảo An nicht mehr zurückhalten und fragt ungläubig:
- Woher wisst ihr das alles?

Thảo Hiền will gerade antworten, doch ein Blick von Thảo Mai bringt sie zum Schweigen. Thảo An grinst und fragt weiter:
- Und wisst ihr auch, wie man einen schwarzen Bären, ein schwarzes Schwein, ein schwarzes Huhn, ein schwarzes Kaninchen oder einen schwarzen Drachen nennt?

Die Eltern schauen sich an – sie hatten nicht erwartet, dass ihre älteste Tochter so viel weiß. Thảo An genießt es, ihre verunsicherten Schwestern zu beobachten. Nach einem Moment sagt sie gelassen:

- Ein schwarzer Bär heißt *gấu ngựa*, ein schwarzes Schwein *heo mọi*, ein schwarzes Huhn *gà ác*, ein schwarzes Kaninchen *hắc thố* und ein schwarzer Drache *hắc long*.

Jetzt ist der Vater überrascht und fragt:
- Woher weißt du das alles?

Thảo An lächelt und antwortet:
- Ich habe es im Internet nachgeschlagen. Aber keine Sorge, das Internet ist nur dann ein guter Freund, wenn man es richtig nutzt.

Thảo Mai platzt heraus:
- Da hat sie recht! Aber beim Internet muss man vorsichtig sein. Opa dagegen weiß alles – und er bringt uns nur gute Dinge bei!

Der Vater schaut zur Mutter und sagt leise:
- Ich schätze, *mèo mun*, *chó mực* und *ngựa ô* kommen wohl aus dem „Internet Opa", oder?

Die ganze Familie lacht. ∎

THƠ
Tuệ Nga

TIẾNG LÁ XÀO XẠC PHẢI GIÓ THU?

Chiều lên mây trắng bay nhiều quá
Ta thấy lòng mình bỗng nhẹ tênh
Thơ gửi về đâu đây viễn phố
Cánh buồm không gió cũng lênh đênh

Chữ nghĩa bâng khuâng vạn dặm trường
Từ bình minh ấy đến tà dương
Chút gì làm lũi theo ta mãi
Một phiến u hoài mấy tuyết sương

Ai thả sầu lên chóp núi cao
Có nghe biển vọng sóng dâng trào
Trăm năm hư ảnh trăng trong nước
Tưởng giấc Kê Vàng cánh bướm chao

Tiếng lá xạc xào phải gió thu
Thuyền trăng ai mộng bến Chân Như
Ba ngàn thế giới Thơ vào hội
Nhân loại hòa vui dưới bóng Từ…
./.

Tuệ Nguyên - Thích Thái Hòa

TRĂNG NẰM PHƯƠNG ĐÔNG

Gandhāra một thuở ta về,
Nghe lời kinh Phật trên quê hương này,
Mã Minh thánh ngữ diễn bày,
Ngựa nghe quỳ gối, mây bay lại dừng.
Dẫu cho đời có phù vân,
Thế Thân, Vô Trước dấu chân tuyệt vời,
Ngữ ngôn tịch mặc không lời,
Thêu thành sử Phật cho đời nở hoa,
Từ thời Vua Nị-Sắc-Ca,
Tấm lòng của Phật hóa ra thị thành,
Về đây con có lòng lành,
Giới Hương cúng Phật tâm thành bay xa,
Nhớ ơn Vua Nị-Sắc-Ca,
Nhớ tình con Phật mặn mà Đại Bi,
Dẫu cho đời có chi chi,
Trên đầu có Phật sá gì bể dâu,
Ngược xuôi không phải giang đầu,
Ngược xuôi do bởi chiếc cầu Bắc-Nam,
Ngàn năm rồi lại ngàn năm,
Đất thêu sử Phật trăng nằm Phương Đông ./.

Gandhāra, Peshawar ngày 14/1/2025-15/ Chạp/Giáp Thìn.

Gandhāra (Kiền-đà-la, Càn-đà-la) là một vùng tây bắc Ấn Độ, ngày nay thuộc Afghanistan (A Phú Hãn)

TRANG GIA ĐÌNH PHẬT TỬ

Tâm Bạch

Từ cơn mơ chiếc áo đầm xanh OANH VŨ

Ngồi nhìn những cơn sóng nhấp nhô xuôi đưa, chiếc tàu vẫn nhẹ nhàng đi tới. Cơn mơ từ thuở bé đang dần dần trở về. Cũng lại là những cơn mơ! Thầm nghĩ lại sao mình nhiều cơn mơ vậy. Tham ái đang dẫn dắt con người đi trong cuộc sống. May thay mình thầm nhủ, tham ái này không vướng mắc điều ác mà lại đang giúp mình, một con người còn trần tục, nở nhụy đơm hoa trong cuộc sống.

Cơn mơ nhỏ khi mình còn bé ở lứa tuổi còn ôm những con búp bê kề má, nhìn chiếc áo đầm Oanh Vũ sao thấy đẹp quá. Chiếc đầm xòe có nhiều nếp làm cô bé mơ được mặc vào và chạy nhảy tung tăng. Cứ mỗi lần trong tay mẹ đi chùa, đôi mắt cô bé cứ chăm chú vào chiếc đầm xanh với áo tay phồng… Bé đã thủ thỉ với mẹ „Mạ ơi, con muốn được mặc bộ đồ này". Đấy chính là đồng phục của các em Oanh Vũ trong Gia Đình Phật Tử (GĐPT) nên thay vì chỉ cho con mặc đẹp, mẹ đã làm quen với hai Huynh Trưởng trong GĐPT để giới thiệu cô bé ham chiếc đầm xòe đẹp được vào sinh hoạt trong GĐPT.

Thế là bỗng nhiên tôi trở thành đoàn sinh GĐPT, mỗi cuối tuần xúng xính trong chiếc áo đầm xanh. Bài học đầu tiên là điều luật GĐPT dành cho ngành Oanh: *(1) Em tưởng nhớ Phật; (2) Em kính mến cha mẹ và thuận thảo với anh chị em; (3) Em thương người và vật.*

Thật ra mới đầu cô bé chỉ có thể nhóp nhép đọc theo sau buổi lễ, sau vài tuần thì tự nhiên thuộc làu và đến giờ đọc luật là hãnh diện đọc thật to và rõ ràng… Tôi còn nhớ như in cái cảm giác „hãnh diện" đó dù không biết là hãnh diện với ai đây. Cảm giác „tự" thấy mình thật dễ thương, thấy mình là đứa con ngoan của gia đình vì mỗi lần đọc ba câu này khoe mẹ thì mẹ tôi nhìn tôi âu yếm, vuốt nhẹ tóc và nở nụ cười dịu dàng tràn đầy niềm vui. Cơn mơ nhỏ bé ấy đã gắn liền cuộc đời một đoàn viên GĐPT. Cảm giác „dễ thương" đã làm hành trang trong đời sống của người Phật tử, luôn luôn thương người, thương mình, hay ít nhất cũng luôn cố gắng để được như vậy…

Nhắc lại cơn mơ của tôi cũng là muốn khơi dậy những cách kêu gọi các em nhỏ, hay nói cách khác là cùng các bậc cha mẹ tìm cách đưa con em vào sinh hoạt với gia đình Lam. Cái hạnh phúc thơ ngây nhưng thánh thiện của các em cần được gìn giữ, cần được vun bồi, nhất là trong cuộc sống hôm nay. Không ai phủ nhận là rất khó để các em nhỏ không bị ảnh hưởng của game chơi, của những quyến rũ với những trò chơi táo bạo được dẫn dắt bởi mạng xã hội hoặc phim ảnh, ngay cả những phim ảnh dành cho trẻ em đôi lúc cũng mang nét hung bạo. Nhưng chính vì khó khăn đó nên phụ huynh cần cố gắng hơn để cho con em mình có cơ hội sinh hoạt trong môi trường gần với Phật Pháp, gần với văn hóa dân tộc, gần với những điều thiện lành. Để hướng dẫn các em nhỏ sống ở hải ngoại đến Chùa, đến sinh hoạt trong Gia Đình Phật Tử chắc chắn không dễ, nhưng thật sự ở Chùa không thiếu những hình ảnh mà các em nhìn và thích ngay. Cha mẹ nên dẫn các em đi theo mỗi khi đến chùa như bài hát thật dễ thương trong GĐPT.

Một hôm (một hôm) mồng một đến chùa.
Em đi (đi) với mẹ mua vài hoa sen.
Đến chùa dâng cả hồn em.
Lên (trên, trên) Đức Phật lòng em kính thành…

Hiện nay tại Đức Quốc có 8 GĐPT, tương đối vẫn còn rời rạc so với diện tích của cả nước Đức. Tuy nhiên nếu nhà ở xa mà phụ huynh mong muốn con cái mình được thỉnh thoảng gần gũi với môi trường này thì mỗi dịp Lễ Phục Sinh (Ostern) nên cho con em ghi danh tham dự Khóa Phật Pháp GĐPT dành cho các ngành Thanh, Thiếu, Oanh GĐPT và cả phụ huynh tại Chùa Viên Giác Hannover. Các em sẽ được sống và học chung với các em Oanh Vũ từ các GĐPT mọi nơi tại nước Đức. Ngoài ra, hiện nay vẫn có quý Thầy Cô tại Đức tổ chức hàng năm các khóa cho Thanh Thiếu Niên mà trong các khóa thường có sự tham dự của Huynh Trưởng Áo lam phụ giúp. Đừng lo các em không hiểu tiếng Việt vì trong chương trình sinh hoạt luôn sử dụng cả hai ngôn ngữ Đức và Việt.

Muốn con em mình có nhân duyên với đạo Phật thì bậc cha mẹ nên tạo duyên, gieo chủng tử này từ ngày còn bé. Mỗi năm vào mùa hè các em lại có dịp được anh chị Huynh Trưởng GĐPT hướng dẫn suốt cả tuần tại Khóa Phật Pháp Âu Châu trong lớp học mang tên " Đại Học Oanh Vũ" mà Cố Hòa Thượng Minh Tâm đã đặt tên.

Con em của quý phụ huynh được gọi là Oanh Vũ. Một cái tên rất tuyệt vời và đáng trân quý. Tại sao vậy? Không trân quý sao được khi Chim Oanh Vũ chính là tiền thân của Đức Phật Thích Ca và là biểu hiệu cho lòng hiếu thảo. Các em sẽ được học sự tích Chim Oanh Vũ đi mót lúa còn rơi sót trên ruộng để nuôi cha mẹ.

Trong sinh hoạt GĐPT có ba ngày truyền thống: Ngày DŨNG, ngày HẠNH và ngày HIẾU. Hạnh Hiếu là hạnh căn bản mà tất cả chúng ta ở tuổi nào cũng cần trau giồi, nhưng trong tổ chức GĐPT thì ngày HIẾU được đặt trọng tâm cho ngành Oanh Vũ. Tại sao vậy? Muốn cây tốt thì cần chăm bón ngay từ khi gieo hạt. Mục đích nhắc các em thể hiện lòng biết ơn và tôn kính đối với cha mẹ, là dịp để các em bày tỏ tình yêu thương đến tất cả. Ba điều luật cho ngành Oanh đã cho thấy trọng tâm trong sinh hoạt. Sự cố gắng hướng dẫn của các Huynh Trưởng trong GĐPT cho các em rất cần sự hỗ trợ từ các bậc phụ huynh. Một em Oanh Vũ ngoan thì chắc chắn sẽ là một người con hiếu thuận trong gia đình và chắc chắn sẽ là một công dân tốt cho xã hộ sau này.

Châm ngôn của đoàn Oanh là: HÒA – TIN – VUI. Ba chữ thật đơn giản nhưng là ba viên gạch vững chắc cho đoàn viên GĐPT. Chúng ta vẫn thường nghe quý Thầy lấy ba chữ này để nhắc nhở đến anh chị huynh trưởng. Nếu chúng ta không có niềm tin vào Phật Pháp, không có niềm tin vào tổ chức, không có niềm tin với nhau thì làm gì có hòa khí; mà sống không có hòa khí thì chắc chắn là không vui rồi. Trong cuộc sống cũng vậy, nếu cứ nghi ngờ nhau thì khó có hòa thuận và vui vẻ. Các em còn bé được học nằm lòng châm ngôn này thì tâm hồn luôn rộng mở, ánh mắt luôn trong sáng và đôi môi luôn nở hoa. GĐPT là nơi mà các em được hướng dẫn tâm thiện lành mà không bậc cha mẹ nào không mong muốn con em mình được như vậy.

***

Cơn mơ đơn sơ từ chiếc đầm xanh ngày còn bé đã giúp cô bé ngày xa xưa luôn là một đoàn viên GĐPT cho đến hôm nay. Tại Đức Quốc hiện nay cũng có rất nhiều anh chị Huynh Trưởng đã tung cánh bay cao từ bước đầu là những cánh chim Oanh Vũ. Các anh chị này hiện nay đang đóng những vai trò khá quan trọng trong việc gìn giữ tổ chức Lam bằng cả tâm huyết và những sáng kiến mới, kết hợp truyền thống và cuộc sống mới trong xã hội hiện đại. Sóng nước lớp sau xô lớp trước.

Thuyền vẫn nhẹ nhàng lướt đi. Cơn mơ tiếp tục đang từ từ trở lại. ∎

Thiên Nhạn Bạch Xuân Phẻ

Huyền Trang và Đường Tăng: Giữa Lịch Sử và Huyền Thoại

Tây Du Ký[1] (西游记) và hình tượng Đường Tăng[2], tuy là một hiện tượng văn hóa có ảnh hưởng rộng lớn, nhưng đồng thời cũng đặt ra những câu hỏi quan trọng về nhận thức lịch sử và cách Phật tử tiếp cận với di sản của Pháp sư Huyền Trang[3]. Trong sự giao thoa giữa lịch sử và truyền thuyết, giữa biểu tượng văn hóa đại chúng và những giá trị nguyên thủy của Phật giáo, không thể phủ nhận rằng sự phổ biến của Tây Du Ký đã làm lu mờ hình ảnh thật của một trong những bậc thầy vĩ đại nhất của Phật giáo Trung Hoa. Đây là điều không thể tránh khỏi khi một nhân vật lịch sử bước vào vùng ảnh hưởng của truyền thông đại chúng, nơi mà sự thật thường bị thay thế bằng một hình ảnh dễ tiếp nhận hơn.

Pháp sư Huyền Trang là một trong những học giả lỗi lạc của lịch sử, người đã thực hiện một cuộc hành trình vượt hơn mười ngàn dặm để tìm kiếm chân lý, bất chấp hiểm nguy, những cuộc xung đột chính trị và sự đe dọa của thiên nhiên. Ông không có ba đồ đệ thần thông quảng đại bảo vệ, cũng không phải là một vị hòa thượng dễ bị lừa như cách Tây Du Ký mô tả Đường Tăng. Pháp sư Huyền Trang đã đi qua gần hai mươi nước trên đường đến Ấn Độ, đối diện với sự hoang tàn của những thành phố từng huy hoàng, chứng kiến sự suy tàn của các trung tâm Phật giáo một thời và nhận ra sự cần thiết phải đưa kinh điển về Trung Quốc để bảo vệ giáo pháp. Trên con đường của mình, ông không chỉ học mà còn dạy, không chỉ thỉnh kinh mà còn đối thoại với những vị luận sư vĩ đại, tham gia vào những cuộc tranh biện triết học quan trọng. Ông là một trong những trụ cột đưa tư tưởng Duy Thức tông vào Phật giáo Trung Hoa, để lại dấu ấn không thể phai mờ trong lịch sử tư tưởng.

Bằng chứng lịch sử về hành trình của Huyền Trang được ghi chép trong Đại Đường Tây Vực Ký[4] (大唐西域記), một tác phẩm không chỉ có giá trị

---

1   Tây Du Ký (西游记) là một trong Tứ Đại Danh Tác của văn học cổ điển Trung Hoa, do Ngô Thừa Ân (吳承恩, 1500?-1582?) chấp bút vào thế kỷ 16 dưới triều Minh. Tác phẩm là một tiểu thuyết thần thoại, kể về hành trình thỉnh kinh của Đường Tăng (唐僧) cùng ba đồ đệ là Tôn Ngộ Không (孫悟空), Trư Bát Giới (豬八戒) và Sa Tăng (沙僧). Dù lấy cảm hứng từ hành trình có thật của Pháp sư Huyền Trang (玄奘, 602-664), nội dung tác phẩm mang đậm màu sắc huyền ảo, kết hợp triết lý Phật giáo, Đạo giáo và Nho giáo. Với lối kể hấp dẫn của Ngô Thừa Ân, Tây Du Ký trở thành một hiện tượng văn hóa đại chúng, nhưng đồng thời cũng làm lu mờ hình ảnh lịch sử thực sự của Pháp sư Huyền Trang.

2   Đường Tăng (唐僧) – Nhân vật chính trong Tây Du Ký (西游记), một tiểu thuyết thần thoại của Ngô Thừa Ân vào thế kỷ 16. Dựa trên nguyên mẫu lịch sử là Pháp sư Huyền Trang (玄奘, 602–664), nhưng được hư cấu thành một nhà sư hiền lành, từ bi, đôi khi nhu nhược, phải nhờ vào ba đồ đệ—Tôn Ngộ Không, Trư Bát Giới và Sa Tăng—hộ tống trên đường thỉnh kinh. Hình tượng Đường Tăng trong Tây Du Ký mang tính biểu tượng văn học hơn là một tái hiện chính xác về Huyền Trang lịch sử.

3   Huyền Trang (玄奘, 602–664) là một cao tăng và học giả Phật giáo nổi tiếng đời Đường, người đã thực hiện hành trình kéo dài 17 năm từ Trung Quốc đến Ấn Độ để nghiên cứu và thỉnh kinh. Tác phẩm "Đại Đường Tây Vực Ký" (大唐西域記) của ông là một công trình ghi chép chi tiết về địa lý, văn hóa, tôn giáo và triết học của các nước Tây Vực thời bấy giờ, đồng thời trở thành nguồn tư liệu quan trọng cho cả Phật giáo và lịch sử nhân loại. Với hơn 1.300 bộ kinh được mang về và dịch thuật, Huyền Trang góp phần quan trọng vào sự phát triển của Duy Thức học (瑜伽行派) và nền tảng tư tưởng Phật giáo Trung Hoa.

4   "Đại Đường Tây Vực Ký" (大唐西域記) là tác phẩm ghi chép chi tiết về hành trình thỉnh kinh của Đại sư Huyền Trang (602–664) từ Trung Quốc sang Ấn Độ vào thế kỷ VII. Đây là một trong những tư liệu quan trọng về địa lý, văn hóa, tôn giáo và lịch sử của các vương quốc mà ngài đã đi qua, cung cấp cái nhìn sâu sắc về tình trạng Phật giáo đương thời. Tác phẩm gồm 12 quyển, hoàn thành vào năm 646 dưới triều Đường Thái Tông, và trở thành một di sản quý giá, không chỉ trong Phật giáo mà còn đối với nghiên cứu

tôn giáo mà còn mang ý nghĩa lịch sử, địa lý, nhân chủng học và triết học sâu sắc. Tác phẩm này ghi chép lại chi tiết các quốc gia, thành phố, hệ thống xã hội, tín ngưỡng và phong tục tập quán mà Pháp sư Huyền Trang đã chứng kiến. Đây không phải là một hành trình siêu nhiên đầy phép màu, mà là một cuộc hành trình gian nan của một nhà tu hành và học giả kiên cường, người dấn thân vào con đường đầy nguy hiểm với mục tiêu cao cả: mang giáo pháp về phục hưng Phật giáo Trung Hoa. Tác phẩm *Đại Đường Tây Vực Ký* không chỉ phản ánh sự uyên bác của Pháp sư Huyền Trang, mà còn là một minh chứng về việc Phật giáo đã phát triển và suy tàn ra sao trên những vùng đất mà ông đi qua.

Nhưng trong *Tây Du Ký*, hình ảnh Đường Tăng trở thành một nhân vật có phần ngây thơ, thậm chí có lúc nhu nhược. Sự hư cấu này không chỉ làm thay đổi bản chất của nhân vật lịch sử mà còn phản ánh cách nhìn nhận của văn hóa đại chúng đối với một nhà tu hành. Nếu đặt vào bối cảnh của thế kỷ 16, khi Ngô Thừa Ân viết Tây Du Ký, ta có thể thấy rằng hình ảnh Đường Tăng được xây dựng theo một lối tiếp cận mang đậm ảnh hưởng của truyền thống dân gian và triết học Đạo giáo, nơi mà các vị chân tu thường được thử thách bởi yêu ma và thế giới huyễn hoặc. Điều này không sai trong khuôn khổ một tác phẩm văn học, nhưng lại có thể gây hiểu lầm cho những ai chỉ tiếp cận nhân vật này thông qua câu chuyện hư cấu.

Tây Du Ký là một trong những tác phẩm văn học nổi tiếng nhất của Trung Hoa, nhưng bản chất của nó không phải là một tư liệu lịch sử mà là một tiểu thuyết mang tính thần thoại, pha trộn nhiều yếu tố của Đạo giáo, Nho giáo và Phật giáo. Tác phẩm này lấy cảm hứng từ hành trình có thật của Pháp sư Huyền Trang, nhưng thay vì tái hiện trung thực hành trình ấy, Ngô Thừa Ân đã biến nó thành một câu chuyện mang tính giáo huấn và giải trí, trong đó Đường Tăng trở thành một nhân vật chính yếu, nhưng không phải với bản chất của Pháp sư Huyền Trang thật sự. Tôn Ngộ Không, Trư Bát Giới, và Sa Tăng là những sáng tạo mang tính biểu tượng, đại diện cho những trở ngại trên con đường tu hành, nhưng không hề có trong bản gốc lịch sử của Pháp sư Huyền Trang.

Hiệu ứng "mass truth"[5] – khi một sự thật được chấp nhận rộng rãi chỉ vì nó được nhắc đến nhiều lần – là điều đã xảy ra với hình ảnh Đường Tăng. Trong văn hóa phổ thông, số đông thường tiếp nhận một câu chuyện qua phim ảnh, tiểu thuyết hoặc các sản phẩm giải trí mà không có nhu cầu tra cứu lại nguồn gốc lịch sử của nó. Điều này dẫn đến sự nhầm lẫn giữa một biểu tượng văn học và một nhân vật lịch sử thực sự. Nếu một người chỉ biết đến Đường Tăng qua Tây Du Ký, họ có thể tin rằng đây là hình ảnh thực tế của Pháp sư Huyền Trang, mà không biết đến những đóng góp to lớn của ông trong việc dịch thuật kinh điển, hệ thống hóa tư tưởng Duy Thức học và kết nối Phật giáo Trung Hoa với truyền thống Phật giáo Ấn Độ.

Tuy nhiên, nói như vậy không có nghĩa là *Tây Du Ký* hoàn toàn không có giá trị. Thực tế, tác phẩm này đã góp phần đưa hành trình thỉnh kinh trở thành một câu chuyện mang tính toàn cầu, giúp lan tỏa một phần hình ảnh của Phật giáo vào nền văn hóa đại chúng. *Tây Du Ký* không chỉ là một tác phẩm tôn giáo, mà còn là một kiệt tác văn học với những tầng lớp ý nghĩa sâu xa.

Nhưng mặt khác, nếu không có sự phân biệt rõ ràng giữa truyền thuyết và lịch sử, *Tây Du Ký* có thể tạo ra những nhận thức sai lệch về giáo lý và con đường tu tập. Đường Tăng trong *Tây Du Ký* thường được miêu tả là quá mức nhân từ đến mức thiếu thực tế, một hình mẫu đạo đức nhưng không có chiều sâu trí tuệ. Điều này đi ngược lại với hình ảnh của Pháp sư Huyền Trang thực sự, một bậc thầy có khả năng tranh luận sắc bén với các học giả, một người không chỉ là hành giả mà còn là một triết gia và nhà phiên dịch vĩ đại.

Do đó, trong mọi cuộc thảo luận về *Tây Du Ký* và Pháp sư Huyền Trang, cần có một sự nhận thức rõ ràng: tôn trọng giá trị văn học của *Tây Du Ký* nhưng không đồng hóa nó với lịch sử. Điều này không chỉ quan trọng trong việc bảo vệ sự thật lịch sử mà còn giúp duy trì tinh thần chính thống của

---

lịch sử và khảo cổ học.

5 "Mass Truth" (sự thật đại chúng) là hiện tượng trong đó một thông tin hoặc niềm tin trở thành sự thật được chấp nhận rộng rãi không phải vì nó chính xác hay được kiểm chứng, mà vì số lượng người tin vào nó quá lớn. Khái niệm này phản ánh sự tác động của truyền thông, văn hóa đại chúng và tâm lý đám đông lên nhận thức xã hội. Trong bối cảnh lịch sử và văn học, "mass truth" có thể khiến hình ảnh một nhân vật hoặc sự kiện bị biến đổi qua thời gian, dẫn đến sự nhầm lẫn giữa thực tế và hư cấu. Trường hợp của Đường Tăng trong *Tây Du Ký* là một ví dụ tiêu biểu: nhân vật hư cấu này được biết đến rộng rãi hơn so với Huyền Trang lịch sử, dù hình ảnh của ông đã bị thần thoại hóa và tách rời khỏi thực tế.

giáo pháp, đảm bảo rằng khi nói về những bậc thầy của Phật giáo, chúng ta không dừng lại ở những câu chuyện huyễn hoặc mà phải nhìn thấy trí tuệ và công hạnh thực sự của họ. *Đại Đường Tây Vực Ký* là sự ghi chép chân thực về con đường tu học và hoằng pháp của một bậc chân nhân, còn *Tây Du Ký* là một tác phẩm đầy sáng tạo với ý nghĩa ẩn dụ nhưng không nên bị nhầm lẫn với lịch sử.

Nhân dịp này, chúng tôi cũng xin đề cập đến tác phẩm "Đại Đường Tây Vực Ký" của Pháp sư Huyền Trang do Hòa thượng Thích Như Điển và Cư sĩ Nguyễn Minh Tiến dịch sang tiếng Việt, với bài giới thiệu uyên bác của cố Hòa thượng Thích Tuệ Sỹ, hy vọng phần nào bổ sung thêm góc nhìn học thuật về hành trình của Pháp sư Huyền Trang, đồng thời góp phần làm sáng tỏ vai trò quan trọng của di sản này đối với Phật giáo và nền tri thức nhân loại.

Trong bối cảnh so sánh giữa hai tác phẩm "Đại Đường Tây Vực Ký" và "Tây Du Ký", việc tiếp cận công trình dịch thuật "Đại Đường Tây Vực Ký" mang đến một nhận thức quan trọng: những ghi chép lịch sử về Pháp sư Huyền Trang không đơn thuần là câu chuyện về một cuộc hành trình gian khổ, mà là một đóng góp to lớn cho nền tảng triết học, tâm lý học và tôn giáo của nhân loại.

Hòa thượng Thích Tuệ Sỹ trong lời giới thiệu đã nêu bật ý nghĩa vĩ đại của sự nghiệp mà Pháp sư Huyền Trang để lại. Ngài là một nhà hành đạo, nhưng đồng là một nhà tư tưởng với những đóng góp quan trọng trong việc bảo tồn và phát triển nền tri thức Phật giáo. Chính nhờ sự dịch thuật của Huyền Trang mà nhiều bộ kinh luận quan trọng từ hệ thống A-tì-đàm đến Duy thức học được lưu giữ lại, trở thành những nguồn tư liệu quý giá cho các nhà nghiên cứu ngày nay.

Điểm đặc biệt mà cố Hòa thượng Thích Tuệ Sỹ nhấn mạnh chính là tầm ảnh hưởng vượt ra ngoài Phật giáo của các bản dịch của Pháp sư Huyền Trang. Ngài vừa góp phần lưu giữ kinh điển và vừa mở ra các nền tảng tư duy, từ triết học, luận lý học đến tâm lý học. Những bộ luận như Du-già hành phái[6] (瑜伽行派) của ngài Vô Trước[7] và ngài Thế Thân[8] mà Pháp sư Huyền Trang truyền bá chính là những tác phẩm đầu tiên đặt nền móng cho sự hiểu biết về tâm thức, tư duy triết học và nhận thức luận trong Phật giáo, thậm chí có thể so sánh với các nghiên cứu hiện đại về tâm lý học và triết học

---

6 Du-già Hành Phái (瑜伽行派, *Yogācāra*) là một trường phái quan trọng của Phật giáo Đại Thừa, do hai luận sư Vô Trước (Asaṅga) và Thế Thân (Vasubandhu) khai sáng vào thế kỷ IV tại Ấn Độ. Trường phái này nhấn mạnh vào thực hành Du-già (Yoga) và phân tích tâm thức qua hệ thống Duy Thức Học (*Vijñānavāda*), đề xướng rằng toàn bộ thực tại chỉ là sự biểu hiện của thức (*vijñāna*), không có thực thể độc lập bên ngoài. Triết lý của Du-già Hành Phái được bảo tồn trong các luận thư quan trọng như Du-già Sư Địa Luận (瑜伽師地論, *Yogācārabhūmi-śāstra*), Thành Duy Thức Luận (成唯識論, *Vijñaptimātratāsiddhi-śāstra*), và các bộ luận của Thế Thân như Tam Thập Tụng (三十頌, *Triṃśikā*). Những trước tác này có ảnh hưởng sâu sắc đến sự phát triển của Phật giáo Đông Á và Tây Tạng, đặc biệt là các học thuyết về A-lại-da thức (*Ālaya-vijñāna*), tam tính (三性, *trisvabhāva*), và bát thức quy nhất tâm. Học thuyết của Du-già Hành Phái không chỉ đóng vai trò nền tảng trong tư tưởng Phật giáo mà còn có giá trị đối với tâm lý học, nhận thức luận và triết học hiện đại.

7 Vô Trước (*Asaṅga*, 世親, 4-5 thế kỷ CN) – Một đại luận sư Phật giáo Ấn Độ, người sáng lập Du-già hành phái (瑜伽行派, *Yogācāra*), còn gọi là Duy Thức học (唯識). Ông cùng em trai Thế Thân (Vasubandhu) hệ thống hóa tư tưởng Duy Thức, đặt nền móng cho luận lý học và tâm lý học Phật giáo. Các tác phẩm chính gồm Du-già Sư Địa Luận (瑜伽師地論), Hiển Dương Thánh Giáo Luận (顯揚聖教論), và Kim Cang Bát Nhã Kinh Luận (金剛般若經論). Ảnh hưởng sâu sắc của ông lan tỏa đến Trung Quốc, Tây Tạng và Đông Á, trở thành hệ tư tưởng cốt lõi trong Phật giáo Đại Thừa.

8 Thế Thân (Vasubandhu, 世親, 316–396?) – Một trong những luận sư vĩ đại nhất của Phật giáo Đại thừa, cùng với anh trai là Vô Trước (Asaṅga), đặt nền móng cho Duy Thức Tông (*Yogācāra*). Ban đầu theo Thượng Tọa Bộ, sau chuyển sang Đại thừa nhờ Vô Trước. Tác phẩm quan trọng nhất của ông là Duy Thức Tam Thập Tụng (*Triṃśikā Vijñaptimātratā*), hệ thống hóa tư tưởng Duy thức, phân tích bản chất tâm thức và nhận thức luận. Các trước tác của ông ảnh hưởng sâu sắc đến triết học Phật giáo Ấn Độ, Trung Hoa và Tây Tạng.

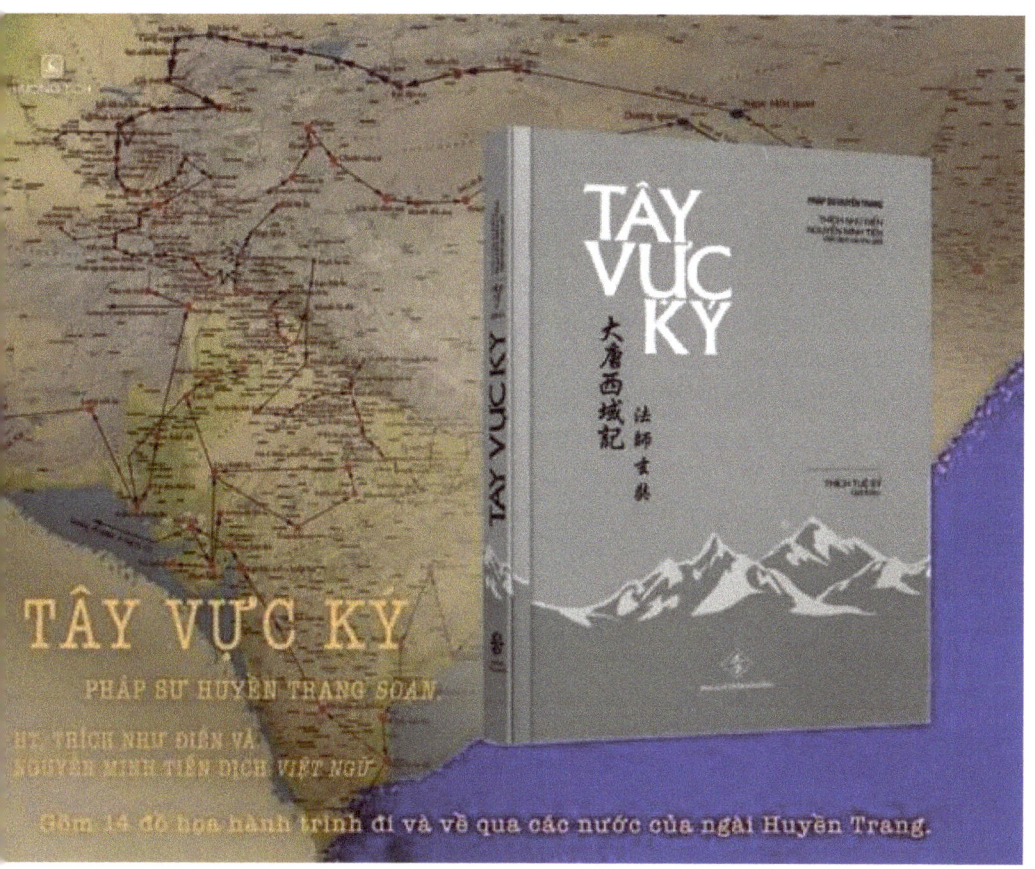

nhận thức phương Tây.

Trong khi đó, *Tây Du Ký* – với những yếu tố thần thoại, truyền thuyết – tất nhiên không thể truyền tải được chiều sâu triết lý mà Pháp sư Huyền Trang thực sự đã để lại. Đây là sự khác biệt lớn giữa sự thật lịch sử và hư cấu văn học – một bên là sự kiên định, trí tuệ, một bên là hình tượng đạo đức nhưng không thực sự phản ánh bản chất của người thật.

Bản dịch "Đại Đường Tây Vực Ký" của Hòa thượng Thích Như Điển và cư sĩ Nguyễn Minh Tiến đã giúp nối kết những hiểu biết chân thực về Pháp sư Huyền Trang với độc giả hiện đại. Như cố Hòa thượng Thích Tuệ Sỹ đã viết, việc dịch thuật này không nhằm để tôn vinh một nhân vật lịch sử, mà để khơi nguồn cảm hứng cho những ai mong cầu giải thoát chân chính, bởi vì câu chuyện của Pháp sư Huyền Trang không đơn giản là một cuộc hành trình về mặt địa lý, mà là một hành trình của tâm thức, một hành trình truy cầu trí tuệ vượt thoát khỏi vô minh.

Điểm đặc biệt khác của bản dịch này là: Lần đầu tiên hai dịch giả Thích Như Điển và Nguyễn Minh Tiến đã dựa vào những mô tả của Ngài Huyền Trang mà thiết kế thành công 14 họa đồ ghi chi tiết cuộc hành trình của Pháp sư qua các nước, so sánh với các địa danh hiện tại (2022) – do bởi nhiều địa danh Ngài Huyền Trang nêu ra, vì lý do chính trị hay lịch sử, địa lý… đã thay đổi hay đã bị biến mất – giúp các nhà nghiên cứu không những hiểu rõ hơn các bước đi của Ngài mà còn là chứng tích ghi lại các sinh hoạt văn hóa hay phong tục của nhiều dân tộc vùng Tây Vực xưa, bây giờ không còn nữa.

Điều đáng suy ngẫm là trong khi *Tây Du Ký* đã giúp hình ảnh Đường Tăng trở thành một biểu tượng văn hóa đại chúng, thì các tác phẩm như *Đại Đường Tây Vực Ký*, và nay với bản dịch của Hòa thượng Như Điển và Nguyễn Minh Tiến, chính là những nguồn tư liệu có giá trị trong việc hiểu về lịch sử, triết học và giáo pháp mà Pháp sư Huyền Trang đã mang lại.

Nhìn từ khía cạnh Phật giáo, *Tây Du Ký* có thể được xem như một phương tiện thiện xảo để tiếp cận đạo pháp, nhưng nếu chỉ dừng lại ở đó mà không đi sâu hơn vào những công trình dịch thuật như "Đại Đường Tây Vực Ký" thì sẽ không thấy được bức tranh chân thực về con người và sự nghiệp của Pháp sư Huyền Trang. Sự sai biệt giữa hư cấu và lịch sử, giữa giải trí và nghiên cứu lịch sử nghiêm túc, chính là bài học quan trọng mà người học Phật cần lưu tâm.

Việc biết đến *Tây Du Ký* là điều không có gì bàn cãi thêm, nhưng việc hiểu rõ và trân trọng những di sản thực sự mà Pháp sư Huyền Trang để lại – thông qua các bản dịch nghiêm túc như "Đại Đường Tây Vực Ký" nêu trên – mới là cách đền đáp lại phần nào công hạnh của một bậc đại luận sư, một người đã hy sinh cả đời mình cho trí tuệ và giáo pháp. ∎

California, 07.02.2025

Lâm Minh Anh

GIAI ĐẠI HOAN HỶ

Theo thông lệ mỗi tuần một lần, ông Tư và ông Lý gặp nhau trà đàm, nói chuyện về văn chương chữ nghĩa…, những cuộc trò chuyện như thế thật như thuốc tiên của tuổi già mà mấy ai hiểu được, cũng như trong Thiền gia thường nói: "Ai uống nước thì mới tự mình biết nóng lạnh"[1] vậy. Hôm nay đến thăm ông Lý, sau vài lời thăm hỏi thân tình, ông Tư tươi cười khoe ngay:

- Thằng cháu đích tôn của tôi từ ngày vào gia đình Phật tử về nhà cứ thích dùng những từ ngữ trong chùa, như hôm qua cả nhà không nhịn được cười khi nó dặn dò tôi: "Ngày mai đến nhà ông Lý, ông nội nhớ "hoan hỷ" cho con gởi lời thăm". Chưa hết, quay sang phía ba nó, thằng bé nhỏ nhẹ hỏi: "Ông nội chân yếu, mai ba "hoan hỷ" chở ông nội đi được không ba?". Mẹ nó trêu: "Dĩ nhiên rồi con trai cưng, con cũng nhớ "hoan hỷ" nghe lời ông nội học giỏi tiếng Việt nha!". Ông Lý mỉm cười vui lây:

- Bác có thằng cháu nội dễ thương quá! Hôm nào, bác thử hỏi xem nó hiểu như thế nào về từ ngữ "hoan hỷ".

Ông Tư ngập ngừng hơi lúng túng:

- Ờ thì, thật ra tôi nghĩ từ ngữ này có nghĩa là hân hoan, vui mừng, vui lòng, đúng không bác?

Ông Lý điềm đạm nói:

- Thật ra thì bác nói cũng không sai, nhưng nếu chịu khó tìm hiểu cội nguồn của từ này cũng có nhiều điều thú vị lắm.

Rồi chẳng hỏi, ông Lý cũng biết bạn mình đang chờ đợi lời giải thích nên từ tốn tiếp tục:

- Có lẽ nên bắt đầu nói về hai chữ Hoan 歡 và Hỷ 喜 riêng, sau đó là ý nghĩa khi hai từ này được ghép chung với nhau. Từ Hoan sớm nhất được nhìn thấy trên văn tự Chiến quốc (475–231 TCN). Bên phải của chữ Hoan là chữ Khiếm, 欠 hình tượng như một người mở miệng thổi khí từ bên trong ra ngoài hoặc như một người há miệng rộng cười lớn mang ý nghĩa reo hò vui vẻ, thích chí, mừng rỡ. Còn có nghĩa cầu ái, tầm hoan… như nam nữ gần gũi phát sinh tình cảm hân hoan vui sướng.

*Thuyết văn giải tự, viết: Hoan, lạc dã 歡, 樂 也 (Hoan là vui thích).

*Lễ Ký, Khúc lễ viết: Quân tử bất tận nhân chi hoan 君子不盡人之歡 (Bậc quân tử luôn luôn vui với niềm vui của người khác).

*Lễ Ký, Đàn Cung viết: Xuyết thục ẩm thủy tận kỳ hoan, tư chi vi hiếu 啜菽飲水盡其歡, 斯之為孝 (Ăn đậu uống nước lã mà lòng vẫn vui có thể gọi là hiếu).

*Hán thư, Lý Quảng Tô Kiên truyện, viết: Kim nhật chi hoan 今日之歡 (Sự vui vẻ của ngày hôm nay)

*Sử Ký, Du Hiệp Liệt truyện, viết: Văn kỳ thanh, tranh giao hoan giải 聞其聲, 爭交歡解 (Nghe những âm thanh ấy, sự tranh chấp được hóa giải vui vẻ).

Trong văn học, Hoan còn mang ý nghĩa đặc thù là "chàng" khi người con gái gọi người yêu, không phải vợ gọi chồng. Chẳng hạn, trong Vô Danh Thị, Tử Dạ Ca, viết: Tự tòng biệt hoan lai; liêm khí liễu bất khai 自從別歡來, 奩器了不開 (Từ khi tiễn biệt chàng đến nay, tráp gương chưa một lần mở ra). Ý nói không còn ham thích trang điểm nữa. Trong "Chinh Phụ Ngâm" của Đặng Trần Côn có lẽ cũng lấy ý trên qua câu thơ: "Nương song luống ngẩn ngơ lòng. Vắng chàng điểm phấn trang hồng với ai". Cũng trong thi ca, chữ Hoan được mang nhiều nghĩa khác như vừa hát vừa giậm chân đánh nhịp theo bài Đạp Ca Hành của Lưu Vũ Tích đời Đường: "Xướng tận tân từ hoan bất kiến; Hồng hà ảnh thụ giá cô minh" 唱盡新詞歡不見, 紅霞影樹鷓鴣鳴 (Hát bài ca mới vui chưa từng thấy; Ráng hồng ngả bóng, chim hót vang trời). Từ "Hoan ca" còn có nghĩa là khúc hát khải hoàn sau khi thắng trận trở về hoặc nhận được tin vui như bài "Mạc Sầu Nhạc":

Văn hoan hạ Dương Châu 聞歡下楊州
Tương tống Sở sơn đầu. 相送楚山頭
Tham thủ bão yêu khán. 探手抱腰看
Giang thủy đoạn bất lưu. 江水斷不流

Tạm dịch:
Tin vui anh xuống Dương Châu,
Nơi đầu núi Sở tiễn nhau lên đường.
Vòng tay dõi mắt dặm trường,
Dòng sông nước chảy cũng dường ngưng ngang.

Nhưng chữ Hoan trong bài từ "Tương Kiến Hoan" của Lý Hậu Chủ (Lý Dục 937–978) tuy cũng có nghĩa là Vui nhưng trong văn cảnh lại buồn não nuột: "Lâm hoa tạ liễu xuân hồng, thái thông thông/ Vô nại triêu lai hàn lưỡng văn lai xuân / Yên chi lệ, tương lưu túy, kỷ thời / Tự thị nhân sinh trường hận thủy

---

[1] Như nhân ẩm thủy, lãnh noãn tự tri, 如人飲水, 冷暖自知 theo truyền thuyết là của đại sư Đạo Nguyên, đời Tống trong Cảnh Đức Truyền Đăng Lục, Mông Sơn Đạo Minh. Còn câu: "Như ngư ẩm thủy, lãnh noãn tự tri" 如魚飲水, 冷暖自知 có hai giả thuyết: 1/ Hoàng Bích Sơn đoạn tế thần sư chuyên tâm pháp yếu. 2/ Nhạc Kha, thời Nam Tống.

trường đông "林花謝了春紅, 太匆匆; 無奈朝來寒雨晚來春; 胭脂淚, 相留醉. 幾時; 自是人生長恨水長東"

(Hoa rừng tàn theo mùa xuân nhanh quá/ Chiều vội qua, mưa sớm đà chớm lạnh/ Lệ son phấn làm người say đắm, bao giờ niềm vui mới quay lại/ Nỗi hận của đời người mãi trôi theo dòng nước chảy). Lý Thương Ẩn, đời Đường trong bài thơ Bắc Lầu cũng có chữ Hoan với nỗi u uẩn tương tự: "Xuân vật khởi tương can, nhân sinh chỉ cường hoan" 春物豈相干, 人生之強歡 (Sắc xuân nào có can chi. Đời người vui gượng có gì nữa đâu).

Chữ Hoan còn biểu lộ niềm vui thanh nhàn trong một đời sống đạm bạc qua bài thơ Hoán Khê Sa 浣溪沙 của Tô Đông Pha khi ông trà đàm cùng với người bạn Lưu Thính Thục: "Liệu Nhung hao duẩn thí xuân bàn/ Nhân gian hữu vị thị thanh hoan" 蓼茸蒿筍試春盤. 人間有味是清歡 (Mâm cỗ xuân chỉ có rau đắng măng non/ Niềm vui thanh đạm lại là hương vị của thế gian này).

Ông Tư mời bạn tách trà nhài, nhẹ nhàng hỏi:

-Nãy giờ bác nói về chữ Hoan toàn là có nghĩa Vui, vậy thì chữ Hỷ thế nào? Theo tôi biết hình như nó cũng có nghĩa là Vui thì phải?

Ông Lý điềm đạm nói:

-Cũng có phần khác nhau đấy chứ! Chữ Hỷ 喜 được phát hiện trên Giáp cốt văn (1800 TCN) đời Ân Thương. Đây là chữ hội ý, biểu thị con người nghe tiếng trống bèn cao hứng, nhảy múa vui mừng. Hình tượng nguyên thuỷ của nó được vẽ bằng cái trống 壴 phía dưới viết thêm chữ khẩu 口 (cái miệng) mà thành hình, tức nghe tiếng trống liền mỉm miệng cười, đó là nghĩa gốc.

*Nhĩ Nhã. viết: Hỷ, lạc dã 喜, 樂也 (hỷ là vui thích).

*Lễ Ký, viết: Hỷ lạc giả, lạc dã 喜樂者, 樂也 (vui theo nhạc, ấy là niềm vui). Nghĩa là, xưa kia niềm vui trong âm nhạc và niềm vui trong tâm hồn là một.

*Kinh Thi: có bài thơ mà chữ Hỷ mang nghĩa "Niềm vui bất tận".

Tinh Tinh giả nga	菁菁者莪
Tại bỉ trung chỉ.	在彼中沚
Ký kiến quân tử.	既見君子
Ngã tâm tắc hỷ.	我心則喜

Tạm dịch:
Cỏ nga mọc rậm chen dầy,
Trên cồn cát nhỏ nhô đầy khắp sông.
Gặp bậc quân tử khách xong,
Niềm vui bất tận trong lòng buổi nay.

Cũng trong Kinh Thi, viết: Thả hỷ thả lạc, thả dĩ vĩnh nhật. 且喜且樂, 且以永日 (vui thay, an lành thay, vĩnh viễn ngày ngày vui).

*Tứ Khố Toàn Thư (đời nhà Thanh biên soạn), viết: Nhất tuế nhất lễ, nhất thốn hoan hỷ. 一歲一禮, 一寸歡喜 (mỗi năm thêm một tuổi an lành là một lễ vật trời ban nên vui mừng đón nhận).

*Trong các tự viện hay đình miếu ngày xưa ở Việt Nam thường viết câu: Thánh địa triều lễ thiên nhân hoan hỷ. 聖地朝禮天人歡喜 (Hành hương nơi đất Thánh thì trời người cùng vui mừng).

*Vu Thạch, đời Tống, trong "Cửu Nhật Đồng Hoàng Hoằng Công Du Cổ Thành Sơn" có câu: "Vũ trụ kỳ nhân hoan hỷ hoan; Giang sơn nhất phiến cổ kim sầu". 宇宙幾人觀喜歡, 江山一片古今愁 (Trong trời đất mấy ai vui với niềm vui thật sự, còn giang sơn thì luôn sầu vạn cổ xưa nay). Quả thật thế, ngay khi người đã có danh vọng lẫy lừng như thi nhân Bạch Cư Dị mà khi thôi chức lại hớn hở cho rằng: "Thụy đáo ngọ thời hoan đáo dạ; Hồi khán quan chức thị nê sa". 睡到午時歡到夜; 回看官職是泥沙 (Ngủ đến tận trưa, vui đến tối. Ngoảnh nhìn quan tước tựa bùn nhơ).

-Hỷ khi đọc là Hý có nghĩa ưa thích, ham chuộng, Sử Ký, Tư Mã Thiên, viết: Khổng Tử văn nhi hý Dịch 孔子晚而喜易 (Khổng Tử lúc tuổi già ham thích đọc Kinh Dịch).

-Hỷ chỉ sự việc lành tốt: hỷ sự, hỷ thiệp (thiệp báo tin hôn sự), hỷ vũ (mưa xuống lúc trời hạn hán).

-Hỷ mang nghĩa "dễ dàng": Kinh Bách Dụ, viết: Nhân mệnh nạn tri, kế toán hỷ thác 人命難知, 計算喜錯 (Mạng người khó biết, làm sao tính toán dễ dàng được).

-Hỷ đứng đầu trong "thất tình": Hỷ, nộ, ai, cụ, ái, ố, dục (Vui, giận, buồn, sợ, yêu, ghét, muốn) bởi vì trong thế gian ai cũng hướng đến sự vui sướng như: tiệc tùng, quán xá, hội hè, ca nhạc, kỹ viện… rồi sau đó đắm chìm, say mê, phiền não cũng từ đó mà sinh ra.

Nghe đến đây, ông Tư vội hỏi:

-Nhưng tôi lại thấy khi tổ chức hôn lễ thường hay có chữ Song Hỷ, chắc có liên quan đến Hỷ sự phải không bác Lý? Phong tục này bắt đầu từ bao giờ thế?

Ông Lý vui vẻ nói:

-Như bác thấy đấy, chữ Song Hỷ 雙囍 thường có màu đỏ hoặc hồng tươi tắn tượng trưng niềm vui hạnh phúc trong ngày hôn lễ, từ ngữ này cũng có nghĩa là Đại Hỷ, Vạn Hỷ, Khánh Hỷ. Tương truyền rằng vào đời Tống, năm Vương An Thạch 23 tuổi tổ chức lễ cưới, lúc phu thê giao bái thì lại được tin báo ông đã đỗ đầu tiến sĩ trong kỳ thi vừa rồi. Hai niềm vui lớn đến cùng một lúc làm ông rất hân hoan liền lấy bút viết hai chữ Hỷ bên nhau, ý nói

"Song hỷ lâm môn". Từ đó chữ Song Hỷ được lưu truyền trong dân gian cho đến ngày nay và nó trở thành một nét văn hoá truyền thống của tộc Hoa Hạ. Trong tập "Dung Trai Tuỳ Bút" của Hồng Mại thời Nam Tống có viết về "Tứ đại hỷ" (4 niềm vui lớn. Tân hôn là 1 trong 4), nhưng cũng có giả thuyết khác cho rằng, điều này Uông Thù đã viết trong "Thần Đồng Thi" thời Bắc Tống:

1-Cửu hạn phùng cam vũ 久旱逢甘雨 (hạn hán lâu rồi giờ được trận mưa xuống).

2-Tha hương ngộ cố tri 他鄉遇故知 (Nơi đất khách quê người mà gặp được người quen cũ).

3-Động phòng hoa chúc dạ 洞房花燭夜 (Đêm tân hôn của đôi vợ chồng mới cưới).

4-Kim bảng đề danh thời 金榜題名時 (Thấy tên mình trên bảng vàng đậu tiến sĩ).

Ông Tư lên tiếng:

-Theo những gì bác trình bày, tôi có chút nhận xét như thế này: Chữ Hoan là niềm vui nhưng thiên về nhục cảm, còn chữ Hỷ về tinh thần nhiều hơn. Nhân đây tôi cũng có một thắc mắc muốn hỏi: Khi Tô Đông Pha bị đày ra đảo Hải Nam vào năm 1094, đi ngang qua đất Cống Châu, ông viết:

Sơn ức Hỷ Hoan lao viễn mộng,

Địa danh Hoàng Khủng khấp cô thần.

山憶喜歡勞遠夢

地名惶恐泣孤臣

Nghĩa là:

Nhớ núi Hỷ Hoan, giấc mộng dài lao lý

Đến thác nước Hoàng Khủng rơi lệ khóc một mình.

Phải chăng từ "Hỷ Hoan" ở đây cũng đồng nghĩa với lời diễn giảng ở trên của bác?

Ông Lý nhẹ lắc đầu:

-Từ ngữ này trong bài thơ là tên của một ngọn núi, tuy nhiên bác nói cũng không sai về ý nghĩa Hỷ Hoan của nó. Nhưng khi dùng "hỷ hoan" như là một động từ thì lại mang nghĩa "ưa thích" một người, sự hay vật gì đó. Khi làm danh từ thì đảo ngược lại là "hoan hỷ" mà thôi, bây giờ nói đến từ ngữ kép này: Vốn xuất hiện sớm nhất trong Chiến Quốc Sách, thiên "Tần Sách Ký Tải"[2] là lời nói của Vũ An Quân, biểu lộ niềm vui sướng của người Tần khi đại thắng quân nhà Triệu ở trận chiến Trường Bình, như thế nghĩa đầu tiên là "niềm vui chiến thắng". Về sau từ

Tác giả hình chụp: Lương Nguyên Hiền

ngữ này được mở rộng, diễn tả tâm trạng vui vẻ, nhẹ nhàng, hạnh phúc, thoải mái, rồi thì ý nghĩa của "hoan hỷ" thật sự được biểu đạt trong mọi mặt của đời sống, tình cảm, gia đình, công việc…

Thiền sư Tuệ Trung Thượng Sỹ của Việt Nam ta trong bài "Phóng cuồng ngâm" 放狂吟 có hai câu thơ hay tuyệt như sau:

Quyện tiểu khế hề hoan hỉ địa,

Khát bão xuyết hề tiêu dao thang.

倦小憩兮歡喜地

渴飽啜兮逍遙湯

Tạm dịch:

Mệt thì nghỉ nơi vùng đất an lạc,

Khát thì uống thang thuốc tự tại.

Sau khi Phật giáo được du nhập vào Trung Hoa, danh từ này được những người phiên dịch dùng trong Kinh Phật khi chuyển từ Phạn ngữ (Sanskrit: pramudita; Pàli: pramudita), sang Hoa ngữ (hoan hỷ) chỉ niềm vui thánh thiện, thanh thoát lưu xuất từ trong tâm.

Trong Trung A Hàm, quyển sáu, Kinh Giáo Hoá Bệnh có bài kệ:

Dĩ bất nhiễm ư dục,	以不染於欲
Xả ly nhất thiết nguyện,	捨離一切願
Đãi đắc chí an dật,	逮得至安隱
Tâm trừ vô phiền nhiệt,	心除無煩熱
Tự lạc hoan hỷ miên.	自樂歡喜眠

Tạm dịch:

Vì không đắm dục nhiễm,

Buông xả tất cả nguyện,

Đạt an ổn vô biên,

Tâm thoát khỏi nóng phiền,

Giấc ngủ yên an lạc.

Sau đó, Trưởng giả Cấp Cô Độc đã tán thán Phật: "Thế Tôn vi ngã thuyết pháp, khuyến phát khát ngưỡng, thành tựu hoan hỷ" 世尊為我說法, 勸發渴仰, 成就歡喜 (Thế Tôn thuyết pháp cho con, khuyến phát lòng cung kính để đạt được niềm vui giải thoát an lạc).

---

2 Nguyên văn, trong Chiến Quốc Sách, thiên Tần Sách Ký Tải: 長平之事、秦軍大克、趙軍大破、秦人歡喜，趙人畏懼. Trường Bình chi sự, Tần quân đại khắc, Triệu quân đại phá, Tần nhân hoan hỷ, Triệu nhân uý cụ.

*Kinh Hoa Nghiêm: Trong pháp tu hành có Thập Địa thì Hoan Hỷ địa là cảnh giới thứ nhất của Bồ Tát. Phải hoàn tất chín điều hoan hỷ thì mới chứng được quả vị Bồ Tát Hoan Hỷ Địa (Bồ Tát Sơ Địa). Do đó, có thể thấy tâm hoan hỷ khi làm bất cứ thiện sự nào, chính là pháp tu căn bản của người Phật tử trên đường vào đất Phật. Thập Địa Kinh Luận, quyển 2, viết: Tâm đắc hoan hỷ, thân hoan hỷ 心得歡喜. 身歡喜 (Tâm đạt được niềm vui thánh thiện thì thân cũng vui theo)

*Kinh Pháp Hoa, phẩm Tỉ Dụ: Hoan Hỷ dũng dược 歡喜踴躍 (vui mừng thì hăng hái).

*Kinh Đại Bát Niết Bàn, Phật nói với tôn giả Ananda rằng: Người nào trong khi chiêm bái những thánh tích mà từ trần với tâm thâm tín hoan hỷ thời những vị ấy sau khi thân hoại mạng chung sẽ được sinh cõi thiện thú, cảnh giới chư Thiên.

Ngoài ra còn có: hoan hỷ hải, hoan hỷ hiền, hoan hỷ nhật… cho thấy từ kép này được dùng rất phong phú trong giáo lý Phật đà. Hoan Hỷ hạnh là một trong Thập Hạnh. Trong kinh Phật nói: Này Ananda, thiện nam tử ấy, đã thành con Phật, đầy đủ vô lượng diệu Như Lai, tuỳ thuận mười phương chúng sanh, phương tiện tiếp dẫn, gọi là Hoan Hỷ Hạnh.

Còn nữa: từ kép Hoan Hỷ được nói đến trong đoạn cuối của hầu hết các Kinh Phật như sau: Phật thuyết như thị, bỉ chư tỳ kheo, văn Phật sở thuyết, hoan hỷ tín thọ phụng hành 佛說如是, 彼諸比丘,聞佛所說, 歡喜信受奉行.

Ông Tư ngập ngừng hỏi:

-Chắc bác cũng biết các vị Phật mà thế gian thường xưng niệm như: A Di Đà, Tỳ Lô Giá Na, Thích Ca Mâu Ni, Dược Sư… nhưng tôi cũng từng nghe nói có cả Hoan Hỷ Phật, chẳng rõ thật hư thế nào, bác có kiến giải gì không?

Ông Lý trầm ngâm suy nghĩ rồi thận trọng nói:

-Câu hỏi của bác khá rộng, chẳng những về phương diện lịch sử mà còn cả trong kinh điển và truyền thuyết dân gian nữa. Ở đây xin được nói theo chút hiểu biết ít ỏi của tôi thôi: Trước hết A Di Đà Phật còn có hồng danh là Hoan Hỷ Quang Phật bởi một trong vô lượng hào quang trang nghiêm rực rỡ nơi Ngài phóng ra có Hoan Hỷ Quang. Kinh Vô Lượng Thọ viết: Ứng thường niệm Phật nhi sinh hỷ 應常念佛而生喜. (Thường xuyên niệm Phật sẽ được cảm ứng luôn có được niềm an lạc trong tâm).

Ông Lý ngừng lại từ tốn uống trà rồi chậm rãi nói tiếp:

-Thật ra thì kinh sách của các tôn giáo trên thế giới chủ yếu là khơi lên tâm kính ngưỡng của các tín đồ để họ noi theo công hạnh của những vị thần thánh hay giáo chủ mà làm nhiều việc thiện lương. Nhưng dần dà qua thời gian cũng bị biến đổi ít nhiều giữa cũ và mới sao cho phù hợp với thời đại, ngay cả Kinh Phật cũng không tránh khỏi hiện trạng này. Thời Đức Phật thì không có tranh vẽ, điêu khắc hình tượng của Ngài và Chư đệ tử Thánh chúng mà chỉ lấy hoa sen, bánh xe pháp luân hay cây Bồ đề làm biểu tượng của Phật, Pháp, Tăng. Sau này thông qua lịch sử, văn hóa, triết học, phong tục tập quán dân gian mà hình ảnh Phật được cải biên theo đặc thù của mỗi quốc gia, dân tộc. Hình tượng Hoan Hỷ Phật cũng vậy: ở các nước như Tây Tạng, Ấn Độ, Mông Cổ có một số tranh vẽ về hình tượng Hoan Hỷ Phật thoạt nhìn thì có vẻ mang tính chất dục lạc nhưng thật ra có ý nghĩa rất cao siêu ẩn tàng trong đó mà chỉ có ai tu tập theo pháp môn Mật tông mới hiểu thấu được. Từ ngữ "Hoan Hỷ Phật" 歡喜佛 vốn bắt nguồn từ Ấn độ, Phạn ngữ gọi là Mandkesvara, (Hoa ngữ còn dịch là Hoan Hỷ Thiên 歡喜天 hay Đại Thánh Thiên 大聖天). Trong ngày lễ thánh này, rất nhiều súc vật bị giết để tế thần linh. Đến triều đại Maurya của vua Asoka (A Dục), vị vua Phật tử này đã ban lệnh nghiêm cấm hành động tàn nhẫn ấy vì nó hoàn toàn không đúng với tính từ bi trong Phật giáo, luật này gọi là "bất hại" (ahimsa), không làm tổn thương đến chúng sinh (không những là con người mà cả đến thú vật), ngày nay Tây phương dùng từ "bất bạo động", từ này không chính xác lắm so với ý nghĩa trên. Sang đến Trung Hoa thì hình tượng Hoan Hỷ Phật lại được đồng hóa với Đương Lai Hạ Sanh Di Lặc Tôn Phật, rất nhiều chùa ở những nước ảnh hưởng Phật giáo Đại Thừa từ Trung Hoa cũng đưa biểu tượng một vị Bồ Tát bụng to, diện mạo tươi tỉnh, cười rất thoải mái, có sáu trẻ con đùa nghịch xung quanh tượng trưng cho "sáu căn" tiếp xúc với "sáu trần" sẽ sinh ra phiền não, cần phải chuyển hoá thì mới an lạc tự tại được (hoan hỷ).

Ông Tư gật đầu vui vẻ tiếp lời:

-Thảo nào cứ vào ngày mùng một Tết, các chùa đều tổ chức lễ đức Di Lặc, cổng chùa thì treo đèn kết hoa, lại có hàng chữ Mừng Xuân Di Lặc nữa chứ.

Ông Lý mỉm cười kết luận:

-Xưa kia và cả bây giờ người ta gặp nhau nơi Chùa hay vào dịp lễ Tết thường chào và chúc lành nhau bằng câu: "Giai đại hoan hỷ" có nghĩa là "Đều là an vui to lớn cả". Hôm nay chẳng phải dịp gì đặc biệt, nhưng tôi với bác vẫn gặp nhau đây, cả hai đều có sức khỏe, còn minh mẫn, cùng trò chuyện tương đắc về chữ nghĩa thánh hiền. Điều này cũng có thể gọi là "GIAI ĐẠI HOAN HỶ - 皆大歡喜" vậy. ■

Nguyên Trí - Hồ Thanh Trước

NGUYÊN TỬ LỰC
Phụng sự hòa bình…?

Ngày 8 tháng 12 năm 1953, Tổng thống Hoa Kỳ Dwight D. Eisenhower đã có bài phát biểu quan trọng về mối nguy hiểm và lợi ích mà năng lượng nguyên tử có thể mang lại cho nhân loại tùy thuộc vào cách nó được sử dụng. Trong bối cảnh Chiến tranh Lạnh, nó cũng mở ra cánh cửa kiểm soát vũ khí nguyên tử.

Kế đến, ngày 6 tháng 9 năm 1954, Tổng thống Eisenhower khánh thành nhà máy điện nguyên tử dân sự đầu tiên chạy bằng lò phản ứng hạch tâm nguyên tử Shippingport thuộc tiểu bang Pennsylvania (Liên Bang Xô Viết đã khởi công hoạt động nhà máy điện hạt nhân dân sự đầu tiên ở Obninsk vào ngày 24 tháng 6 cùng năm). Nhân dịp này, ông đã có bài phát biểu bày tỏ niềm tin vào tương lai của năng lượng hạch tâm nguyên tử dân sự. Dưới nhiệm kỳ của ông, chiếc tàu thủy NS Savannah thuộc ngành hàng hải thương thuyền chạy bằng năng lượng nguyên tử cũng đã được hạ thủy.

Theo chiều hướng tiến triển khoa học trên thế giới. Việt Nam Cộng Hòa với Trung Tâm Nghiên Cứu Nguyên Tử Lực Đà Lạt được thực hiện vào những năm cuối thập niên 60 thế kỷ trước và được đưa vào hoạt động đầu năm 1963, là trung tâm đầu tiên tại Đông Nam Á vào thời điểm đó.

Để đánh dấu sự kiện này, năm 1964, ngành bưu điện cho in tem thơ mang hình ảnh Trung Tâm Nghiên Cứu Nguyên Tử Lực Đà Lạt với hàng chữ «Nguyên Tử Lực Phụng Sự Hòa Bình» để đánh dấu sự quan tâm về việc phát triển kinh tế, khoa học kỹ thuật của chính phủ và các khoa học gia Việt Nam.

Nhưng nguyên tử lực phụng sự hòa bình như thế nào? Bởi vì hình ảnh quả bom nguyên tử tàn phá thành phố Hiroshima ngày 06-08-1945 và ba ngày sau đó 09-08-1945 quả bom thứ hai nổ ra trên thành phố Nagasaki vẫn in đậm nét trong tâm khảm nhiều người qua nhiều thế hệ.

Nguyên tử lực là gì? Phụng sự hòa bình như thế nào? Được sử dụng thế nào trong đời sống nhân loại? sự phát triển của nó trong lĩnh vực quân sự để gây chiến tranh hay để bảo vệ hòa bình? Để trả lời các câu hỏi này chúng ta thử tìm hiểu nguyên tử lực là gì, các lĩnh vực áp dụng v.v…

Định nghĩa nguyên tử:

Nguyên tử là một đơn vị cơ bản của vật chất, đơn vị nhỏ nhất không thể chia cắt của một chất hóa học. Trong chương trình vật lý nguyên tử của những năm cuối trung học chúng ta đã biết qua Bohr Model. Bohr Model trình bày **nguyên tử** gồm một nhân trung tâm mang điện tích dương được bao bọc bởi một đám mây các electron mang điện tích âm. Nhân nguyên tử được tạo thành từ các proton và neutron.

Niels Bohr là một nhà vật lý học người Đan Mạch, dựa trên các lý thuyết của các nhà vật lý học trước như Max Planck, Rutherford, năm 1913 ông đưa ra Bohr Model. Kế đó cùng với người bạn, Werner Heisenberg, ông cho ra đời môn Quantum Mechanics là lý thuyết nền tảng căn bản của Quantum Physics, môn vật lý mô tả về các đặc tính vật lý tự nhiên vật thể ở quy mô nguyên tử và nhỏ hơn nguyên tử. Nó là nền tảng của tất cả Quantum Physics bao gồm quantum chemistry, quantum field theory, quantum technology, và quantum information science.

Năm 1927, Einstein đưa ra cách giải thích khác về Quantum Mechanics do Niels Bohr và Werner Heisenberg trình bày trước đây và xác nhận rằng lý thuyết của Niels Bohr tuy lỗi thời nhưng vẫn đúng. Einstein đã cung cấp những phát hiện mới và bằng chứng mới cho ngành Quantum Physics, một kỷ nguyên mới trong vật lý học hiện đại của thế kỷ 20 khác biệt với Classical Physics *(vật lý cổ điển)* từ cuối thế kỷ 19 trở về trước dựa trên Classical Mechanics hay còn gọi là Newtonian Mechanics do nhà vật lý học Newton đề xướng vào thế kỷ 17.

Ứng dụng Quantic Physics vào đời sống nhân loại:

Trên thực tế, mặc dù Quantic Physics chỉ mới được khám phá cách đây một thế kỷ, nhưng các ứng dụng trực tiếp của ngành này rất nhiều và rất phổ biến trong đời sống của chúng ta qua các thí dụ điển hình dưới đây:

1. Laser *(Light Amplification by Stimulated Emission of Radiation)*

Áp dụng trong đầu máy CD, DVD chúng ta ai cũng đã sử dụng qua. Laser cũng được sử dụng để cắt các bộ phận bằng nhựa hoặc kim loại, trong kỹ thuật hàn bằng tia laser, làm sạch các tác phẩm điêu khắc, và gần nhất là máy in laser hay computer, v.v…

2. MRI *(Magnetic Resonance Imaging)*

Trong lĩnh vực y khoa scanner MRI đặc biệt phù hợp để chụp ảnh các phần không có xương hoặc các mô mềm của cơ thể. Bộ óc, tủy sống và dây thần kinh, cũng như cơ, và gân được nhìn thấy rõ ràng hơn bằng MRI so với chụp quang tuyến X; vì lý do này, MRI thường được sử dụng để chụp ảnh chấn thương đầu gối và vai. MRI đã giúp trong việc chẩn đoán bệnh chính xác hơn hầu đưa đến việc điều trị nhanh chóng chính xác.

3. Đèn LED *(Light-Emitting Diode)*

Là một sản phẩm khác của Quantic physics: giống như laser, LED cũng sử dụng việc hủy diệt sự kích thích của các electron trong nguyên tử để tạo ra ánh sáng được gọi là ánh sáng «lạnh» (vì không cần nguồn nhiệt như trong bóng đèn điện thông thường). Ánh sáng LED được tạo ra trực tiếp từ chất bán dẫn phát ra các **photon** dưới tác dụng của dòng điện và tùy thuộc vào chất bán dẫn được chọn trong đèn LED, màu ánh sáng phát ra sẽ khác nhau. Photon được định nghĩa một cách đơn giản như sau: *'Danh từ photon được dùng để chỉ số lượng năng lượng ở dạng sóng điện từ, được vật chất phát ra hoặc hấp thụ'.*

4. Photoelectric Effect *(hiện tượng quang điện)*

Hiện tượng quang điện tạo ra điện từ ánh sáng. Một hiện tượng vật lý ngược lại với hiện tượng đèn LED. Hiện tượng này phát sinh do một photon tới cố gắng kích thích một electron của một tế bào quang điện và làm cho nó luân chuyển trong tế bào. Sự lưu thông của các điện tử tạo ra dòng điện. Một dòng điện được tạo ra từ ánh sáng. Chính sự phát hiện Photoelectric Effect này của nhà vật lý học Einstein đã đưa ông đến vinh dự nhận giải Nobel vật lý năm 1921.

Quantic Physics có liên quan với các khoa vật lý học khác như **Nuclear Physics** một ngành vật lý học mang lại không ít mâu thuẫn trong cách ứng dụng, và **Nuclear Physics** là điểm chính yếu của bài viết này.

Nuclear Physics *(vật lý hạch tâm)* và **Atomic Physics** *(vật lý nguyên tử)*

Trước tiên xin phân biệt hai ngành vật lý học vì có liên quan nên dễ gây lầm lẫn tuy mang nhiều tính cách khác biệt: Nuclear Physics *(vật lý hạch tâm)* và Atomic Physics *(vật lý nguyên tử)*:

- Nuclear liên quan đến hạch tâm nguyên tử *(phá vỡ nhân trung tâm nguyên tử)*. Vật lý hạch tâm là lĩnh vực vật lý nghiên cứu nhân nguyên tử, các thành phần và phản ứng tương tác của nhân nguyên tử, cùng việc nghiên cứu các dạng vật chất hạch tâm khác…

Những khám phá trong vật lý hạch tâm đã dẫn đến các ứng dụng trong nhiều lĩnh vực như năng lượng hạch tâm nguyên tử, vũ khí hạch tâm nguyên tử, ngoài ra còn được sử dụng trong y khoa và xác định niên đại bằng carbon phóng xạ trong địa chất và khảo cổ học. Các ứng dụng như vậy được nghiên cứu trong lĩnh vực kỹ thuật hạch tâm.

- Atomic liên quan đến lĩnh vực vật lý nghiên cứu các nguyên tử như những hệ thống cô lập bao gồm các electron và nhân nguyên tử proton, neutron, về sự sắp xếp của các electron xung quanh nhân và sự dời đổi của electron trên các quỹ đạo khác nhau.

Qua sự phân biệt trên đây, chúng ta nhận thấy rằng danh từ *'nguyên tử'* dễ gây lầm lẫn, xin mạn phép đổi lại «**Hạch Tâm Nguyên Tử Lực Phụng Sự Hòa Bình**».

Hạch tâm nguyên tử được biết đến nhiều nhất trong các lĩnh vực sau:

- Nguồn năng lực sản xuất điện
- Vũ khí nguyên tử
- Y khoa
- Phương pháp kiểm tra các cơ phận không phá hủy vật chất (Nondestructive testing), thí dụ kiểm tra định kỳ phi cơ hầu khám phá các vết nứt của các cơ phận vì hiện tượng *'fatigue'* của vật chất tạo ra các cơ phận này.

Xin tạm ngưng lý thuyết vật lý học nơi đây để đi vào điểm chính của bài viết. v.v…

Tất cả các lĩnh vực vật lý học là để phục vụ lợi ích cho nhân loại; chỉ riêng vũ khí nguyên tử là đề tài đáng suy nghĩ.

Hạch Tâm Nguyên Tử

Hạch tâm nguyên tử xảy ra khi một neutron bắn vào một nguyên tử lớn hơn, buộc nó phải kích thích và tách thành hai nguyên tử nhỏ hơn, phản ứng này tạo ra nhiều neutron mới, các neutron này tiếp tục bắn vào các nguyên tử gây ra phản ứng dây chuyền. *(xem hình dưới đây)*

Mục đích chính của khoa vật lý hạch tâm nguyên tử là tạo ra «phản ứng dây chuyền». Phản ứng dây chuyền này tạo ra một nguồn năng lượng rất lớn dưới dạng nhiệt lượng.

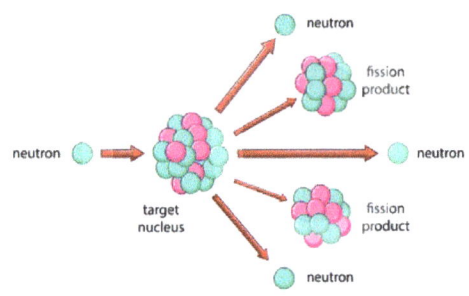

Năm 1938 nhà vật lý học Enrico Fermi nhận được giải Nobel vật lý về lý thuyết toán học thống kê để đạt được phản ứng dây chuyền. Tại đại học Chicago năm 1942 Enrico Fermi thực hiện được lần đầu tiên *'phản ứng dây chuyền hạch tâm* **có** *kiểm soát'* (Controlled nuclear fission chain reactions) phát minh này của Fermi đưa đến việc thực hiện các nhà máy phát điện nguyên tử trên toàn thế giới.

Mặt khác của phát minh này được nhà vật lý học Robert Oppenheimer sử dụng vào việc thực hiện *'phản ứng dây chuyền hạch tâm* **không** *kiểm soát'* (Uncontrolled nuclear fission chain reactions) đưa đến việc thử nghiệm bom nguyên tử lần đầu tiên vào ngày 16 tháng bảy 1945, tiếp theo là hai quả bom nguyên tử trên Hiroshima và Nagasaki. Từ đó các cường quốc bắt đầu nghiên cứu và trang bị cho mình loại vũ khí mới này mang tên Bomb A.

Các cường quốc chưa dừng ở *'thành quả bomb A'* này, ngày 08 tháng bảy 1962 Hoa Kỳ thử một loại bom mới với một *'phản ứng dây chuyền mới'* được gọi là *'phản ứng dây chuyền* **kết hợp** *nguyên tử'* (Thermonuclear fusion) và cho ra đời Bomb H còn gọi là thermonuclear bomb.

Kết hợp nhiệt nguyên tử *(Thermonuclear fusion)*

Sự kết hợp nguyên tử xảy ra khi hai nguyên tử đụng vào nhau để tạo thành một nguyên tử nặng hơn, như khi hai nguyên tử hydro hợp nhất để tạo thành một nguyên tử helium, phản ứng này tạo ra nguồn năng lượng khổng lồ giúp cho phản ứng dây chuyền liên tục. *(xem hình dưới đây)*

Trong thiên nhiên kết hợp nguyên tử cung cấp năng lượng cho mặt trời và các ngôi sao. Nguồn năng lượng khổng lồ này lớn hơn nhiều lần so với phản ứng hạch tâm nguyên tử. Đặc tính phản ứng này không tạo ra các sản phẩm có tính phóng xạ.

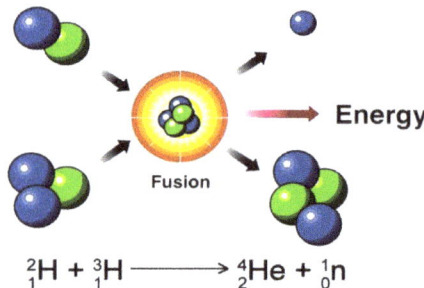

Nguồn năng lượng khổng lồ do phản ứng kết hợp nguyên tử này chưa mang lại lợi ích cho nhân loại nó đã được Edward Teller, một Vật Lý gia người Mỹ gốc Hung Gia Lợi, sử dụng trong việc chế tạo bom H (Thermonuclear Bomb), sức tàn phá lên đến hơn 1.000 lần bomb A! Vì để tạo phản ứng kết hợp nguyên tử trước tiên phải cho nổ một quả bomb A tạo nguồn nhiệt hàng triệu độ Celsius, điều kiện cần thiết cho phản ứng kết hợp nguyên tử.

Sau bomb H các cường quốc còn phát minh ra Bomb Neutron một loại thermonuclear bomb với sức nổ nhẹ hơn bomb H, nhưng đặc tính của bomb neutron là phá hoại mô hữu cơ trong cơ thể các loài động vật và các dụng cụ điện tử nhưng ít tác hại lên bất động sản, đường sá cầu cống, v.v…

Các loại vũ khí nguyên tử này được gọi là *'vũ khí biểu dương lực lượng quân sự'* dùng để đe dọa đối phương (Nuclear Deterrence – La dissuasion nucléaire), đe dọa đối phương hoặc để bảo vệ mình. Đây là loại vũ khí **phóng xạ cao độ** mang tầm nguy hại lớn cho động vật cũng như thực vật.

Dưới thời chiến tranh lạnh, hai khối Nato (khối tây Âu và bắc Mỹ) và Warsaw Pact (khối USSR và các quốc gia cộng sản đông Âu) thi nhau phát triển các loại vũ khí nguyên tử; Trung quốc, Ấn Độ, Pakistan và các quốc gia vùng Trung Đông cũng lần lượt noi theo. Gần đây Bắc Hàn cũng chạy đua theo việc phát triển vũ khí hạch tâm và vũ khí kết hợp nguyên tử.

Để có thể âm thầm vận chuyển các bomb nguyên tử này đến gần mục tiêu, các cường quốc lại chế tạo ra tàu ngầm trang bị lò nguyên tử, với trang bị này tàu ngầm hoàn toàn độc lập về năng lượng, cũng như dưỡng khí và nước cần thiết cho đời sống, nó có thể hoạt động ở dưới nước hàng tháng hoặc hàng năm không cần lên mặt nước để lấy dưỡng khí và nhiên liệu, giới hạn duy nhất loại tàu này là sức chịu đựng của thủy thủ đoàn. Mỗi tàu lại mang 16 hỏa tiễn, mỗi hỏa tiễn lại mang hàng chục đầu bomb A, H, Neutron, cùng lúc có thể tấn công nhiều mục tiêu khác nhau.

Các cường quốc còn tạo ra các loại hỏa tiễn liên lục địa và hỏa tiễn vận tốc siêu âm mang nhiều đầu bomb hầu tăng khả năng quân sự.

Sự tác hại vũ khí nguyên tử

Các loại bomb này ngoài sức tàn phá to lớn ngay khi nổ, nhưng sức tàn phá lâu dài do cường độ chất phóng xạ cao nguy hại không kém. Tuy rằng chất phóng xạ hiện hữu trong thiên nhiên như khí Radon phát ra từ các loại đá Granite hay đá núi lửa nhưng ở cường độ thấp ít gây nguy hại cho các sinh vật.

Chất phóng xạ phát ra từ các chất phế thải của nhà máy phát điện nguyên tử mang cường độ cao hơn đã mang lại một đề tài nan giải về việc tồn trữ các phế thải này và đã đưa đến việc nhiều quốc gia dự tính ngưng hoạt động các nhà máy điện hạch tâm nguyên tử.

Phóng xạ do bomb mang cường độ cao hơn các nguyên nhân kể trên sẽ phá hủy các tế bào trong cơ thể mang đến việc ngưng hoạt động các cơ phận trong cơ thể gây tử vong, nhẹ hơn là gây ra các bệnh ung thư.

Gần đây trong chiến tranh giữa Nga và Ukraine, Vladimir Poutine đã nhiều lần đe dọa sẽ sử dụng bomb nguyên tử vào cuộc chiến này! Nếu chiến tranh nguyên tử xảy ra trong phạm vi Ukraine nó sẽ trở lại ảnh hưởng trên người dân Nga vì chất phóng xạ lan rộng; nếu chiến tranh nguyên tử trên phạm vi toàn cầu, sự hủy diệt hoàn toàn nhân loại sẽ là điều khó tránh khỏi!

Thermonuclear fusion

Như đã trình bày trên đây phản ứng kết hợp nguyên tử đã được thực hiện trong bomb H, các nhà vật lý học và khoa học gia của 36 quốc gia đang tiến hành chương trình ITER *(International Thermonuclear Experimental Reactor)*, tại Cadarache gần Marseille Pháp quốc, thử nghiệm phản ứng kết hợp nhân nguyên tử để tạo ra nguồn năng lượng mới dùng sản xuất điện. Hiện tượng vật lý này chỉ có trong tâm của mặt trời, các ngôi sao, và trong bomb H.

Ngày 13 tháng mười hai 2022 trung tâm thí nghiệm Quốc gia Lawrence-Livermore ở California thông báo rằng họ đã đạt được một điểm quan trọng trong lĩnh vực kết hợp nguyên tử. Thành quả họ đạt được ở giai đoạn này là năng lượng phát ra của lò phản ứng cân bằng năng lượng tiêu thụ để tạo phản ứng kết hợp dây chuyền. Qua thành quả này các nhà khoa học lạc quan cho rằng nhà máy phát điện kết hợp nguyên tử (thermonuclear fusion power plant) sẽ thành hiện thực trong khoảng 50 năm tới, đây là điều mong đợi của mọi người vì việc tiêu thụ điện ngày càng tăng trên toàn cầu.

Thermonuclear fusion được ước tính như một nguồn năng lượng có thể thay thế cho tất cả những nguồn năng lượng khác, dồi dào, an toàn, không thải ra khí CO_2 và không chất phế thải nguy hiểm, không chất phóng xạ như hạch tâm nguyên tử, hoàn toàn thích hợp với nguồn năng lượng 'sạch' *(ít nhất là trên lý thuyết, trên thực tế cần phải xác định lại)* mà nhân loại hằng mơ ước.

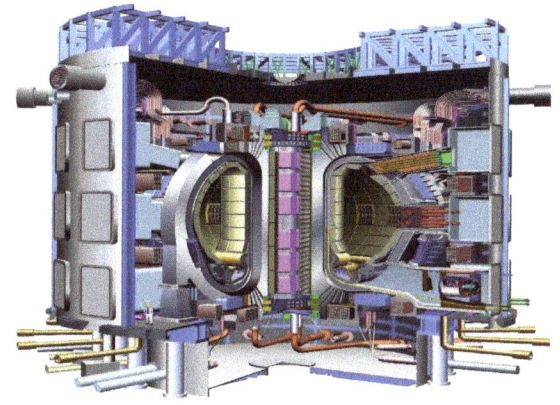

Sơ đồ lò phản ứng kết hợp nguyên tử ITER.

Hạch tâm nguyên tử hay kết hợp nguyên tử, phụng sự hòa bình hay hủy hoại? **Tất cả đều tùy thuộc vào người sử dụng…**

Cũng như Laser, chúng ta đã biết các ứng dụng của nó mang lại nhiều lợi ích cho nhân loại; tuy nhiên laser đã được biến thành một loại vũ khí, nó không phải là loại vũ khí cá nhân chúng ta thường thấy trong phim ảnh. Laser cần một nguồn năng lượng lớn do đó vũ khí laser chỉ được trang bị trên các chiến hạm dùng trong việc bắn hạ các hỏa tiễn đối phương. Hoặc trang bị trên các phi cơ quân sự để hướng dẫn bomb vào đúng mục tiêu v.v … Một lần nữa phụng sự hòa bình hay hủy hoại? **Tất cả đều tùy thuộc vào người sử dụng!**

Để kết thúc bài viết, xin trích một đoạn trong bài

viết vào tháng 12 năm 2003 mang tựa đề: «Atoms for Peace Plus Fifty» của bà Susan Eisenhower, cháu nội của Tổng Thống Dwight D. Eisenhower: *«Có thể làm gì để xóa bỏ những mâu thuẫn cố hữu trong lĩnh vực nguyên tử lực? Mặt khác, chính loại vũ khí có thể gây ra sự hủy diệt không thể tưởng tượng được cũng đóng vai trò là công cụ răn đe và rất cần thiết cho chiến lược an ninh quốc gia của chúng ta. Ngoài ra, sự tiến bộ trong năng lượng hạch tâm mang lại hy vọng rằng một ngày nào đó có thể sản xuất ra nguồn năng lượng vô hạn về mặt lý thuyết cho các mục đích năng lượng và nhân đạo. "Nguyên tử lực phụng sự hòa bình" có một số mục tiêu, nhưng chính yếu là cung cấp một loạt ý tưởng và chiến lược nhằm khuyến khích Liên Bang Nga đóng góp trên phạm vi quốc tế nhằm cải thiện đời sống nhân loại. Với lý lẽ này hy vọng rằng sẽ tái lôi kéo Liên Bang Nga tham gia vào các vấn đề hạch tâm vào thời điểm các cuộc đàm phán về kiểm soát vũ khí đã bị đình trệ và sẽ mang lại cho các quốc gia đang phát triển niềm hy vọng cũng như một loạt ý tưởng cụ thể. Các quốc gia thuộc thế giới hậu đế quốc, ngày càng bất đồng với các tiêu chuẩn cao mà các quốc gia phát triển áp dụng trong thời gian dài. Phải chăng họ cũng bất đồng việc các quốc gia thuộc "câu lạc bộ hạch tâm nguyên tử" nắm giữ những hạn chế quyền được sử dụng các lợi ích mà năng lượng hạch tâm nguyên tử hứa hẹn?*

Giải pháp tốt đẹp là tạo ra một kho chứa vật liệu phân hạch được quốc tế bảo vệ sẽ là cách đầu tiên cho phép các quốc gia hậu đế quốc được hưởng lợi từ những lợi ích của ngành khoa học Nguyên Tử Phụng Sự Hòa Bình mới đầy hứa hẹn này để đổi lấy việc họ từ bỏ vũ khí hạch tâm nguyên tử.»

Tài liệu tham khảo:
  * Tài liệu giáo khoa đại học ULB (Université Libre de Bruxelles)
  * Tài liệu Fission and Fusion nuclear của U.S. Department of Energy
  * Britannica Dictionary
  * Encyclopédie Universalis
  * Wikipedia
  * Sưu tập tem thư
  * Atoms for Peace Plus Fifty của tác giả Susan Eisenhower

THƠ

Nguyễn Minh Hoàng

Em hãy tìm quên

Em như sao lạ trên trời
Từ thinh không đã rơi vào mắt anh
Cho đời ta bỗng xoay nhanh
Ngửa nghiêng cuộc sống, một đời mông mênh
Giờ đây ta đã lênh đênh
Cho em mắt hết xanh như mây trời
Buồn nào theo gió mưa trôi
Lá bay heo hút vấn vương tháng ngày

Em như sao lạ lạc loài
Ta như gió động dưới ngàn đáy sâu
Tìm em ta biết tìm đâu
Gió nào lay động được ngôi sao trời
Cho hồn ta mãi chơi vơi
Tìm em phương bắc, thân thì phương nam

Bắc nam sao mãi xa rời
Ai xô phương bắc đi về phương nam
Cho ta được mãi bên em
Cho ta thôi hết chết theo tháng ngày

Lá bay hoài vẫn lá bay
Ta nào lay động được tà áo em
Thôi em, em hãy tìm quên
Sao tìm sao chú đừng tìm đáy sâu

Tình mình như thoáng mưa ngâu
Buồn trong tháng bảy, vui như tháng nào
Cuộc đời em hãy đi mau
Sao tìm sao nhớ đừng tìm đáy sâu.

Nguồn hình: britannica.com

THƠ

Tác giả Mario De Andrade[1]

Trương văn Dân dịch từ bản tiếng Ý

TÂM HỒN TÔI ĐANG VỘI

Tôi đã đếm số năm và phát hiện rằng tôi còn ít thời gian phía trước hơn thời gian từng sống.
Tôi thấy mình như một đứa bé nhận được túi kẹo: những viên đầu tôi ăn ngấu nghiến và khi chỉ còn một ít thì giật mình, ăn chậm lại để thưởng thức nhiều hơn.
Tôi không còn thời gian để lãng phí với những người vô lý, với những người dù tuổi cao mà trí óc non nớt như chưa trưởng thành.
Thời gian của tôi rất quý để có thể lãng phí, hao năng lượng cho những tranh cãi vô bổ, những tự hào vô ích hay hời hợt...
Tôi đi tìm tinh hoa, tâm hồn tôi đang vội, vì trong túi chỉ còn vài viên kẹo...
Tôi muốn sống bên cạnh những người chân thành,
những ai có thể cười cợt về những sai lầm của mình.
những người không thổi phồng, tự hào hay khoe thành tích,
những người không trốn tránh trách nhiệm.
Tôi muốn được đồng hành với những người biết bảo vệ nhân phẩm,
    những ai tin vào sự thật và sự trung thực.
Điều thiết yếu: đây là những điều mang lại ý nghĩa cho cuộc sống.
Những điều khiến cuộc sống xinh đẹp và quý giá.
Tôi muốn xung quanh mình có những người biết chạm đến trái tim,
là những người, trải qua nhiều thử thách nên biết làm tâm hồn ngọt ngào thay vì xơ cứng.
Vâng, tôi đang vội.
Tôi đang vội sống với cường độ cao mà chỉ ai trưởng thành mới có thể có.
Tôi không muốn lãng phí bất kỳ viên kẹo nào còn lại.
Tôi biết chúng sẽ tuyệt vời hơn những thứ tôi đã từng nếm trước đây.
Mục tiêu cuối cùng của tôi là được chết trong an lạc, với trái tim bình yên,
bên cạnh có những người tôi yêu và hòa hợp với lương tâm của tôi.
Người đời nói chúng ta có hai cuộc sống, và đời thứ hai là khi ta bắt đầu NHẬN RA CHÚNG TA CHỈ CÓ MỘT.
Tôi đang ở cuộc đời thứ hai.
Và tôi không có thời gian cho bất cứ điều gì khác ngoài hạnh phúc ./.

---

[1] Marco, một người bạn Ý, gửi cho tôi đường link của một bài thơ và dặn: *đọc ngay đi, nó sẽ làm ta thay đổi*. BÀI THƠ KỲ DIỆU NÀY XIN DÀNH TẶNG CHO TẤT CẢ NHỮNG BẠN 50 TUỔI TRỞ LÊN. Bài thơ này được viết bởi **Mario De Andrade** (1893-1945) là một nhà thơ, tiểu thuyết gia, nhà âm nhạc học, nhà sử học, nhà phê bình nghệ thuật và nhiếp ảnh gia người Brazil.

Thích Như Điển

Ngày 30 tháng 4 năm 1975
tôi đang ở đâu?

Mới đó mà đã 50 năm rồi. 50 năm của một đời người là dài hay ngắn? Câu trả lời có nhiều cách khác nhau và mỗi người trong chúng ta cũng có nhiều suy nghĩ khác nhau, khi nửa thế kỷ trôi qua với đời mình. Có người thành công, có người thất bại. Có người đã ra đi vĩnh viễn, không còn có cơ hội để nhớ lại ngày đó nữa và cũng sẽ có những người sẽ sống lâu hơn nữa của những năm về sau này để hồi tưởng lại những câu chuyện xưa của đời mình.

Ngày ấy tôi mới 26 tuổi và đi xuất gia đã được 11 năm kể cả thời gian ở Việt Nam và Nhật Bản. Ngày tôi ra đi chỉ mong sao học cho xong, trở về lại quê hương Việt Nam để phụng sự cho Giáo Hội qua con đường Giáo Dục. Bởi vậy tôi đã chọn ngành Giáo Dục của Nhật Bản để dấn thân. Thế mà kể từ ngày ra đi khỏi nước từ năm 1972 đến nay (2025) cũng đã 53 năm rồi. Nghĩ lại thời gian xa cách mà chạnh nhớ đến quê hương, không có văn chương thi phú nào có thể diễn tả được hết nỗi lòng này.

Ngày ấy tôi đang bắt đầu học năm thứ ba của Đại Học Teikyo (Đế Kinh) ngành Giáo Dục tại thành phố Hachioji, thuộc Tokyo. Đây là một Đại Học tư thục mới được thành lập và ngành Giáo Dục cũng mới mở năm đầu tiên trong Văn Học Bộ. Đại Học này rất nổi tiếng về ngành Y cũng như thể thao. Sau này thì có nhiều ngành khác cũng đã được nhắc đến nhiều như: tiếng quốc ngữ (Nhật ngữ); ngoại ngữ (Anh, Pháp) lịch sử v.v... Cả trường lúc ấy chỉ có 4 sinh viên người Việt Nam. Đó là Anh Phúc, Cô Kim Cúc và Cô Dung và tôi. Những anh chị này học về kinh tế học. Sau này chúng tôi có gặp Cô Kim Cúc tại Hoa Kỳ; nhưng Cô Dung và Anh Phúc thì hầu như không có liên lạc. Mấy ngàn sinh viên Nhật mà chỉ có 4 sinh viên Việt Nam thì

Đế Kinh Đại Học năm 1974

phải nói rằng quá ít.

Những năm đầu của thập niên 70, những sinh viên Việt Nam du học tại Nhật Bản độ chừng 2.000 người kể cả nam lẫn nữ. Đa phần họ học về Công Học Bộ. Riêng Y Khoa và Văn Học Bộ thì rất ít. Ngày nay sau 50 năm hơn, khi tôi trở lại Nhật Bản để thăm viếng thì số người Việt Nam kể cả sinh viên, thực tập sinh và người đi lao động ước tính chừng 600.000 người. Con số này ngày ấy chúng tôi không bao giờ dám nghĩ đến.

Khoảng 10 giờ sáng ngày 30 tháng 4 năm 1975 tôi được điện thoại từ chùa Honryuji (Bổn Lập tự) báo tin rằng: Sài Gòn đã thất thủ: サイゴンが陥落しましたじょ！あなたは今からなにかやりますか？。(SàiGòn đã mất rồi! Bây giờ Thầy nên làm gì đây?). Đó là lời của Bà Oikawa, phu nhân của Hòa Thượng Trụ Trì chùa Bổn Lập. Lúc đó tôi đang ở trong thang máy của trường Đại Học Teikyo cùng với Phúc, Cô Cúc và Cô Dung. Cả 4 người cùng bàn luận với nhau là nên đi xe điện lên Đại Sứ Quán Việt Nam Cộng Hòa đóng tại Yoyogi gần Shibuya. Tâm trạng của chúng tôi mỗi người mỗi vẻ, chẳng ai giống ai; chỉ giống một điều là mang Passport (sổ Thông Hành) lên Sứ Quán để hỏi thăm và nghe ngóng công việc tiếp theo, những sinh viên phải làm gì đây? Khi đến trước cổng Sứ Quán Việt Nam chúng tôi thấy một hàng dài sinh viên Việt Nam đang du học tại Nhật đứng xếp hàng thành rồng rắn để chờ vào bên trong. Đầu tiên là nghe ngóng tin tức, sau đó xin Sứ Quán đóng dấu vào sổ thông hành của Việt Nam cộng Hòa có giá trị trong 10 năm. Cho đến 30 tháng 4 năm 1985 mới hết hạn. Mặc dầu kể từ sau ngày 30.4.1975 toàn cõi Việt Nam đã thay ngôi đổi chủ và không còn chế độ cộng hòa nữa, thay vào đó màu cờ, sắc áo nhiều người khác cũng đổi theo; nhất là những sinh viên theo một tổ chức gọi là: ベヘと (Beheto). Sau ngày 30.4.1975 họ là những người gần gũi với Mặt trận Giải phóng Miền nam Việt Nam và có ý muốn trở về lại Việt Nam để phụng sự cho Tổ Quốc; nhưng đa phần họ bị nghi ngờ và bị đối xử phân biệt. Vì người cộng sản miền Bắc thuở ấy không tin tưởng gì ở người miền Nam nhiều. Mặc dầu họ là những người đã trở cờ trong những sinh viên đi du học từ miền nam Việt Nam. Sau này họ thất vọng vì không được xử dụng; nên họ là những người lưng chừng; không đứng hẳn bên này hay bên kia, mà chọn thái độ thụ động. Ở Đức, Pháp, Úc thuở bấy giờ cũng có những hoạt động tương tự như vậy.

Hầu hết những sinh viên còn lại chia ra nhiều nhóm khác nhau. Nhóm đầu là lên tòa Đại Sứ Mỹ, Úc, Canada, Pháp để xin tỵ nạn chính trị, vì gia đình của họ đã chạy sang đó để lánh nạn cộng sản sau ngày 30.4.1975. Có người đã học xong học trình cử nhân, cao học hay Tiến Sĩ. Có người thì đang theo học dở dang tại những Đại Học Nhật Bản; nhưng cũng quyết ra đi lìa khỏi Nhật. Vì họ sợ ở lại Nhật sẽ giống như Phong trào Đông Du của cụ Phan Bội Châu đã bị Nhật bán đứng cho Pháp vào đầu thế kỷ thứ 20 khi Nhật Bản muốn có quyền lợi ở Đông Dương. Đây là một bài toán khó mà mỗi sinh viên tự giải quyết một mình.

Nhóm khác trong đó có tôi, vì nghĩ rằng: Bây giờ đang học chưa xong Đại Học thì có đi đâu cũng phải tiếp tục con đường học vấn; nên quyết định cứ ở lại Nhật Bản cho đến khi ra trường sẽ tính. Xong Đại Học lên Cao Học và có người ở lại học cho xong Tiến Sĩ mới tìm cách đi đến một nước thứ ba để xin tỵ nạn. Riêng tôi tự nghĩ rằng: mình có trở về Việt Nam bây giờ đi chăng nữa cũng chẳng làm được gì, mà có đi nước khác, cũng chẳng có mục đích, vì thuở ấy tôi không có thân nhân từ Việt Nam chạy ra nước ngoài; nên cũng không cần thiết phải rời khỏi Nhật Bản.

Chính phủ Nhật Bản chưa có chính sách tỵ nạn cho người Việt Nam; nên các sinh viên cũng rất phân vân; nhưng họ cũng không đuổi mình đi, thì mình cứ ở. Miễn sao còn đang học ở một Đại Học và có một 保証人 (Bảo Chứng nhơn) là được. Năm 1971 nhờ Cô Yến (du học sinh ở Nhật) con gái của Bác Tám đang làm cảnh sát tại Hội An - qua sự giới thiệu của Thầy tôi, cố Hòa Thượng Thích Long Trí - cô Yến đã giới thiệu tôi với Ông Akiyama, người Nhật Bản là ký giả ở miền Nam Việt Nam lúc bấy giờ, đứng ra bảo lãnh và từ đó chúng tôi có sự liên hệ mãi cho đến ngày hôm nay. Hòa Thượng Bảo Lạc bào huynh của tôi giới thiệu với Thầy Lâm Như Tạng, trước đây có tu học tại Phật Học Viện Huệ Nghiêm ở Sài Gòn lo giúp dùm việc giới thiệu trường học tại Nhật. Sau khi tốt nghiệp Tiến Sĩ ngành chính trị học, thì Thầy Lâm Như Tạng không còn tu nữa, về lại Việt Nam và sang Úc định cư cho đến ngày nay. Về tài chánh có Giáo Hội Phật Giáo tỉnh Quảng Nam cho học bổng khiêm nhường mỗi tháng 30 đô la và Ông Lý Trường Trân, anh ruột của Thầy tôi, là dân biểu đối lập ở Hạ Nghị Viện thời đệ nhị cộng hòa đứng ra bảo trợ về tài chánh qua việc giới thiệu của Hòa Thượng Thích Huyền Quang. Ngần ấy việc tôi tự lo, tự chạy, tự nhờ vào năm 1971 khi còn ở tại chùa Hưng Long, đường Minh Mạng, Sài Gòn; lúc Hòa Thượng Thích Pháp Ý còn làm Trụ Trì. Nếu không ở Sài Gòn, dầu cho tôi có tốt nghiệp tú tài 2 hạng ưu ở Quảng Nam đi nữa thì cũng không có cơ hội đi du học Nhật Bản được. Vì giấy tờ, đường sá không thông thì mọi việc sẽ trì trệ lại.

> Một điều đáng trân quý nơi người Nhật là chữ tín. Từ ngày Ông Akiyama đứng ra làm người bảo lãnh cho tôi lưu trú tại Nhật, tất cả những hồ sơ về tôi, Ông đã bảo quản cho đến sau 50 năm như thế và vào năm 2023 Ông đã chuyển giao hết lại cho tôi, hiện tôi đang để những hồ sơ này làm tư liệu cho Patriarch Holy Memorial Hall sau này tại Đức, để cho những thế hệ sau biết về một chặng đường của Thầy, Tổ mình đã trải qua như vậy.

Hachioji (Nhật): Quét dọn khu nghĩa trang trong khuôn viên vườn chùa Horyuji

Tôi phải cảm ơn nước Nhật, người Nhật và đặc biệt là ngôi chùa Honryuji tại Hachioji; nơi tôi đã ăn nhờ, ở đậu từ năm 1973 đến năm 1977, do cố Hòa Thượng Thích Minh Tâm giới thiệu. Cũng nhờ Hòa Thượng Oikawa, Trụ Trì chùa Bổn Lập cũng là Giáo sư Đại Học Rissho (Lập Chánh) ngành tiếng Pali. Vì trước đây Thầy ấy có du học tại Tích Lan; nên rất biết về đời sống của một sinh viên ở ngoại quốc như thế nào; nên đã cưu mang chúng tôi như là những người học trò gần gũi nhất của Thầy ấy. Tôi cũng phải đặc biệt cảm ơn phu nhân của Ngài, vì nếu không có Bà thì tiếng Nhật của tôi không được thông thạo như ngày hôm nay. Sở dĩ cho đến ngày hôm nay tôi vẫn còn dịch được những sách tiếng Nhật ra Việt ngữ như thế này là nhờ những năm ở Đại Học Teikyo và ở chùa Horyuji này. Kế tiếp là Thầy Takeda Hideo, giáo sư tiếng Nhật tại Đại Học Teikyo. Khi tôi bắt đầu học năm thứ nhất, thứ hai và thứ ba của Đại Học này, Thầy ấy là người hướng dẫn cho tôi phần Nhật ngữ qua văn chương và ngôn ngữ Nhật. Tôi đã dịch quyển: "Truyện Cổ Việt Nam"tập 1&2 của Tác Giả Nguyễn Đổng Chi từ Việt ngữ ra Nhật ngữ để Thầy Takeda và Thầy Okada chấm điểm trong 3 năm học liền ở Đại Học. Đến năm thứ 4 viết luận văn về: "Giáo Dục Anh Ngữ thời Minh Trị Duy Tân" hoàn toàn bằng tiếng Nhật và luận văn này được nhiều Đại Học đoản kỳ tại Nhật trích ra từng đoạn để làm đề tài nghiên cứu cho sinh viên Nhật Bản.

Cách đây 3 năm tôi được Đại Học Teikyo Heisei ở Tokyo mời về thuyết trình một đề tài bằng tiếng Nhật, có phụ đề Anh ngữ và Đức ngữ là:"どしてベトナム人が良く自分の国を離れてますか?" (Tại sao nhiều người Việt Nam lại bỏ nước ra đi?); trong đó, tôi đã nói về nhiều khía cạnh khác nhau của thời cuộc từ ngày 30 tháng 4 năm 1975 cho đến gần 50 năm sau và riêng cá nhân tôi, thể hiện bằng sự biết ơn người Nhật nên đã phát biểu rằng: "どしても私たちベトナム人でいる日本の政府、日本の人々感謝しなければなりません。というのは、もし日本のお水とお米がなければ私たちが今までいろいろな活動できなかったです。そのためにその恩を感謝しなければなりません". (Dẫu sao đi nữa chúng tôi những người Việt Nam phải cảm ơn chính phủ và người dân Nhật Bản. Bởi vì nếu không có nước uống và cơm gạo của Nhật Bản nuôi, thì chúng tôi không thể sống để hoạt động cho đến ngày hôm nay. Đây chính là ân nghĩa, mà chúng tôi không thể không cảm tạ).

Người Việt Nam chúng ta bỏ nước ra đi vì nhiều lý do khác nhau. Trong cái mất bao giờ cũng có cái được và trong cái được luôn luôn ẩn tàng nhiều cái mất mát, không khác gì câu chuyện: "Tái Ông thất mã". Do vậy khi chúng ta được cũng không nên quá vui và khi chúng ta mất cũng không nên quá buồn. Sau sự kiện tháng 4 năm 1975, hàng triệu người Việt Nam đã phải bỏ nước ra đi với tâm trạng là những di dân, nhưng ở mặt khác chúng ta đã mang theo quốc hồn quốc túy Việt Nam trong hành trang và gieo trồng những nét đẹp văn hóa Việt Nam khắp năm châu bốn biển. Con cháu người Việt Nam đã thành công trên nhiều lĩnh vực trên toàn cầu, làm vinh hiển giòng giống con Rồng cháu Tiên.

Tất cả những gì trên cuộc đời này đều đến và đi giống như một giấc mộng mà thôi. Còn, mất, hơn, thua, lợi, danh, xiểm, nịnh v.v... tất cả chỉ là ảo ảnh của cuộc đời. Chúng ta không nên bám víu vào đó để tồn tại, mà chúng ta nên đứng lên trên những sự đối đãi này để thấy mặt thật của sự sống là gì. Đó mới chính là việc đáng nên làm.

Riêng cá nhân tôi nhân ngày 30 tháng 4 năm 2025 này, kỷ niệm 50 năm Việt Nam đã thay ngôi đổi chủ, chỉ mong rằng Việt Nam phải có tự do dân chủ thực sự, thì quê hương mình mới có thể sánh bằng những dân tộc Á Châu khác đang phát triển hơn mình. Có như vậy mới xứng danh là con Hồng cháu Lạc và hãnh diện với thế giới là: đất nước Việt Nam chúng ta như thế đó. Đất nước Việt Nam phải cởi bỏ xích xiềng độc tài đảng trị; Việt Nam phải tự chủ ở mọi nơi, mọi chỗ, mọi thành phần thì con dân nước Việt mới sinh sống chung trong một mái nhà được. Nếu không được như vậy, cũng chỉ là những lời nói vẫn còn nằm trong giấy mực và chưa thực hiện một điều khoản nào. Điều này chỉ có khổ thân cho gần một trăm triệu người dân Việt Nam mà thôi.∎

Viết xong tại Phương Trượng Đường Tổ Đình Viên Giác Hannover, Đức Quốc vào ngày 11 tháng 1 năm 2025.

Thu Hoài

TRẦM TÍCH

Lời Tòa Soạn: Ký Ức Qua Nửa Thế Kỷ
Wikipedia ghi định nghĩa: "Trầm tích là các thể lắng đọng các vật liệu đất đá sinh ra từ quá trình địa chất hoặc thiên nhiên khác". So sánh trầm tích đất đá với những số phận đời người là một cách nhìn đầy triết lý và thi vị của tác giả Thu Hoài. Cũng như trầm tích đất đá được hình thành suốt thời gian qua sự bào mòn, tích tụ của các yếu tố tự nhiên, đời người cũng là một chuỗi những trải nghiệm, niềm vui, nỗi buồn, những biến cố lớn nhỏ xếp chồng lên nhau, tạo nên những dấu ấn vinh nhục, đẹp xấu riêng biệt. Có những cuộc sống thăng hoa nhưng cũng có những số phận dập vùi.

Trầm tích của đất trời? Là những lớp cát, bùn, đá vụn tích lũy qua hàng triệu năm, lặng lẽ bị bào mòn rồi bồi đắp, đôi khi lắng sâu trong lòng đất, đôi khi trồi lên tạo thành những vùng đất mới. Trầm tích của đời người? Là những ký ức, những đau thương, hạnh phúc, những bài học, những ước mơ... tích tụ theo thời gian, tạo nên tính cách, tâm hồn và số phận của kẻ ấy. Có những hạt trầm tích bị cuốn trôi theo dòng nước, như những con người lạc lối trong dòng đời. Có những lớp trầm tích lắng sâu, dày đặc, như những con người bị khóa chặt với quá khứ đau thương trong lòng. Và cũng có những lớp trầm tích được nâng lên, hóa thành núi cao, vách đá vững chãi, như những con người kiên cường, dù trải qua bao thử thách vẫn đứng vững giữa dòng đời nổi trôi.

Sự kiện 30.04.1975, nhẩm tính lại đã đúng nửa thế kỷ. Hơn 4 triệu người Việt Nam đánh đổi mạng sống để vượt biên vì không chấp nhận chế độ mới. Trong số họ - gần 2 triệu người Việt Nam hiện đang sinh sống ở hải ngoại - có những số phận riêng mà tác giả Thu Hoài ghi lại từ gia đình một người bạn của mình - như một chứng tích sống của lịch sử.
Xin mời đọc.

Ban Biên Tập Tạp chí Viên Giác

Nguồn hình minh họa: Pixabay

Mới đó đã tháng Tư. Thêm một lần nữa, mùa Xuân chóng qua!

Như sóng xô bờ: những diễn biến liên tục sau chiến tranh Việt Nam - từng lớp sóng tràn ngập, phủ chồng lên nhau. Khỏa lấp!

Bên cạnh, những tàn phá do bởi chiến tranh, dấu tích, di chứng còn nhìn thấy được những gì, khi tất cả mọi tài liệu, phim ảnh còn lưu giữ được bao nhiêu, giữa thật hư? Để lại?

Những thương tích không hẳn xảy ra trong thời điểm giao tranh. Đáng nói là sự ảnh hưởng về đau khổ mất mát, chia cách vẫn còn âm ỉ cho mãi đến nhiều năm, sau cuộc chiến.

Sự còn lại là trầm tích. Là đất đá phù sa, lắng đọng lại thành tầng lớp, qua thời gian. Là sự tích tụ của cảm xúc, ký ức, hoặc những thứ vô hình lắng đọng trong tâm hồn, qua bao năm tháng.

Như những câu chuyện viết về sự âm ỉ trong lòng, tôi cũng xin ghi lại một câu chuyện đã lâu, nói về một tâm sự – mà nội dung là uẩn khúc của một gia đình. Ghép lại qua từng mảnh vỡ, từ hồi tưởng của một thanh niên, là người bạn học của con tôi. Trong đó, bao gồm hoàn cảnh gia đình, cùng nỗi nhục hình phải gánh chịu, và cha mẹ của y thật ra không xa lạ với chúng tôi. Là những người bạn thân, quen biết nhau từ những ngày bắt đầu lập nghiệp ở quê người.

Ngoài sự ghi nhận, cùng với diễn bày trong câu chuyện - nhân vật được xưng TÔI hẳn nhiên không phải là tôi. Tôi chỉ là người viết. TÔI, ở đây, thay mặt như lời người con. Hiện là giảng sư, bác sĩ giải phẫu tim mạch, làm việc tại University of British Columbia, Vancouver, Canada.

Điều muộn màng, bất hạnh nhất, đáng ghi lại: khi nỗi lòng về sự ngộ nhận được giải bày, cha mẹ của đương sự đã không còn trên dương thế nữa!

***

0. Bắt đầu - Nghiệp Chướng

Cho đến khi TÔI trưởng thành - tuổi có thể gọi đã đầy đủ trí khôn, để hiểu những gì xảy ra trong gia đình, cha mẹ tôi đã không còn. Bên nỗi lòng ấm ức, dằn vặt, tôi thường xuyên tự hỏi với chính mình: Có phải sự hiện diện của tôi, kể từ khi ra đời, một hình ảnh luôn nhắc nhở về kỷ niệm đau lòng? Và có phải chính tôi là nghiệp chướng, là nguyên nhân gây ra những bức xúc, cấu xé trong tâm hồn của cha mẹ tôi?

Có lẽ vậy. Tất cả nhưng nghiệp chướng, bắt đầu thành hình từ những ngày khi tôi chưa có mặt với đời này.

Sau 30 tháng 4 năm 1975, vì là sĩ quan phục vụ cho quân đội miền Nam, cha tôi bị giam giữ, gọi là cải tạo, hơn 5 năm.

Trở về, cha tôi rơi trong cùng quẫn. Thiếu thốn. Bên sự nương tựa của những ngày cùng khổ, cha mẹ tôi tìm đến nhau vào thời kỳ kinh tế tối tăm, ở cuối thập niên 70s.

Số phận chừng như đã sắp đặt! Sau đêm ngày cưới, cả hai âm thầm cùng với một nhóm 27 người rời vùng quê Rạch Giá bằng chiếc ghe mong manh – hầu mong thoát khỏi Việt Nam qua đường vượt biển.

Định mệnh phũ phàng!

Tưởng có thể chạy trốn với cảnh đời tối tăm, nhóm người vô tội trên ghe làm sao có thể lường được những hãi hùng đang chờ đợi trên biển cả.

Chiếc ghe oan nghiệt rơi trong tay của hải tặc - một đám cướp biển, săn người đã rình rập tự khi nào. Những gì xảy ra sau đó là địa ngục trần gian! Sau khi lấy hết những gì gọi là quý giá như vàng, bạc, kế đến là phụ nữ!

Trong số đó có mẹ tôi, đã bị hãm hiếp dã man.

Riêng đàn ông, bao gồm cha tôi - bị cột chặt, để chứng kiến cảnh cưỡng hiếp và giết người hung bạo. Tất cả sau đó, từng người một bị đập vào đầu bằng cán chèo, hoặc bị đâm vào người bằng dao hay vật nhọn. Hình ảnh để lại trên sàn ghe có thể mường tượng sự hành hạ ghê rợn, trước khi đối diện với cái chết thê thảm! Thân xác nạn nhân bị ném chất chồng lên nhau như cá mòi, bê bết!

Dân làng ở ven biển tìm thấy chiếc ghe trôi giạt vào bờ, sau những ngày mưa bão! Và oái oăm thay, lẫn lộn trong đống xác người, cha mẹ tôi được cứu sống khi đang còn thoi thóp - để đối diện với sự đọa đày, nối tiếp theo những tháng năm sau này: đó là nỗi đau của tủi nhục!

Có lẽ, nếu ngày đó cha mẹ tôi chết đi, họ sẽ không bị đau đớn, dằn vặt kéo dài theo những năm lê lết với khổ đau, ray rứt, quần quại sau này. Hay trời đất đã dàn xếp, để cha mẹ tôi phải sống - phải trả cho xong món nợ: đó là tôi! Bởi vì cùng thời gian này, mẹ tôi có triệu chứng bắt đầu mang thai...

Sau hơn 9 tháng, kể từ thời gian được cứu vớt đến trại tỵ nạn Thái Lan. Trong nỗi oan khiên, mơ hồ - về ai, là tác giả của bào thai mà mẹ tôi đang cưu mang trong người: Tôi, sinh ra nơi đây.

Đời mong manh, nổi trôi như chiếc ghe trên biển ngày ấy - gia đình chúng tôi được định cư tại Vancouver, Canada không lâu sau khi tôi ra đời.

Mặc dầu, tôi lớn lên ở những vùng đất cởi mở, hiền hòa thuộc tỉnh British Columbia, Canada - nơi mà đa số di dân đến đây tìm kiếm đời sống hân hoan, gia đình tôi vẫn sống một cách âm thầm và lẻ loi.

Mãi đến những năm ở tuổi vị thành niên, tôi bắt đầu ghi nhận một cách rõ ràng - cả ba, chúng tôi đều rất cô đơn.

1. Về Cha Tôi

Sau cơn hành hạ dập dìu thập tử nhất sinh trên chiếc ghe ngày ấy, cha tôi sống bên lề đời như người tàn phế - không còn đi đứng bình thường vì ống xương của chân phải đã bị đánh gãy dập!

Ông bệnh hoạn, gầy yếu. Sự sinh sống chỉ dựa vào trợ cấp của xã hội.

Cha tôi như chiếc bóng!

Chỉ một đôi lần, rất hiếm hoi, ông dành cho tôi chút tình cảm cha con, chẳng hạn nhường cho tôi những món ăn… trong im lặng! Ông hay ngồi trong những xó góc, uống rượu khi trời sẩm chiều. Và đây là thời gian tôi thấy cha tôi trở nên xa lạ. Những cơn say mịt mờ qua khói sương, nơi đó chừng như không có hướng về. Và đôi khi tự hỏi, cha đang lạc về đâu?

Tôi thường nghe những câu than trách hay nguyền rủa một mình. Lời, của một người sa cơ thất thế, mặc cảm vì bất lực. Ám ảnh khôn nguôi, vì không thể bảo vệ được người vợ thân yêu? Hay bởi vì: sự có mặt của tôi khơi động đến vết thương lòng vẫn còn lở loét? Nên có lẽ, chỉ có rượu vào mới có thể thoa dịu, cởi thoát ra được chút nào những nỗi đau cùng cực.

Cha tôi yếu đuối dần theo ngày, không biết làm gì hơn, chỉ còn cách trốn chạy với chính mình. Chìm theo hơi men, mộng mị trong ảo ảnh sương mờ. Lẫn lộn, mơ hồ giữa địa ngục và thiên đường, trong ảo giác!

2. Mẹ Tôi

Nếu ví cha tôi như chiếc bóng; hình ảnh của mẹ tôi có thể so sánh như ngọn đèn le lói giữa trời khuya!

Hằng đêm mẹ tôi mắc bệnh mất ngủ, nên phải uống thuốc mỗi ngày. Nhiều đêm, không biết bao lần, mẹ tôi choàng tỉnh la hét chạy quanh nhà. Nỗi khiếp sợ tưởng chừng như có người đang đuổi bắt sau lưng. Cho dẫu trấn an đến cách nào, những cơn ác mộng nào đó dường như luôn chờ chực khi người rơi vào giấc ngủ. Vì thế, chỉ mỗi thuốc an thần mới có thể giảm đi phần nào.

Tuy nhiên, những liều thuốc có tác dụng lúc ban đầu, dần dà đã không còn hiệu nghiệm. Càng lo lắng hơn, khi biết được nếu tình trạng kéo dài, mẹ tôi có thể phải đưa vào nhà thương điên. Những nơi đó, chắc chắn sẽ khiến mẹ tôi trở thành người mất trí vĩnh viễn vì những lượng thuốc rất nặng về trị liệu tâm thần. Chưa nói đến nơi đây, xứ người - luật của xã hội rất quan tâm về vấn đề bảo vệ an toàn cho trẻ em. Vì vậy, tôi có thể bị tách rời khỏi cha mẹ, nếu người ta khám phá ra cả hai, không còn đủ khả năng nuôi dưỡng được tôi.

Bên cạnh bao nỗi bất hạnh đã xảy ra, lại thêm những bất an đang chờ đợi, dù sao, chúng tôi cũng còn chút ân sủng của đất trời: được gặp người thầy thuốc chữa bệnh cho mẹ tôi - người, đã từng phục vụ trong cuộc chiến Việt Nam.

Không những ông là một bác sĩ đã có nhiều kinh nghiệm chữa trị về những căn bệnh bị khiếp đảm vì chứng kiến những chết chóc ghê rợn trong chiến tranh - Post Traumatic Stress Disorder (PTSD); ông là một người bác sĩ rất có lòng. Ông bảo lãnh cho gia đình chúng tôi về ở phía sau vườn, nằm sau căn nhà nghỉ mát của ông ở vùng West Vancouver, không ngoài mục đích giúp cho mẹ tôi có cơ hội phục hồi với gió biển, bên đời sống thật bình lặng nơi đây. Mẹ tôi khỏe phần nào do nhờ ngủ được ít nhiều. Nhưng dẫu thế nào, căn bệnh tâm tưởng vẫn thường xuyên ám ảnh.

Tôi bắt gặp mẹ tôi lắm lần đi thẳng ra bờ vực, nơi có sóng biển đập mạnh vào ghềnh đá. Tôi càng sợ hãi khi biết - sẽ không ai có thể ngăn cản, nếu mẹ tôi muốn tự hủy diệt lấy chính mình. Nhưng đó cũng là lúc, tôi khám phá: mẹ tôi chưa dám rời khỏi cuộc đời này vì không muốn cắt đứt giọt máu yêu thương vô tội, bỏ rơi đứa con duy nhất: đó là tôi!

3. Và Tôi

Bên đời, tôi sống cạnh chiếc bóng của người cha mình - khi ẩn khi hiện! Nương theo, với sức sống mỏng manh của mẹ tôi, yếu ớt như ánh sáng của ngọn đèn khuya - khi tỏ khi mờ! Cùng với bao lần, tôi phải lắng nghe những tâm sự của cha mẹ tôi được thốt ra trong những cơn - khi tỉnh khi mê! Tôi bắt chợt thấy mình bơ vơ, như đang đứng giữa trời đông, giá lạnh!

Tôi luôn tự nhủ với lòng: tôi phải sống, để có thể bảo vệ lấy mình và cha mẹ. Vì thế, tôi chấp nhận với đời sống hẩm hiu, tự làm quen với tất cả thăng trầm, không để niềm vui kéo dài sau giờ học. Cứ vậy khi giờ điểm, tôi lo hối hả chạy một mạch về nhà. Vì hơn ai hết, tôi biết: ngoài tôi, không ai có thể đem lại cho mẹ tôi lòng an tâm và niềm tin tưởng.

Có lần, không thấy tôi về như mọi hôm vì bài vở dở dang, mẹ tôi nóng lòng muốn đến đón tôi ở trường. Năm đó, tôi còn đang ở tiểu học. Và trường thì nằm ngay ở bên con đường xe cộ qua lại rất đông. Trong lúc chúng tôi cùng băng qua đường dành cho người đi bộ, bất ngờ có tiếng thắng của xe rít trên mặt lộ, mẹ tôi bấn loạn, hốt hoảng ôm lấy đầu và chạy ra ngay giữa ngã tư, khi dòng xe cộ đan nhau như mắc cửi, trong giờ cao điểm... Khi nhìn thấy, bất chấp nguy hiểm có thể xảy ra trong gang tấc, tôi liều lĩnh lao vào dòng xe qua lại. Những gì xảy ra hôm đó, không làm tôi bận tâm hay sợ hãi! Tôi chỉ có một mục đích duy nhất là bằng mọi cách tôi phải bảo vệ, ôm lấy mẹ tôi! Hơn thế nữa, tôi không có sự chọn lựa nào hơn, tôi không thể bỏ rơi mẹ mình trong cơn nguy cấp.

Tôi nhớ vô cùng khi nhìn vào đôi mắt mẹ - bất chợt, tôi tìm thấy giọt nước rưng rưng như muốn thay lời: Chỉ có tôi mới đem lại cho người niềm vui sống. Hay đúng hơn, nếu không có tôi, mẹ tôi đã không còn tha thiết với cuộc đời này nữa.

Tôi không biết có lối nào để có thể đưa dắt cha mẹ tôi thoát ra khỏi bóng đen u buồn, mờ mịt của cuộc đời.

Riêng cá nhân tôi, chỉ còn mỗi cách: Tôi tìm kiếm niềm vui qua sách vở, bằng cách cúi đầu, lo học nhiều hơn. Tôi ý thức, chỉ có góp nhặt kiến thức - để từ đó, tôi mới có thể tìm ra lối thoát cho chính mình!

Năm tôi vừa xong Trung Học, cha tôi qua đời. Ông ta đã ngủ quên trong cơn say. Xác ông, khô lạnh co quắp, được tìm thấy ở kho chứa đồ, trong một đêm đông tuyết phủ ngập ngoài sân. Còn lại

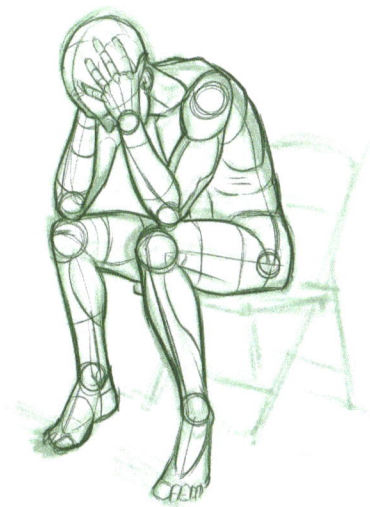

Hình minh họa: Pixabay

mẹ tôi với tâm trạng càng hoang mang và cô đơn hơn. Ngày đưa cha về lại đất, tuyết phủ ngập đầy, trắng xoá như màu tang. Thênh thang tẻ lạnh.

Những năm tôi được nhận vào Đại Học, mẹ tôi bắt

đầu yếu dần, bệnh phát ngày mỗi nặng. Trong giai đoạn bế tắc cuối cùng, không còn cách nào hơn, phải đưa vào trung tâm y tế để có người chăm sóc.

Càng đau lòng hơn, mẹ không có cơ hội tham dự ngày lễ tốt nghiệp Y Khoa của tôi vì người đã không còn. Ngày mẹ ra khỏi cuộc đời, trời đổ cơn giông, và không biết nơi cuối ngàn, tiếng sét có phải là lời tìm nhau vang vọng, khi trong lòng còn chất chứa bao nỗi niềm băn khoăn - biết tỏ cùng ai.

Cả hai, cha mẹ tôi, đã nằm xuống, quạnh hiu nơi xứ người, với nỗi lòng trăn trở.

4. Vài lời cho Cha Mẹ

Kính lạy hương hồn Cha, Mẹ.

Cho đến bây giờ, con tin chắc cha mẹ đã thoát ra khỏi nỗi lòng u uất mà từ lâu cha mẹ chưa có cơ hội, hay có lẽ không dám đối diện: Con là con của ai?

Vâng, đã từ lâu - chính vì sự mơ hồ con là của ai, đã ngăn cách tình yêu thương của cả ba chúng ta: cha, mẹ và con.

Có những lúc thấy cha mẹ buồn vì tủi phận; dù rất muốn, nhưng có gì làm con ngần ngại. Đúng hơn, con không biết làm sao để có thể nói lên những lời an ủi, khi mang cảm tưởng bị bỏ rơi vì xa lạ!

Cũng như rất tội tình, ngay khi lòng cảm thấy cô đơn, con cũng không dám đến gần cha mẹ để được ôm vào lòng, những mong có thể tìm kiếm dỗ dành, khuyên nhủ, trong những năm con còn tuổi ấu thơ!

Hôm nay, nhân ngày sinh nhật của chính mình, con muốn gởi đến cha mẹ một nỗi niềm hân hoan mà con vừa nhận được thử nghiệm về DNA - kiểm tra sự trùng hợp giữa tế bào của con và tro cốt của cha mẹ. Qua kết quả khám nghiệm: Con, thật sự là con của cha mẹ.

Khi nói lên những lời này, con kính mong cha mẹ nhận nơi đây lòng biết ơn chân thành cho sự hy sinh cao cả mà cha mẹ đã chịu đựng sống còn qua bao nhiêu năm tủi nhục. Con xin hứa sẽ trở nên người hữu dụng hầu không phụ lòng cha mẹ: những người đã sống trong quằn quại, thoi thóp, cưu mang - nuôi nấng con được đến ngày hôm nay.

Kính lạy hương hồn cha mẹ, xin nhận nơi đây lòng tri ân của con.

Con yêu quý của cha mẹ.

***

Viết cho những Trầm Tích của Tháng Tư.

Cùng lúc, cũng là lời tưởng niệm đến hai bạn Bảo-Trúc. Và lời chúc hạnh phúc, bình yên và may mắn đến với gia đình cháu: Bác sĩ Kh. N. Trần – Cardiologist. Thân ái. ∎

Đôi dép râu giẫm nát đời trai trẻ
Nón tai bèo che khuất nẻo tương lai!

Ngày 30.04.1975:

Người đảng viên và bộ đội cộng sản, đầu đội nón cối hay nón tai bèo, chân mang dép râu biểu tượng cho người vô sản từ trong rừng, trên núi tràn xuống cưỡng chiếm được miền Nam.

Ngày 30.04.2025:

50 năm sau, ta hãy nhìn lại đảng viên đảng Việt cộng đã thay da đổi thịt như thế nào? Từ một đảng viên vô sản, sau 50 năm chúng đã lột xác trở thành những tên đại đại tư bản đỏ. Mỗi người có hàng triệu triệu, hàng tỷ tỷ đô la. Nhờ vào đâu? Nhờ vào sự cai trị độc đảng dẫn đến độc tài, quyền lực nằm trên đầu súng nên chúng tự do tham nhũng, bằng cách đàn áp bóc lột, tịch thu nhà cửa đất đai, buôn dân làm nô lệ khắp năm châu, bán tài nguyên và cả đất nước cho Tàu cộng. Tội bán nước là một trọng tội đối với Tổ Quốc, đối với Hồn Thiêng Sông Núi, đối với Anh Linh của Tiền Nhân, đối với xương máu của dân tộc Việt Nam, vĩnh viễn Trời sẽ không tha, Đất sẽ không dung. Người dân bị trị sẽ không còn sợ hãi nữa, cùng nắm tay nhau vùng lên như sóng thần Tsunami cuốn đẩy đảng Việt cộng phản quốc ra biển đông, trôi giạt về Tàu cộng, thực hiện Tự Do - Dân Chủ, lấy lại quyền sống và quyền làm người, quyền mưu cầu hạnh phúc như đã được ghi trong Tuyên Ngôn Độc Lập mà ông Hồ đã đọc tại Ba Đình ngày 02.09.1945.

Tôi là chứng nhân, mà cũng là nạn nhân của đảng Việt cộng. Tôi đã sống, đã nhìn thấy tận mắt những gì đã xảy ra trong 50 năm qua nên tôi đã viết không biết bao nhiêu lần về ngày Quốc Hận. Lần thứ 50 này, tôi không viết mà tôi xin mạn phép ghi chép lại những lời nhận xét về chế độ cộng sản của một vài vị Thượng trí thức như dưới đây để quý vị độc giả đọc mà suy gẫm:

Đức Dalai Lama:

Cộng sản là loài cỏ dại, mọc trên hoang tàn của chiến tranh, là loài trùng độc sanh sôi nảy nở trên rác rưởi của cuộc đời.

Cộng sản sinh ra từ nghèo đói và ngu dốt, lớn lên bằng dối trá bạo lực và sẽ chết đi trong sự khinh bỉ và nguyền rủa của nhân loại.

Người cộng sản làm cách mạng không phải để mang hạnh phúc đến cho người dân mà họ làm cách mạng để người dân mang hạnh phúc đến cho người cộng sản.

Cựu Thủ Tướng Đức, Bà Angela Merkel:

Tôi lớn lên trong chủ nghĩa cộng sản (CNCS) tại Đông Đức nên tôi hiểu rõ về họ:

- Cộng sản là chủ nghĩa gian trá và man rợ nhứt của nhân loại.
- CNCS là một vết nhơ của loài người và thế giới văn minh. Bất cứ nơi nào CNCS được thực sự áp dụng, thì chỉ mang đến khổ đau, tàn phá và thất bại!

Nhà Văn Nga Alexandre Soljenitsym:

Khi cộng sản nói láo, ta phải đứng lên nói nó nói láo. Nếu không có can đảm nói nó nói láo, ta phải đứng lên đi ra, không ở lại nghe nó nói láo. Nếu không can đảm bỏ đi mà phải ngồi lại nghe, ta sẽ không nói lại những lời nó nói láo cho người khác nghe.

Luật Sư Nguyễn Mạnh Tường:

Đây là một chế độ chuyên chế ở ba chiều không gian, một chế độ chuyên quyền như tuyệt đối, gian xảo nhứt, cứng rắn nhứt trên thế giới và trong lịch sử nhân loại. Dưới một chế độ như thế, quyền Tự Do là một lầm lẫn, một loại bệnh hoạn cần phải loại bỏ trong dân chúng. Vì vậy, không có bất cứ ngành nghề nào là nghề tự do!

Tổng Thống Nguyễn Văn Thiệu:

Đừng nghe những gì người cộng sản nói, Hãy nhìn kỹ những gì người cộng sản làm.

Những lời nhận xét trên đây đã nói lên cái bản chất trước sau như một của đảng Việt cộng nói riêng, và toàn thể cộng sản trên thế giới nói chung.

Cộng sản và khổ đau tuy hai mà một. Tại sao? Tại vì nơi nào có cộng sản là nơi đó có khổ đau. Cộng sản và khổ đau đi liền với nhau như hình với bóng. Vì vậy Cố Hòa Thượng Thích Huyền Quang nhân cách hóa Khổ Đau là Cộng sản qua bài thơ „Nhắn Nhủ Với Khổ Đau" như sau:

Khổ đau ơi! NHẮN NHỦ VỚI KHỔ ĐAU
Cố HT. Thích Huyền Quang
Đệ Tứ Tăng Thống GHPGVNTN

Thôi đừng hù ta nữa
Ta biết mi lắm rồi
Ta đã gặp mi trên khắp nẻo đường đời
Mỗi lần gặp mi ta đều mỉm miệng cười
Và nhìn thẳng mặt mi không hề sợ sệt
Dù biết mi đáng sợ hơn là sự chết
Nhưng với ta cũng chẳng là chi hết
Đừng mơ tưởng rằng sợ mi
Rồi ta sẽ đổi dời khí tiết
Để cúi đầu trước bạo lực phi nhân
Hãy đày đọa ta cho thỏa chí hung thần
Ta đã nguyện chẳng tiếc gì chiếc thân mộng uyển
Khổ đau ơi!
Mi có thấy giữa dòng đời lưu chuyển
Sóng vô thường đang cuồn cuộn thét vang
Đừng tự hào với đắc thắng vinh quang
Trên xác chết của đồng bào bất hạnh
Vì vô minh, mi chẳng biết gì ngoài sức mạnh
Rồi cười vui trên đổ nát điêu tàn
Mi có biết không?

Tích Cốc Ngô Văn Phát
50 NĂM NHÌN LẠI
Ngày Quốc Hận 30.04.1975
(30.04.1975 – 30.04.2025)

Nhạc mi nghe là những tiếng khóc than
Trà mi uống là những giọt lệ tràn
Rượu mi say là máu đào tươi thắm
Màn trướng mi buông là những vành khăn trắng
Của muôn dân đang quần quại dưới chân mi
Nghèo đói khổ đau theo sau mỗi bước mi đi
Gông cùm xiềng xích nơi nào mi tới
Ánh bình minh trở thành đêm tối
Phủ mịt mù mọi lối tương lai
Những hài nhi vô tội trong bào thai
Mi bóp chết với chiêu bài nhân mãn
Mi có nghe lời than hờn oán
Đã và đang vọng về
Từ đô thị đến làng quê
Từ hải đảo đến sơn khê
Từ đáy mồ của những oan hồn vướng vất
Mi có biết không?
Chẳng có nơi nào trên trái đất
Trong hư không, hay dưới đáy biển sâu
Làm chỗ trú ẩn dài lâu
Để cho mi trốn khi trái sầu đã chín
Ngày đó, ngày đó nhất định rồi sẽ đến
Khi đồng bào bừng tỉnh sau cơn mê.

Lời cuối

Người viết, là một ông già 96 tuổi biết rằng việc làm của mình như mò kim đáy biển, nhưng mình vẫn làm vì Tổ Quốc Việt Nam luôn luôn cầu mong cho những người lãnh đạo CSVN, vì họ cũng là người có đầy đủ óc tim như mọi người, một ngày nào đó họ bất chợt biết tin có luân hồi, có nghiệp báo trả vay vội quay đầu phản tỉnh liệng cái CNCS quái thai ngay nào sọt rác lịch sử, quỳ trước bàn thờ Tổ Quốc thành tâm sám hối nguyện làm việc lành, tránh việc ác để có được một chỗ đứng an lành trong cộng đồng Việt Tộc.

Mong lắm thay!!!

Laatzen ngày 18.02.2025
Tích Cốc Ngô Văn Phát
cựu tù nhân cải tạo ở Hoàng Liên Sơn
Bắc Việt

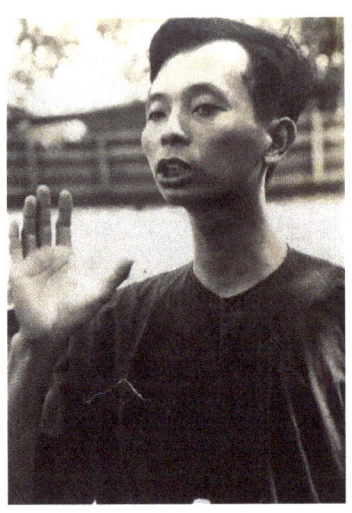

Ông Trần Hữu Lẻ,
Quận trưởng quận Tư Nghĩa
tỉnh Quảng Ngãi thời VNCH.

Trần Thị Nhật Hưng
THĂM TÙ NGHỆ TĨNH

Ra khỏi bến xe Vinh, xe rẽ về ngả Thanh Chương. Hàng cây hai bên đường như lui dần, biến vào trong đám bụi đất đỏ phía sau xe. Sáng sớm trời còn mờ sương. Hơi lạnh từ các hốc núi tỏa ra lãng đãng tan vào không khí. Gió mát dịu, tôi khoan khoái ngả người vào thành ghế phía sau lơ đãng nhìn những đám mây xám lơ lửng trong bầu trời âm u.

Dường như có một chút ánh sáng ửng hồng ở phương xa, bên kia ngọn đồi trước mặt. Xe tiến tới. Ánh sáng như thật gần rồi sáng bừng. Mặt trời đã bắt đầu ló dạng. Người trong xe như trở mình sau một cơn ngáy ngủ. Họ lấm lét nhìn tôi soi mói như nhìn một quái vật từ cung trăng rớt xuống. Chắc là tôi lạ lắm. Tôi nghĩ vậy. Mái tóc ngắn, chiếc áo bà ba bó sát thân hình, chiếc quần đen hàng vải ú, nhưng dáng người ốm ốm, cao cao, tôi không giấu được tôi là người miền Nam vừa đến.

- Chị ra Bắc thăm bà con đấy hẳn?

Người đàn bà ngồi bên cạnh hỏi tôi.

Tôi quay lại mỉm cười rồi gật đầu dạ nhỏ.

Đây là lần thứ hai tôi ra Bắc thăm chồng. Vẫn một mình trên đoạn đường quen thuộc Sài Gòn – Vinh – Thanh Chương – Trại 6, nhưng mỗi lần thăm là một nỗi ưu tư, khó nhọc khác nhau. Như lần này, dù việc thăm nuôi đã phổ biến rộng rãi, tôi vẫn không xin được giấy đi đường của công an phường, quận cũng như thành phố; phải mánh mung chạy giấy công nhân viên nghỉ phép từ một

THƠ
Lê Minh Tú

Một chút quê nhà

Có gì đâu, một gốc chanh
Vài ba bụi sả, liếp hành… mà thương
Cành lài thơm thoảng đêm sương
Rủ làn gió nhẹ ướp hương tóc mềm
Ngày mưa nước quẩn quanh thềm
Tròng trành thuyền giấy chở niềm ước ao
Dây trầu quấn quýt thân cau
Câu ca vọng cổ buộc vào xa xăm
Ngọn tre cong xuống đêm rằm
Hỏi người xa xứ bao năm chưa về
Chỉ còn cỏ mọc chân đê
Nắng mưa không bạc câu thề, xanh xanh…
./.

cơ quan. Tôi cũng không còn cơ hội quá giang xe quen ra Bắc như lần đầu; phải mua vé xe lửa chợ đen với giá cắt cổ mắc gấp mười lần giá chánh thức.

Nhà chồng tôi thì quá nghèo. Trước năm 1975 gia đình tôi chỉ sống thanh đạm *"ngày ba bữa vỗ bụng rau bình bịch"* với đồng lương giới hạn, eo hẹp của chồng tôi. Ngày chàng đi tù, gia tài còn lại không ngoài những đồ đạc lặt vặt do khách khứa, bạn bè biếu tặng bố tôi như một sự đền ơn bố tôi bốc thuốc, kê đơn, chấm lá số tử vi không nhận thù lao.

Tôi phải sống nhờ vào sự giúp đỡ tài chánh của bố mẹ tôi; của vợ chồng Thiếu tá Miên, bạn tri kỷ của chồng tôi từ ngoại quốc gởi về. Lẽ đương nhiên sự giúp đỡ cũng chỉ giới hạn mà cuộc sống trong xã hội chủ nghĩa Việt Nam càng ngày càng mờ mịt tối tăm. Tôi tằn tiện từng đồng, không khả năng đài thọ thêm một giấy đi đường, một vé xe lửa, tiền linh tinh lặt vặt cho cô em họ chồng tháp tùng theo tôi giúp tôi mang xách. Thế là tôi đi một mình với tám chục ký lô quà gói gọn trong năm giỏ lát.

Hôm lên tàu, con tàu Thống Nhất Sài Gòn – Hà Nội khởi hành từ ga Bình Triệu lúc 7 giờ tối. Ổn định xong hành lý, chỗ ngồi, tôi để ý ngay những khuôn mặt miền Nam có bộ dạng ra thăm chồng miền Bắc, nhưng tuyệt nhiên chẳng gặp ai. Trên tàu đa số là cán bộ, bộ đội, đồng bào miền Bắc và dân buôn hàng chuyến ngồi xếp lớp la liệt dọc lối đi. Gặp người soát vé vừa đi tới, tôi vội vàng hỏi thăm:

- Thưa anh, anh xem ở toa khác có chị nào xuống Vinh, xin mách dùm tôi với.

Người soát vé ngẫm nghĩ, ậm ừ hứa hẹn rồi bỏ đi. Hồi lâu ông trở lại nhưng kết quả chẳng được gì. Tôi lo âu ra mặt, nhìn hành lý của mình, phân vân không biết liệu sao. Những hành khách xung quanh như thấy được sự lo lắng bồn chồn của tôi. Một thanh niên ngồi đối diện với tôi lên tiếng:

- Dường như chị xuống Vinh thăm thân nhân cải tạo phải không?

Tôi ngạc nhiên trước câu hỏi của anh, gật đầu đáp:

- Vâng, tôi thăm chồng đang học tập ở đấy.

Anh ta tiếp:

- Chị an tâm. Tôi cũng xuống Vinh. Hành lý chị nặng nề, tôi sẽ giúp chị một tay.

Tôi nhìn kỹ người thanh niên, thấy anh ta hiền lành, cũng an tâm. Tuy vậy, tôi vẫn dè dặt nói:

- Cảm ơn anh. Tới ga Vinh, nếu tôi không gặp bạn, chắc tôi sẽ phiền anh.

Suốt dọc đường ba ngày, ba đêm từ Sài Gòn đến Vinh, những lúc tàu dừng ở các ga để hành khách ăn uống, xả hơi, anh ta kể tôi nghe về đời sống của anh ở miền Bắc. Anh cũng chỉ là nạn nhân của chế độ. Gia đình anh ngày xưa bị ghép vào thành phần địa chủ ác ôn; anh không ngoi lên được trong xã hội của giai cấp mới. Anh đi thanh niên xung phong tải đạn ở chiến trường. Anh có chú, bác di cư vào Nam và hiện cũng có anh, em họ hàng đang học tập cải tạo. Có lẽ vì vậy anh thông cảm hoàn cảnh của tôi, ân cần giúp tôi như bạn đồng cảnh ngộ.

Lúc tàu đến Vinh vào ba giờ sáng. Trời còn tối đen. Trong sân ga, vài ngọn đèn rải rác mờ mờ không soi rõ những bóng người di động. Tôi khó nhìn ra được bạn ra Bắc thăm chồng. Không còn sự lựa chọn, tôi đành bám theo anh như người chết đuối vớ được phao trong cơn nguy biến. Tôi xuống tàu lóng ngóng nhìn anh chuyển từng chiếc giỏ của tôi và của anh qua cửa sổ. Rồi tôi đứng canh chừng, đợi anh nhận xe đạp, tài sản quý giá mà hầu hết người Bắc vào Nam ai cũng mang về. Anh mang hành lý vào xe. Rồi lững thững, anh dắt phía trước, tôi đỡ phía sau mất mười phút mới đến bến xe Vinh. Tại đây nhân viên chưa làm việc. Tôi và anh đợi thêm vài tiếng nữa. Trời hừng hừng sáng anh chạy mua giúp tôi một vé xe đò, một gói xôi nhỏ. Nửa giờ sau từ biệt anh lên đường, tôi cảm kích không nói gì cả, chỉ lí nhí vài câu cám ơn rồi lên xe.

Người đàn bà bên cạnh lại tò mò hỏi tôi:

- Chị thăm ai ở Thanh Chương thế?

Tôi quay lại:

- Em thăm chồng.

- Chồng đang cải tạo à?

- Vâng!

Rồi như sợ liên lụy người đàn bà không hỏi gì nữa. Tôi cũng lặng thinh, dõi mắt nhìn đàn chim đang nhởn nhơ bay lượn dưới nắng ấm giữa bầu trời bao la; rồi buồn buồn, nghĩ đến hoàn cảnh *"cá chậu, chim lồng"* của chồng tôi đang sống. Bao năm hoạt động hào hùng vì nước mất đành chịu sa chân vào lưới, không biết số phận rồi sẽ ra sao. Rồi tôi nghĩ đến tôi, đến cái tổ ấm bé nhỏ bao lâu cùng chồng xây đắp, liệu một mình tôi có đủ bản lĩnh nghị lực để chống đỡ cơn bão dữ hay mệt mỏi chán chường buông xuôi theo nghịch cảnh. Không! Tôi phải vùng lên, đứng thẳng, tiến tới, thắng lướt mọi gian truân. Tôi phải sống cái đời đáng sống mà một lần tôi đã đọc đâu đó đoạn văn của văn hào Nhất Linh để thấm thía cái hoàn cảnh của đời tôi hiện tại: *" Đời có hy sinh mới là đáng sống, rồi lấy cái thú vị chua chát, chua cay của sự hy sinh để dỗ dành mình trong những ngày thất vọng".*

Tôi chợt thở dài. Nỗi cô đơn lại xâm chiếm tâm

hồn. Tôi cảm thấy xa lạ và quạnh quẽ thật sự giữa những người nơi đây. Tôi đưa mắt nhìn họ, những khuôn mặt khắc khổ dấu vết của bao năm oằn vai chịu đựng ách thống trị, hung tàn của cộng sản rồi so sánh với chính mình, kẻ sa cơ thất thế, tôi không biết ai là kẻ đáng thương hơn ai? Tôi có nên ghét họ như bấy lâu tôi cũng như đồng bào miền Nam luôn có thành kiến, họ là những tên Việt cộng khát máu, ác ôn; hay tôi nên thương họ vì chính họ cũng chỉ là những nạn nhân?!

Xe tới bến vào giữa xế trưa. Tôi chưa kịp bước xuống đã thấy ông Tường và một nhóm thanh niên đợi sẵn tự bao giờ. Thấy tôi, ông vồn vã:

- Cháu mới ra hả cháu? Còn các chị bạn khác đâu?

- Dọc đường cháu có để ý nhưng chẳng thấy ai cả.

Một thanh niên khác chen vào:

- Mọi hôm bà con trong Nam ra thăm chồng đông lắm.

Rồi ông Tường đỡ hành lý của tôi từ mui xe chuyển xuống, thản nhiên trao cho người thanh niên máng vào xe đạp.

Ông nói:

- Cháu thuê hai xe nhé. Một xe chở quà, một xe chở người.

Tôi dạ nhỏ, đợi người thanh niên buộc xong hành lý, tôi trao tiền thuê cho ông Tường rồi từ giã ông, theo hai người thanh niên nhắm hướng vào trại 6.

Trại 6 cách Thanh Chương 20 cây số. Đường gồ ghề đồi dốc rất khó đi. Ngoài xe đạp không còn phương tiện di chuyển nào khác. Năm ngoái, lần đầu tiên cũng một mình chân ướt chân ráo đến Thanh Chương mở màn phong trào *"Bắc tiến"* thăm tù, tôi quen ông Tường do người quen giới thiệu. Hồi đó ông Tường giúp tôi tận tình, cho tôi tá túc, cho mượn xe đạp vào trại. Cũng chính nhờ ông gieo *"nhân"* lành (nói theo thuyết đạo Phật) giúp người vô vụ lợi nên ngày nay ông nhận *"quả"* tốt. Sau lần thăm nuôi đó, tôi về phổ biến với bạn bè và giới thiệu cùng ông. Dần dà phong trào thăm nuôi bộc phát. Dân Sài Gòn ra thăm chồng ai cũng biết ông. Và bây giờ ông nghiễm nhiên trở thành *"giám đốc công ty chuyên chở bằng xe đạp thân nhân những người tù"*. Một cuốc xe đạp chở vô là 20 đồng. Thuê 2 cuốc là 40 đồng. Hôm sau đón về giá cước cũng như vậy. Với mức lương 40 đồng trong một tháng của một công nhân, kể như ông trúng mánh (lương bác sĩ ở Sài Gòn lúc đó 100 đồng). Tôi không rõ phần ông, phần những thanh niên chuyên chở, sau phần bị xẻo bởi ban giám thị trại (*ngồi không lấy cớ bảo vệ sinh mạng người thăm nuôi*) cuối cùng họ chia nhau được bao nhiêu?

Người thanh niên chở tôi tâm sự:

- Các chị ra thăm, ai cũng than là hoàn cảnh hiện nay sa sút, thế mà tiền rắc đường của chị bằng nửa tháng lương của chúng tôi. Nhìn vậy cũng biết đời sống trong Nam trước đây sung sướng lắm. Rồi bằng giọng bùi ngùi, anh tiếp:

- Không lẽ tôi mong chồng các chị rục xương trong tù để các chị thuê xe tôi mãi. Nhưng ngày đoàn tụ của anh chị là ngày đói khổ của chúng tôi. Tôi xúc động thật sự trước lời tâm sự chân thành đó. Niềm thương cảm trào dâng, tôi thấy mắt mình cay cay, vội chớp nhanh để ngăn dòng lệ chực trào rơi xuống.

Tôi quay lại nhìn chiếc lưng đẫm ướt mồ hôi của anh, đang gò người vượt trên con dốc lớn. Nắng gắt cháy da. Anh thở phì phò. Tôi mường tượng đến kiếp sống của loài ngựa kéo xe, mắt bị che chỉ nhìn thẳng rồi lao đầu tiến tới. Bao năm qua trong xã hội miền Bắc anh đã nhìn được gì ngoài thiên đường cộng sản chỉ nằm trong tranh vẽ. Sau 30.4.75 sự tiếp xúc với đồng bào miền Nam, điển hình qua những người thăm nuôi đủ nói lên rõ ràng trung thực nhất, bấy lâu anh đã bị lừa gạt bằng những lời hoa mỹ.

Tôi tới trại đúng 12 giờ trưa. Vẫn căn chòi lá ba gian quen thuộc hai phòng ngủ, một phòng khách ở giữa dành cho người thăm nuôi. Vẫn cổng rào với hàng chữ nho nhỏ: *"Nhà đón tiếp gia đình trại viên"*. Một vài người tù hình sự làm những việc lặt vặt quanh cái giếng nhỏ bên hàng giậu trước nhà. Nét mặt buồn, người xanh xao gầy yếu.

Tôi trình giấy với ban quản giáo trại, rồi xuống bếp cách trại lá độ 100 thước làm gà (gà tôi mua dọc đường) nấu cơm. Hơn một tiếng sau thì chồng tôi ra tới. Dù thời gian gần đây được tiếp tế, thăm nuôi, ăn "ké" thực phẩm của bạn bè, chồng tôi vẫn không mập ra tí nào. Da cứ tái mét như người sốt rét, môi thâm đen. Chỉ còn ánh mắt và môi cười tươi là tôi an lòng. Chúng tôi được phép trò chuyện trong một tiếng, lẽ đương nhiên trong ánh mắt cú vọ của quản giáo Tuân đang ngồi ở góc phòng, vờ hí hoáy làm việc nhưng thực sự mục đích là để quan sát, theo dõi chúng tôi. Hết giờ, gã thúc hối kiểm tra quà cáp. Gã xục xạo thật cẩn thận từng món một từ hủ mắm ruốc đến gói thịt chà bông. Cuối cùng gã đẩy 10 ký mì ăn liền sang bên rồi nói:

- Dạo này trại cấm nấu nướng. Mì ăn liền không

được nhận.

Tôi chưng hửng:

- Trời ơi, không lẽ tôi lại mang về? Nặng lắm. Tôi không xách về đâu. Rồi tôi năn nỉ:

- Anh thông cảm, tôi ra đây chỉ có một mình, trút được một lô quà tôi nhẹ người rồi, anh đừng bắt tôi ra về xách nặng nữa.

Gã lắc đầu:

- Không được đâu, vì hôm trước mấy anh nấu nướng suýt bị cháy nhà nên trại có lệnh cấm. Tôi mở gói mì, bốc một nhúm bỏ vô miệng nhai, giải thích:

- Đây là loại mì đã chín rồi. Nếu không cho nấu nướng thì chồng tôi sẽ ăn không vậy.

Rồi không để cho gã lên tiếng, tôi nói tới, giọng cương quyết:

- Xin anh cho chồng tôi nhận đi, anh ấy không nấu nướng đâu. Nếu anh ấy vi phạm anh cứ phạt học tập… mút mùa! Tôi ở nhà lấy chồng khác!

Gã Tuân cười:

- Chị nói thật vui. Thôi tôi cho anh Lễ nhận 5 ký vậy.

Tôi đẩy thêm 2 ký nữa còn 3 ký tôi nhìn gã Tuân nói:

- Tôi tính thế này nhé, chồng tôi nhận 7 ký, còn 3 ký tôi biếu các anh.

Gã Tuân khua tay:

- Ấy chết. Cán bộ ai lại ăn của trại viên thế?

Tôi nài thêm:

- Anh cứ nhận đi mà. Tôi nhất định không mang về đâu. Tôi chỉ muốn về tay không thôi. Lẽ đương nhiên tôi biết gã không bao giờ dám nhận, dù lòng rất muốn. Tôi chỉ lấy có bỏ mì lại thôi. Gã không nhận tức là chồng tôi sẽ được. Đúng như tôi dự đoán cuối cùng chồng tôi đã mang vào được cả. Buổi chiều, lúc hết giờ lao động. Tôi gặp một số sĩ quan cải tạo luẩn quẩn ở quanh giếng đang rửa tay, rửa mặt. Tôi chạy ra. Các anh mừng ríu rít. Dù không quen, tôi vẫn cảm thấy gần gũi, thân thương.

Các anh tíu tít:

- Chị ra đây bằng cách nào hay vậy? Gia đình tôi chưa ai thăm tôi cả.

- Anh Lễ thật may mắn, có chị lo chu đáo quá!

- Trại đang cấm nấu mì, chị nói sao mà anh nhận được cả thế?

- Cuộc sống Sài Gòn dạo này ra sao hở chị?

Bao câu hỏi dồn dập, thân tình, tôi cũng vơi đi nỗi cô đơn, lạc lõng.

Một người đến gần tôi nói nhỏ:

- Thấy chị vất vả lặn lội ra thăm anh mà chỉ nói được với anh một tiếng. Chúng tôi bố trí cho chị sáng mai, đúng 8 giờ, ở ngã ba trên đường về sẽ có một xe chở phân đi tới, anh đó sẽ hướng dẫn cho chị thăm lén anh Lễ ở chỗ lao động. Chị nhớ nhé! Tôi gật đầu, nháy mắt ngầm cảm ơn. Vừa lúc đó lão Tuân trong trại ra tới. Gã dừng lại ỡm ờ hỏi:

- Sao? Các anh và chị Lễ nói hành nói tỏi gì tôi thế? Các sĩ quan cải tạo đồng thanh đáp:

- Có nói gì đâu, cán bộ.

Tôi mỉm cười:

- Vâng, các anh ấy nói hành nói tỏi với tôi rằng, ở trại 6 có cán bộ Tuân… dễ thương lắm! Người thăm nuôi nào mà gặp ông ấy sẽ được dễ dàng, nói chuyện với chồng tha hồ, quà cáp mang ra bao nhiêu cũng được nhận. Thế mà tới đây tôi có thấy ông… Tuân nào dễ thương đâu?

Mọi người cười xòa, gã Tuân cũng cười theo rồi bỏ đi. Các anh sĩ quan nhìn tôi rồi tiếp tục câu chuyện:

- Mai chị về, phiền chị cầm thư chuyển đến gia đình chúng tôi nhé. Và hướng dẫn gia đình tôi cách thức thăm nuôi. Chúng tôi đang cần tiếp tế lắm chị ạ.

Tôi gật đầu, nhìn dáng vóc tiều tụy xanh xao của các anh, những người đang trực tiếp gánh chịu khổ đau cảnh mất nước mà chua xót chẳng biết an ủi sao hơn. Một người lại nói với tôi:

- Cầm thư mong chị cẩn thận cho. Đừng để bắt quả tang, chúng tôi bị cùm chân đấy. Rồi mỗi người dặn tôi một câu:

- Sáng mai, thư của tôi đặt ở gốc cây bên cạnh ao kia kìa.

- Thư của tôi nhét trên mái lá, cửa nhà bếp.

- Thư của tôi giấu ở vách, phía phải phòng tiếp tân.

- Thư của tôi… thư của tôi… tất cả tôi ghi nhận rõ trong đầu.

Rồi như chưa an tâm về việc chuyển thư lén, điều nghiêm cấm của trại tù, các anh lại dặn thêm:

- Chị cẩn thận cho nhé, kẻo chúng tôi bị cùm chân.

Sáng hôm sau, nhớ những lời các anh dặn, tôi lững thững đến những địa điểm, giả vờ đi dạo mát rồi lấy những bức thư viết trong miếng giấy nhỏ, gom cả bỏ vào trong túi quần. Tôi vẫn có thói quen, khi may bất cứ một quần gì, dù là quần thường vẫn may một túi nhỏ, phía phải ngay trước bụng để bỏ những thứ lặt vặt khi cần thiết. Những bức thư nằm yên, tôi an tâm thong thả trở về phòng. Xem xét lại giấy tờ và những thứ lặt vặt cá nhân, nhìn đồng hồ đã gần khoảng 8 giờ, tôi ghé phòng tiếp tân chào lão Tuân và một vài cán bộ ngồi quanh đấy ra về. Vừa quay đi, lão Tuân gọi giật ngược:

- Chị Lễ, vào cho tôi xét hành lý!

Tôi có hơi giật mình, nhưng cố trấn tĩnh, thản

nhiên bước vào.

- Chị có nhận thư từ của ai không? Gã nghiêm giọng hỏi.

Tôi đáp cứng:

- Không!

Rồi đưa hành lý cho gã xét. Gã lục lạo một lúc, tìm ra hai mảnh giấy nhỏ. Đó là hai địa chỉ của hai sĩ quan cải tạo.

Tôi giải thích:

- Hôm qua, các anh cải tạo có nhờ tôi về nhắn gia đình ra thăm. Tôi không nhớ địa chỉ nên yêu cầu viết vào giấy thôi. Hành động này chỉ là nhân đạo. Nhân đạo thì không có tội, và nhân đạo rất hợp với chính sách của Cách Mạng. Gã lườm tôi, đưa mắt quét một đường từ đầu đến chân tôi rồi hỏi:

- Chị có giấu thư từ trong người không? Tôi hơi khom người xuống để che phần thư từ phình một bên bụng, cương quyết nói:

- Không!
- Chắc không?
- Chắc!

Gã vẫn nghi ngờ nên dụ:

- Chị hãy thành thật khai báo. Cách Mạng sẽ nhân đạo khoan hồng.

Khoan hồng! thật là nhàm tai khi phải nghe luận điệu cũ rích trơ trơ đó. Bao năm qua, những nhà tù nhan nhản từ Bắc chí Nam, người bị bắt không hề được đem ra xét xử, sống tủi nhục đọa đày hết tháng này qua năm nọ là chứng có rõ rệt nhất của cái gọi là "*chính sách nhân đạo khoan hồng*" của bọn người tự xưng là "Cách Mạng". Kinh nghiệm đau thương trong cuộc sống đang sờ sờ ra đó đã cho tôi bài học đích đáng về con người cộng sản. Xưa nay tôi không quen nói dối. Nhưng trong xã hội, nhà nước đối với dân lấy sự dối trá làm căn bản thì người thành thật sẽ là người bị thiệt thòi, dại khờ nhất. Tôi không muốn tranh cãi với phường xảo quyệt, nhưng ít ra phản ứng tự nhiên khi đứng trước kẻ thù cực kỳ lưu manh nguy hiểm tôi không còn thơ ngây, dễ tin đem lòng thành đáp lại kẻ dí dá lúc nào cũng luôn dối gạt tôi. Tôi nhìn gã lắc đầu:

- Tôi không giấu thư nào trong người cả.

Gã gắt lên:

- Nếu chị còn ngoan cố. Cách Mạng sẽ thẳng tay trừng trị.

Tôi vẫn không nao núng:

- Nếu anh không tin để chị kia xét người tôi đi. Tôi đưa mắt nhìn người đàn bà đang ngồi sau lưng tôi, chị Luân, nữ công an của trại:

- Chị đưa tôi đi khám đi!

Nói câu này kể ra tôi cũng liều. Nhưng tôi đã định sẵn trong đầu. Nếu bị bắt quả tang, tôi viện cớ giúp người vì lòng nhân đạo. Bất quá tôi bị giam vài ngày, hoặc phải nghe mắng chửi vài câu. Chỉ tội các anh vi phạm, nếu lá thư bị phát giác, không chỉ bị cùm chân mà có thể bị phạt nặng nề vì giọng điệu "*ác ôn, phản động*" của bức thư (sau ngày về Sài Gòn, lúc mở thư xem địa chỉ để đi chuyển, tôi hoảng hồn vì lời lẽ của các anh viết):

- "… *Anh bây giờ như nắm xương khô. Em ra chậm chỉ nhận xác anh thôi…*"

"… *Nếu em ra thăm, em nên mua một chiếc xe đạp. nghe nói trong ấy chỉ 200 đồng, ra đây thăm nuôi rồi em bán được 400, gỡ tiền tàu xe em ạ…*"

"…*Ở trong trại lao động cực khổ lắm. Làm sao anh sống nổi với vài củ khoai lang hay vài khúc khoai mì…*"

"… *Anh nhớ em thật nhiều. Hôn em vạn cái để đền bù những ngày thiếu hụt phải xa nhau…*"

"… *Em đừng dại dột nghe lời xúi bậy đi kinh tế mới nhé…*"

"… *Em liệu gom góp bán hết đồ đạc lo cho thằng Tuấn đi đi…*"

Toàn những tư tưởng… đáng tội chết! Thế mới biết cộng sản chỉ giữ được thể xác của các anh mà không giam được tinh thần bất khuất của các anh.

Cũng may, có lẽ vì đang vác bụng bầu, lại thấy tôi nói cứng, chị ta uể oải khoác tay:

- Thôi, cho chị về. Lần sau chị không được đi linh tinh nữa nhé.

Tôi hú hồn, chào mọi người trong phòng rồi vội vã bước nhanh. Ra tới cổng tôi gặp vài sĩ quan đang lao động gần giếng. Các anh lấm lét nhìn tôi, âu lo như dọ hỏi. Nhưng tôi không dám nói lời nào, chỉ nháy mắt ra hiệu rồi lầm lũi bỏ đi.

Con đường trước mặt dẫn về huyện Thanh Chương, qua khỏi hai ao lớn nuôi cá, nắng buổi sáng soi rõ nước đục ngầu, là đồi trà với hàng cây thẳng tắp, bao công lao bằng mồ hôi và sức lao động của người tù. Đối diện với đồi trà, bên kia đường là ruộng lúa và một khoảng đất rộng dành cho những vườn rau muống. Lẽ đương nhiên cũng là sức lao động của những người tù. Nơi đây tuyệt nhiên không có bóng dáng nhà người dân nào. Vài căn chòi rải rác, chính là trạm gác, nhà ở của công an. Tới ngã ba đầu tiên, một xe cải tiến chở phân, đó là chiếc xe bò bánh gỗ có càng gỗ để người kéo, đang ngược đường lại phía tôi, người đàn ông gò lưng kéo phía trước và một người đẩy phía sau. Dáng người họ gầy gò, hai chiếc nón cố tình đội sụp xuống vẫn không che được khuôn mặt cương nghị, chịu đựng, với làn da xanh xao dưới mắt tôi.

Họ đi bên kia đường, tôi đi bên này đường. Mắt họ nhìn thẳng, vẻ rụt rè cẩn trọng. Còn tôi thì cứ chăm chú quan sát. Lúc khoảng cách gần nhất với tôi, người kéo xe phía trước hỏi:

- Chị có phải là chị Lễ không?

Tôi gật đầu:

- Vâng.

- Chị quẹo về phía phải ngã ba đường, cách 100 mét, anh Lễ đang đợi chị ở đấy.

Tôi chỉ kịp cám ơn, chiếc xe đã vượt qua. Tôi quay đầu lại nhìn. Dù không đọc được con số hay vài chữ nhỏ sau lưng áo hai anh, tôi cũng đoán được đó là dấu hiệu đóng dấu thân phận của người tù. Tôi ngơ ngẩn nhìn theo mường tượng cử chỉ, hành động của hai anh và tôi vừa qua giống như phim gián điệp Hong Kong mà chúng tôi là tài tử đang diễn màn hoạt động giữa lòng đất địch. Tôi thương cảm hai anh, đứng tần ngần nhìn chiếc xe đã khuất xa một lần chót, mới lững thững quẹo vào con đường tay mặt.

Chồng tôi đang đợi tôi tự bao giờ. Sau lưng anh, những bạn tù lố nhố đang cắt cỏ làm phân xanh dưới chân đồi lá. Mọi người vẫn thản nhiên làm việc như không có chuyện gì xảy ra. Còn tôi và chồng tôi gặp nhau trong hoàn cảnh đặc biệt, mọi tư tưởng không diễn tả được bằng lời. Tôi nắm tay chàng, mân mê đôi bàn tay xương xẩu gầy guộc. Phải cả phút sau chàng mới cất tiếng hỏi:

- Tình trạng gia đình và thực trạng xã hội bây giờ như thế nào hả em?

Tôi tóm tắt cho chàng nghe về một số khía cạnh sinh hoạt của gia đình, bằng hữu và xã hội. Cuối cùng tôi kết luận:

- Dân tình ở ngoài hiện nay đói khổ lắm. Ai cũng chán ghét chế độ.

Chàng im lặng trầm ngâm, lắng tai nghe như uống từng lời. Chợt lúc đó một anh bạn tù từ trên đồi đá chạy xuống, hối hả nói với chúng tôi:

- Chị Lễ về ngay, có một tên công an đang đi tới.

Chúng tôi buông tay nhau. Chàng rẽ vào chỗ lao động, còn tôi tất tả men ra con đường cũ.

Đi được một đoạn xa, tôi gặp một tên công an đang đạp xe trờ tới. Thấy tôi, gã xuống xe và đứng chận trước mặt tôi, hỏi:

- Chị vào đây làm gì?

Tôi lắc đầu:

- Tôi có làm gì đâu. Tôi lạc đường nên muốn vào hỏi thăm.

Gã quát to:

- Lạc đường gì! Chị có ý đồ gì ở đây?

Rồi thản nhiên gã giật túi xách của tôi lục soát, không thấy gì gã nhìn trừng trừng vào người tôi soi mói. Cũng may, những bức thư của các người tù tôi đã cẩn thận trao cho anh *"tài xế xe đạp"* vào đón tôi giữ giùm, nên giờ phút này tôi an tâm không lo sợ gì nữa.

Gã gay gắt:

- Chị có biết đây là vùng cấm không?

- Lễ dĩ nhiên tôi không biết. Nếu biết tôi chẳng vào. Rồi tôi phân bua:

- Đầu đường tôi đâu thấy treo bảng cấm.

Gã lườm tôi:

- Chị đừng biện bạch. Mời chị vào văn phòng trại lập biên bản.

Tôi lắc đầu:

- Tôi có tội gì đâu mà phải làm biên bản.

Gã quyết liệt:

- Chị không được ngoan cố. Mời chị đi vào!

Tôi không thèm nói nửa lời, đứng ỳ ra. Lẽ dĩ nhiên, vướng chiếc xe đạp gã không thể kéo tôi đi được, mà cũng không thể vô có bắn tôi tại chỗ vì tội không đáng. Nơi đây vắng vẻ người qua lại, chỉ có tôi và gã. Nếu vì sợ lời hăm dọa, tôi theo gã vào trại, gặp gã Tuân mọi chuyện còn rắc rối hơn. Tôi để mặc cho gã la hét, quát tháo gầm gừ như con cọp dữ, tôi vẫn đứng trơ như đá. Thấy tôi lì lợm, biết không làm sao hơn, trước khi lên xe bỏ đi, gã hạ giọng hỏi tôi một câu:

- Hôm qua chị vào thăm ai thế?

Biết có giấu cũng không xong, vì lát nữa vào trại, gã truy ra cũng biết nên tôi đáp:

- Thăm anh Trần Hữu Lễ.

Gã gật gù:

- Được rồi. Lần sau chị không được phép thăm anh Lễ nữa nhé.

Tôi cũng gật:

- Vâng, ông an tâm. Tôi chẳng thăm nuôi nữa đâu, vì thăm nuôi mệt lắm.

Tuy nói vậy, nhưng một năm sau đó, trước khi vượt biên bỏ nước ra đi, tôi thăm chồng tôi lần cuối. Lúc vào trại tôi bỗng giật mình hay rằng, đối với công an trong trại, tôi bỗng *"nổi tiếng"* với biệt hiệu *"cái chị chạy linh tinh!"*. Hôm gặp tôi lần thứ ba, mới thấy tôi, gã Tuân hỏi:

- Chị là chị Lễ phải không? *"Cái chị chạy linh tinh"* ra chỗ lao động thăm anh Lễ đây mà.

Tôi cười cầu hòa, nói một câu trách khéo;

- Đó không phải "tội" của tôi mà đó chính là "lỗi" của các anh. Từ Sài gòn hơn 1000 cây số lặn lội ra đây, các anh chỉ cho tôi thăm chồng một tiếng; nói

Xem tiếp trang 57

Ngô Thụy Chương
Quê nhà ở đâu ?

mùi rau
hương cỏ
chiều qua
thót mình… chợt hỏi
quê nhà
ở đâu?

Bài thơ "**chợt hỏi**" của bạn thơ Doãn Quốc Vinh trong tuyển tập thơ Lục Bát Tùy Bút.

Vài chữ thật mỏng, vài câu thật ngắn… nghe qua rất nhẹ nhàng, thanh thản, như mùi hương thoáng qua… nhưng không hiểu sao cứ đọng lại trong tâm, cứ da diết trong lòng. Có phải vì lời thơ diễn tả đúng tâm trạng băn khoăn, nhung nhớ về những kỷ niệm nơi quê nhà của những kẻ xa xứ. Hơn 40 năm xa quê hương, dù chưa đủ dài so với chiều dài trang sử Việt, nhưng những năm tháng sống nơi xứ người, một vùng đất tưởng như tạm dung đã dần dà trở thành miền đất hứa, một lúc nào đó ta sẽ tự hỏi: Quê nhà ta ở đâu? Nơi đây hay vùng đất xa xôi đó?

Kể từ ngày miền Nam Việt Nam nổi cơn giông bão, biết bao gia đình phải tứ tán, trôi giạt muôn phương. Nhìn lại bạn bè thân thuộc, mấy ai còn được đoàn tụ dưới một mái nhà hay trong một quốc gia.

Lần nào cũng thế, sau một ngày trời vật lộn trong xã hội Tây phương, buổi tối trở về nhà, chỉ cần bước chân vào căn nhà của mình đã cảm thấy một vùng trời quê hương hiện ra. Bước chân vào nhà để trở về với cuộc sống thật của mình. Căn nhà ấm cúng đã trở thành một quê hương Việt Nam thu hẹp. Đây tấm tranh sơn mài, kia bức hình phong cảnh quê hương. Từ tiếng nói đến hành động và ngay cả bữa ăn hàng ngày cũng rất Việt Nam. Có được những hình ảnh như vậy chính vì quê hương vẫn còn trong ta, trong trái tim, trong dòng máu, trong tâm khảm, trong kỷ niệm.

Này đây hình ảnh quê hương miền Bắc với vịnh Hạ Long hùng vĩ, với núi Tản sông Đà đẹp như một bức tranh sơn thủy. Một thành Thăng Long ngàn năm văn vật còn in dấu bao chiến công oai hùng của dân tộc Việt.

Miền Trung êm đềm cổ kính đã quyến rũ bao người khi dừng chân đến chốn kinh đô. Một người bạn thân khi nói về Huế đã viết:"…*thành phố có dòng sông Hương nước chảy êm đềm, như dải lụa uốn lượn quanh co, có núi Ngự Bình văng vẳng tiếng thông reo khi gió nổi, có đền đài lăng tẩm, có nội thành cổ kính, có giọng nói đặc biệt có một không hai và những từ ngữ … không ở mô có hết*". Đấy Huế đẹp và dễ thương như vậy đó, hỏi ai xa quê mà không nhớ.

Xuôi Nam, bạn sẽ đến miền đất trù phú có những đồng lúa thẳng cánh cò bay, vườn cây trĩu nặng trái ngọt hương thơm, dòng sông màu mỡ phù sa giàu cá tôm đủ loại, có hàng dừa thẳng tắp bờ ao và tiếng ầu ơ giữa buổi trưa hè hay tiếng chuông chùa ngân vang trong buổi hoàng hôn.

Cho tôi lại ngày nào,
trăng lên bằng ngọn cau.
Mẹ tôi ngồi khâu áo bên cây đèn dầu hao
Cha tôi ngồi xem báo, phố xá vắng hiu hiu
Trong đêm mùa khô ráo tôi nghe tiếng còi tàu.

Tranh vẽ: Cát Đơn Sa - Thiếu nữ ba miền

(Kỷ niệm, Phạm Duy)

Mấy ai nghe nhạc phẩm này mà không khỏi xúc động, vì đây chính là vùng trời kỷ niệm quê nhà, là hình ảnh mái ấm gia đình vĩnh cửu trong ký ức của chúng ta. Làm sao quên được nồi bánh chưng chờ đón giao thừa, tiếng pháo đì đùng đón mừng xuân mới và cả gia đình sum họp để chúc thọ ông bà, cha mẹ vào ngày đầu năm. Làm sao quên được những kỷ niệm của thời thơ ấu, của tuổi học trò, của mối tình đầu và những tháng ngày êm ấm hạnh phúc bên người thân yêu. Tất cả những kỷ niệm ấy được gói ghém mang theo trên bước đường tìm tự do, như mớ hành trang vỏn vẹn của những người Việt tha hương. Những kỷ niệm ấy mãi mãi theo chân chúng ta trên mọi nẻo đường.

Cuộc hải hành vạn lý của những thuyền nhân Việt Nam đã trở thành lịch sử. Cuộc hành trình đầy sóng gió nguy hiểm đó là một ấn tích muôn đời cho người Việt, một biểu tượng của tự do và như một lời tuyên bố khẳng định đến toàn thế giới: "Chúng tôi không muốn sống dưới chế độ Cộng sản".

Bất cứ lúc nào, bất cứ ở đâu, ta vẫn có thể kể mãi những câu chuyện thuyền nhân thương tâm và đầy nước mắt. Nhưng thời gian trôi nhanh, ký ức như dừng lại, bóng dáng quê nhà cũng từ từ phai nhạt. Hình ảnh cuộc sống hiện tại, như con đường dẫn đến căn nhà thân yêu hay khu vườn nhỏ sau nhà, là những hình ảnh hiện rõ nhất trong ta.

Đối với thế hệ thứ nhất, quê hương vẫn là giải đất hình chữ S nằm bên bờ Thái Bình Dương. Những điệu ru câu hò, ngôi trường cũ thân yêu, dòng sông hiền hòa uốn khúc nơi quê nhà vẫn là những hình ảnh muôn đời trong tâm khảm. Nhưng với thế hệ nối tiếp thì Paris, Berlin, California, Amsterdam… có lẽ là những địa danh quen thuộc và gần gũi hơn. Vùng đất được coi là tạm dung ngày nào nay dần dà đã trở thành quê hương mới của các thế hệ kế tiếp. Nghĩ thế, chợt lòng khắc khoải bâng khuâng và tự hỏi không biết con cháu ta sống nơi xứ người có còn nhớ đến quê hương hay không? Có còn biết gói những chiếc bánh chưng cho ngày Tết Nguyên Đán? Có biết đến chùa vào các dịp đại lễ? Có biết cúng ông bà vào chiều ba mươi Tết?

Chim có tổ, người có tông
Như cây có cội, như sông có nguồn

Ai sinh ra đều có một quê hương. Dù sống bất cứ nơi đâu, trong bất kỳ hoàn cảnh nào, ta vẫn luôn nhớ về đất mẹ, về nguồn gốc của mình. Người Việt Nam lại có truyền thống kính nhớ tổ tiên. Dù sống xa quê hương và chịu khó học hỏi cái hay của xứ người hầu thích ứng với cuộc sống mới, chúng ta vẫn biết giữ gìn phong tục, tập quán của ông cha. Những ngày lễ Tết được tổ chức hàng năm, những tập quán hay được giữ gìn sẽ là những truyền thống tốt đẹp để truyền giao cho các thế hệ nối tiếp. Được như vậy, dù các thế hệ sau dù sống nơi xứ người, vẫn tìm thấy bóng dáng quê hương.

Dù thời gian có biến đổi, dù cuộc sống nơi đây có an bình và đầy đủ vật chất, tình yêu quê hương vẫn luôn rạt rào trong ta. Niềm tin về một quê hương đổi mới, về một nước Việt Nam thực sự công bình, dân chủ và tôn trọng nhân phẩm con người vẫn là những động lực thúc đẩy bao người tiếp tục tranh đấu cho một Việt Nam tự do và nhân bản. Bên cạnh đó, qua cuộc sống hiện tại với những bận rộn hàng ngày, chúng ta cũng đang hội nhập vào đời sống của quê hương thứ hai.

Chúng ta tin tưởng rằng các thế hệ tiếp nối sẽ không quên phong tục tập quán ông cha để lại. Nhà văn **Doãn Quốc Sỹ,** như một nhà tiên tri, từ hơn nửa thế kỷ trước đã có lời nhắn nhủ chúng ta trong quyển khảo luận **Người Việt Đáng Yêu** (1965):

"Hãy trở về với nguồn dân tộc, với lòng hiếu hạnh vô bờ, tình anh em thắm thiết, tình bạn bè cao quý, tình dân tộc mãnh liệt, thì trong cơn phong ba của đời có như phong ba của đại dương kia, sóng nhô lên thành núi, nhào xuống thành vực, chúng ta có nhỏ như cái chai nhưng là cái chai được giữ gìn cho kín đáo nên mặc cho phong ba gầm thét uy hiếp, cái chai đó vẫn nổi mà không chìm.

Hãy trở về với nguồn dân tộc!" ∎

Tiếp theo trang 56

chưa hết câu chuyện, tôi bắt buộc tìm ra chỗ lao động nói tiếp. Nếu các anh cho thư thả thăm nuôi, chúng tôi đâu quấy rầy thêm. Và tôi cũng định sẵn trong đầu. Nếu kỳ này vượt biên xui xẻo bị bắt giam, có cơ hội tôi sẽ nói một câu: *Đừng trách dân cái "tội" vượt biên mà hãy nhìn rõ cái "lỗi" của nhà nước, tại sao làm cho dân chán ngán phải liều mình bỏ nước ra đi?!* ∎

Anh Trần Hữu Lễ đoàn tụ với vợ tại Thụy Sỹ

THƠ

Nguyễn Song Anh

Nợ sông núi, chí tang bồng

(Nhớ về em tôi: Nguyễn Phú Chấn, Lục lượng 81 Biệt Cách Dù, hy sinh tại chiến trường Phước Long ngày 06.01.1975)

Mười tám tuổi tròn, thư sinh vào quân ngũ
Chí làm trai, binh chủng Biệt Cách Dù
Em vẫn ước giữa trời cao lồng lộng gió
Nở hoa dù thơm Đất Mẹ ngàn thu

Thái sơn nhất trịch khinh hồng mao hề!
Lớp lớp Biệt Cách Dù ta hiên ngang hề!
Giày saut[1], áo trận, mũ xanh hề!
Tung hoành mưa sa, thư sinh hôm qua hề!
Nay hành quân bão táp
Một năm, hai năm, thời gian theo tuổi lính
Đạn pháo quân tiền nào biết hậu phương
Em vẫn đi, đâu cũng rực lửa chiến trường
Mỗi chuyến bay không hẹn giờ sinh tử

Lực lượng Tổng Trừ Bị hề! Không ngơi nghỉ
Mặt trận Phước Long hề! Như thác lũ
Cánh dù ngạo nghễ hề! Khinh pháo giặc
Hoa dù tan nát hề! Em yên ngủ
Bao mươi năm qua rồi, Em yêu!
„Giấy báo tử còn đây" không mộ chí
Rừng cao su Phước Long bao mùa thay lá
Tuổi học trò, tuổi lính, tuổi tình yêu!

Năm anh em cùng một thời quân ngũ
Nặng hành trang súng đạn khoác ba lô
Viết cho Em, đồng đội mấy vần thơ
Nợ sông núi, chí tang bồng chưa thỏa ./.

---

[1] Giày bottes de saut của lính VNCH.

Tác giả lúc ở trại Palawan (1987)

Nguyễn Sĩ Long

VIẾT TỪ PALAWAN

Đôi Lời Giới Thiệu:

Mỗi khi có việc cần xem lại những cuốn Album hoặc một số thư từ cũ tôi thường nhớ về Palawan, một trại Tỵ nạn ở Philippines mà khi tàu chúng tôi đến đã có 3.000 thuyền nhân Việt Nam, được nuôi ăn ở, học chữ, học nghề, học ngoại ngữ và tham gia sinh hoạt thiện nguyện... để chờ đi định cư ở một nước thứ ba khi hồ sơ đã được chấp thuận. Thời gian ở đảo mỗi cá nhân hay gia đình đều khác nhau dưới cách nhìn của các Phái Đoàn Nhận Người Tỵ Nạn đến Trại phỏng vấn. Do vậy đã có người chỉ ở vài ba tháng đã được rời Trại, có người một hai năm, nhưng cũng có người trên năm, bảy năm vẫn chưa được đi định cư đã dần trở nên bình thường vào thời điểm khi tôi còn ở trại cuối năm 1988.

Trong thời gian ở đảo tôi rất siêng viết thư cho vợ con, gia đình và một số bạn bè xa gần. Bên nhà vợ con tôi cũng vậy, vợ còn lưu giữ giấy tờ và thư từ rất kỹ nên sau gần bốn năm gia đình được đoàn tụ, trong số hành lý mang theo đi nước ngoài còn có gói quà đặc biệt là rất nhiều hình ảnh và thư từ mà cho đến bây giờ tôi vẫn chưa xem hết.
Nay đã trên ba thập niên nhưng tôi vẫn cần đến những trang thư ấy để xem cho biết thuở đó, gã thuyền nhân tỵ nạn xa gia đình, xa vợ con đã viết gì từ Palawan hơn ba mươi năm trước?

PALAWAN, 06.06.1987

Hai con của ba thương,
Tối hôm qua ba vừa gởi thư cho mẹ, những người phụ

trách trên tàu đã nhận trên 400 lá thư để gửi giúp về Việt Nam và bà con trên thế giới. Sau gần một tuần lễ rẽ sóng Biển Đông, sáng nay khoảng 7 giờ tàu Cap Anamur cứu người vượt biển đã đến cảng Palawan, Philippines. Hiện ba còn ở trên tàu vì chiều nay lúc 2 giờ các nhân viên người Phi ở cảng chỉ nhận 220 người lên đảo thôi. Vậy là tối nay cơm nước xong (ba làm phụ bếp) lại có thì giờ viết thư cho hai con đây. Ngày mai là chủ nhật rồi nhưng cũng mong là họ vẫn làm việc để đưa ba vào đất liền. Nơi con tàu đang neo đậu xung quanh là những đảo có núi cao và mây trắng phủ đầy như tuyết, nhiều chiếc tàu lớn hai ba tầng đèn sáng ra vào cảng trông như những nhà lầu biết chạy. Nhìn những cảnh này ba lại nhớ mẹ và hai con, tiếc là hôm nay ba chỉ có một mình, giá như có mẹ và hai con thì ba thật hạnh phúc biết mấy.

Có nhiều ngày đêm liền ngồi trên thuyền vượt biển khi chưa được tàu Hải quân Pháp vớt đôi lúc ba nghĩ dại là biết đâu sẽ không gặp lại vợ con nữa, không phải chỉ một mình ba mà ai cũng nghĩ như thế. Đến khi thoát nạn mọi người đều tin có Trời Phật che chở vì hiếm khi hải tặc đã lên tàu mà mình được sống sót.

Ba bốn ngày liền mặt mũi ba thật xơ xác, áo quần dính dầu mỡ vì ngồi bên thùng phuy dầu, lại còn ôm bé Thảo khi cháu không được khỏe và có lúc lo cho bé Trang nữa khi Trang vì quá sợ mà bị ngất sau khi thấy ba tên hải tặc nhanh chóng thu gom tiền bạc nhưng không bắt bớ ai, khoảng chừng 10 phút sau đó họ có vẻ vội vàng xuống tàu và rời đi khi biển trời như đã chìm trong bóng tối, may quá một chỉ vàng ba giấu trong lưng quần nên không mất.

Sau khi tắm rửa trên tàu Pháp ba đã nhận một chiếc áo thun mới. Những thứ ba mang theo đã rơi rớt dần khi chuyển tàu hai ba lần, riêng đồ đeo tay bị tên hải tặc đến gần ba rồi chỉ vào cái đồng hồ, ba hiểu ý rồi rất bình tĩnh đưa cho nó mà chẳng có chút sợ hãi nào và cũng không có gì gọi là tiếc của khi mạng sống của chừng 100 người trên tàu chưa biết ra sao!

Khi sang tàu lớn ba nhận được 4 cái quần áo lót, khăn mặt, kem đánh răng Colgate, bàn chải, đôi dép, xà phòng thơm, 2 quần đùi, 1 dao cạo râu và một ít bì thư và giấy để gửi thư về nhà. Như vậy áo quần mặc trên tàu rất thoải mái, thấy ai cũng chỉ mặc quần đùi và áo lót, thậm chí chỉ mặc chiếc quần đùi thôi. Ngoài ra người ta còn phát nệm, chiếu và mền để nằm; chén, ly, muỗng, nĩa để ăn.

Giờ ba kể cho hai con nghe về việc ăn uống trên tàu. Khi được tàu La Moqueuse mới vớt, các chú đầu bếp Pháp cho ăn trưa cơm nấu nhừ với thịt, buổi tối ăn cháo cá (ăn no tùy thích), buổi sáng uống cà phê sữa (uống thoải mái), thỉnh thoảng họ còn mời thuốc lá nữa. Khi qua tàu lớn buổi sáng họ chỉ phát mỗi người một trái táo, bữa trưa mình nấu cơm ăn với thịt bò, lạp xưởng, pâté, thịt heo, trứng, thịt gà. Có những bữa ăn thịt độn với cơm, nghĩa là cơm ít thịt nhiều, ăn không hết đôi lúc có người phải đổ xuống biển thật là phí phạm. Ở trên tàu gạo thì tha hồ nhưng với bếp điện nên không thể nấu dư thừa được khi khẩu phần ăn trên 600 người. Mấy bữa nay ba phụ trong bếp với một số anh em được cử ra để chia cơm, do vậy các chú trong nhóm cũng đỡ khổ và bé Thảo lúc nào cũng có trứng để ăn những khi Thảo không ăn thịt. Ba nghĩ là tuổi của Trang và Thảo chỉ lớn hơn hai con một chút thôi. Hai cô bé ngoan lắm, ít nói, cả ba chú cháu hình như không ai biết bơi vậy mà bố mẹ Trang Thảo tin tưởng gửi con nhờ ba đưa đi biển thì phải nói là người gửi, người nhận và hai cháu gái trên dưới 15 tuổi ai cũng có sự can đảm phi thường.

Đến nay là ngày thứ 12 ba xa nhà, xa mẹ và hai con, ba nhớ mẹ và hai con lắm. Bù lại ba cũng cảm thấy rất hãnh diện với công việc mà ba mẹ tính toán đã thành. Mẹ đã hy sinh cho ba rất nhiều qua những lần ra đi nhưng không ít lần phải trở về. Lần này ba hứa với các con là sẽ lo cho mẹ và hai con đầy đủ và ngày đoàn tụ càng sớm càng tốt.

Những đêm vừa rồi nằm trên tàu trong chuyến hải hành gần một tuần lễ, người lớn kẻ nhỏ ai cũng nhớ nhà nên kể cho nhau nghe nhiều chuyện trên trời dưới đất để quên đi những lo âu đang chờ ở phía trước, trong đó có chuyện vượt biên. Câu chuyện của ba phải bán căn nhà làm vốn liếng cuối cùng để đi vượt biên, thuê nhà cho vợ con ở lại Sài Gòn rồi ra đi một mình làm mấy chú em trong nhóm cảm phục, họ nói ba phiêu thiệt!

Hai con của ba thương, vắng ba mấy bữa nay chắc trong nhà buồn lắm. Ông nội chắc đã ra Huế rồi, các con có lo lắng cho ba không? Ba cũng nôn nóng và mong được sớm vào đất liền để đi đánh điện tín. Hai bên đều sốt ruột thôi thì huề nhé. Ba đi được là điều hết sức may mắn không thể nói sao cho cạn niềm vui trong khi còn biết bao nhiêu người vẫn tìm cách ra đi và chờ cơ hội.

Ba mẹ muốn lo cho các con nhiều hơn nữa nhưng hiện giờ khả năng của mẹ chắc chưa có. Nay đang dịp hè các con nên học thêm chút đỉnh để khi vào lớp phải học giỏi như khi ba còn ở nhà. Mẹ thì không có thời gian nên chú Ty có nhiệm vụ thay ba để dạy hai con học thêm. Có kết quả mỗi học kỳ nhớ báo cho ba biết để mừng.

Hiện giờ chưa lên đảo nên hai hoặc ba ngày nữa ba mới gởi thư này để mẹ và hai con có địa chỉ để gởi thư cho ba. Sau khi đánh điện tín về nhà, nếu còn tiền ba sẽ mua cho hai con chiếc cặp để đi học trong niên khóa mới (không có thì đành chịu và đừng buồn hai con nghe).

Thư cho hai con tạm dừng nơi đây, có gì ba sẽ viết thêm. Chúc hai con ngoan và sức khỏe, chăm học và luyện thêm tiếng Anh vì có thể dùng đến khi ba mẹ con được ba bảo lãnh ra nước ngoài.

Hôn hai con, Ba.

PALAWAN, 15.06.1987

Em và hai con thương,

Hôm đang ở trên tàu anh đã gởi một lá thư về nhà rồi và sau một ngày nhập trại gởi thêm một thư nữa. Bây giờ thì em chắc cũng đã nhận được điện tín, mừng thì mừng nhưng lo cũng không ít, phải không em? Việc nhà nay không có anh thì em phải quán xuyến mọi điều, thôi cố gắng lên em nhé, đừng buồn nữa, mọi việc và những ngày tháng khó khăn rồi cũng sẽ qua đi, hãy kiên nhẫn và chịu đựng, sự lựa chọn nào cũng có niềm đau.

Đến nay đã được một tuần trên đảo, một vài ngày đầu căng thẳng nghĩ suy và chọn lựa xoay quanh việc đi định cư, nhưng đi nước nào đó là một câu hỏi khó khăn nhất cho những ai mới đến. Có qua đây mới thấy rõ việc định cư dễ hay khó còn tùy theo cách được nhập trại như thế nào: -tấp đảo (có nghĩa là ghe tàu mình đến và tấp vào một đảo của Phi), -hay được tàu vớt (như trường hợp tàu Cap Anamur của Pháp và Đức vớt). Anh sẽ kể cho em nghe rõ như thế này:

-Nếu là tấp đảo thì việc xin đi các nước Mỹ, Úc, Canada có phần dễ dàng hơn vì dù ít dù nhiều ba nước này cũng có liên quan đến người Tỵ nạn như có thân nhân, cựu quân nhân, những người đã có một thời gian làm cho Mỹ …

-Nếu là tàu vớt (như tàu Cap Anamur) thì những người được vớt thuộc trách nhiệm của Pháp và Đức phải lo cho đi định cư.

Vì vậy nếu tàu anh đi từ Cần Thơ một mạch tới Bidong, Galang hay Palawan thì việc đi Mỹ, Úc hay Canada rất dễ, có thể từ 6 đến 8 tháng là đi thôi. Ngược lại, nếu anh được tàu Pháp và Đức vớt thì việc xin đi ba nước kể trên rất là khó khăn, có thể chờ từ ba, bốn năm chưa thể đi được vì Mỹ, Úc và Canada xét rất khó, bởi một điều rất dễ hiểu là ai cũng muốn đến các nước giàu mạnh.

Do đó, anh được vớt là tàu Cap Anamur của Pháp và Đức thì họ phải có trách nhiệm phải lo cho mình đi định cư tùy theo sự lựa chọn giữa Pháp hay Đức mà thôi. Nếu ai cứ khăng khăng chờ Mỹ, Úc hoặc Canada phỏng vấn thì trong khi chờ đợi nhớ mua cây dừa trồng trước nhà, khi nào có trái ăn rồi hãy đi thì cũng chưa… muộn, anh mới đến đảo chỉ một tuần thôi mà đã biết đồng bào tỵ nạn còn có thêm một nhóm đặc biệt là "diện trồng dừa" nữa.

Ngày 11.6 vừa rồi có 200 người đi Pháp, họ xuống chiếc tàu đã chở trên 600 người vào cảng Palawan mấy ngày trước, đó là chiếc Rose Schiaffino để ra khơi trưa hôm đó. Trong chuyến đi này có Trang, Thảo con gái anh chị Cúc. Các cháu nhỏ đi Pháp thì có tương lai, được chính phủ bảo trợ ăn học và nghề nghiệp, còn người lớn tuổi như anh được biết ở Pháp công ăn việc làm rất khó khăn, lại thêm chuyện bảo lãnh gia đình vợ con ở Việt Nam là không hề dễ dàng.

Trong mấy ngày đặt chân lên đảo đầu óc rất căng thẳng là vì thế, nó đặt cho mình một lựa chọn là Pháp hay Đức. Cuối cùng anh chọn Đức vì đành chịu ở đảo từ 4 đến 6 tháng hay ít hơn để được đi Đức với mong muốn bảo lãnh vợ con được nhanh chóng là đúng ý mình hơn cả, với lại đời sống và trợ cấp ở Đức cao hơn, lâu dài hơn. Các anh người Việt theo tàu đi cứu người tỵ nạn nói như thế này:

-những người qua Đức được học tiếng Đức một năm, trong khi học được phân phối nhà ở, được trợ cấp cao (có dư) và được trang bị mọi phương tiện để sinh hoạt, trong khi đi học không được làm bất cứ việc gì khác, vậy mà cũng có dư tiền để gởi về nhà.

Ngày hôm qua anh có tên trong danh sách khoảng gần 40 người được gởi đi Manila (Tòa Đại sứ Tây Đức ở Manila) để xin thêm Visa, hy vọng chưa tới 6 tháng những ai được đăng ký sẽ lên đường sang Tây Đức. Em cứ yên tâm chờ đợi, sớm muộn gì anh cũng đi thôi, đi Pháp và Đức coi như ưu tiên cho những người được tàu Cap Anamur vớt.

Những ngày ở trên tàu Rose Schiaffino anh cứ tưởng tượng Palawan là một đảo hiu quạnh, ít người, ghê rợn như có người bàn tán. Trái lại không phải thế, đảo cũng khá rộng. Trại tỵ nạn người Việt nằm cạnh sân bay, sát bờ biển và cách trung tâm thành phố chừng 4 km, từ trại đến phố chỉ mất 2 Pesos (bằng 80 đ VN). Ở phố chính có chợ, siêu thị, nhà hàng. Các cửa hàng, siêu thị hàng gì cũng có, những người ở lâu họ nói giá cả ở Palawan cao hơn so với Việt Nam.

Hiện trại Palawan có chừng 3.000 người Việt, mỗi hộ trung bình từ 8 đến 10 người ở trong một căn nhà chừng 18m2, có bếp và sàn nước. Nhà có hai phòng và một cái gác nhỏ, anh và Huy Thanh (cũng người Sài Gòn) được chia về khu 4 nhà chị Trang (người Phú Khánh), chị là người vui tính, có bốn chú thiếu niên khoảng chừng 15, 17 tuổi ở chung. Chị Trang hiện có cháu nhỏ ba tháng, chồng chị qua Úc trước và chị cũng sắp đi trong vài tháng tới.

Khu vực anh ở gần trung tâm, có cơ quan làm việc cùng nhiều ban ngành, nhà Thờ, Chùa, thư viện, 2 quán cà phê và nhà phát thực phẩm nên là rất tiện lợi và sạch sẽ, mỗi tối ăn cơm xong có thể đi qua bên kia đường là tới thư viện, đến chùa Vạn Đức cũng không xa.

Về ăn uống hàng ngày vào sáng thứ hai lãnh gạo cho cả tuần (khoảng 15 lon/tuần), còn thức ăn thì 9 giờ mỗi sáng phải đi lãnh, hai tuần mới nhập phiếu thực phẩm chung với hộ mình ở. Nói tóm lại ăn uống thì tạm được, bình thường như ở nhà mình, bữa nay cá thì mai thịt, trứng, mỗi tháng có cấp đường để nấu chè một lần, có củi để đun nhưng không đủ phải mua thêm.

Hai hôm nay tinh thần được ổn đôi chút nên mới viết và kể lể lê thê như rứa. Sáng nay đã học giờ tiếng Đức đầu tiên, tối về học bài và học thêm tiếng Anh. Tóm lại ở đây chỉ việc ăn và học, xách nước, viết thư, thỉnh thoảng làm thơ cho đỡ trống vắng, ngoài ra đừng nghĩ, đừng lo thì tinh thần được bình yên. Anh sẽ hết sức cố gắng học cho có kết quả, hy vọng là như thế.

Anh đi trong đợt vừa qua thật là may mắn vì được tàu vớt trong chuyến cuối cùng của năm nay. Hôm 11.6 tàu chở 200 người đi Pháp là họ về luôn kể cả những con tàu con như La Moqueuse đã vớt anh, lại nghe tin các đảo ở Indonesia và Mã Lai cũng vậy nên xem ra việc đi đứng trong cuối năm nay rất khó. Các nước thứ ba thì không muốn nhận thêm người Tỵ nạn nữa nên các trại quá đông, anh qua đây rồi mới hú hồn hú vía vì có quá nhiều hiểm nguy như đã chờ sẵn trên đường đi. Có chuyến chỉ còn một người duy nhất sống sót, có chuyến tàu hư máy lênh đênh trên biển 91 ngày đêm, chỉ còn một vài người được may mắn cứu thoát.

16.06: Hồi tối viết chưa xong thì trời đã khuya, điện chỉ có lúc 5 giờ chiều đến 9 giờ tối là cúp, mọi gia đình ai muốn học hoặc thức khuya đều phải thắp đèn dầu. Và bên ngọn đèn dầu leo lét chẳng khác gì ở nhà những đêm cúp điện anh lại thao thức khó ngủ, phần thì nhớ em nhớ con, phần thì hai quán nhạc cà phê réo rắt những tiếng hát giọng vàng như Khánh Ly, Lệ Thu, Elvis Phương, Hương Lan...với những bài hát từ cái thời xa xưa mấy chục năm nay lại vọng về làm cho mình nhớ và buồn làm sao! Nhà lại nằm cạnh bờ biển chưa tới hai trăm mét nên về khuya khi không gian tĩnh lặng thường nghe được tiếng sóng rì rào vỗ về làm thêm nhiều nỗi thao thức nhớ nhà. Đến sáng chưa dậy, mắt chưa mở hẳn thì nhạc đã lọt vô mùng, vậy là phải nán lại đôi chút để thưởng thức, không nghe cũng không được.

Hiện nay Văn phòng Cao Ủy chưa lập hồ sơ cá nhân nên chưa biết phải gởi giấy tờ gì qua. Khi nào có thư anh cần gì rồi em gởi sau cũng được. Ở trại có ba ngày nhận thư gởi đi và có ba ngày để phát thư cho đồng bào. Thấy người ta nô nức đi nhận thư mà nôn quá, cứ ước gì có một lá thư nhà thì vui biết mấy, bởi thế ngay sau khi nhận lá thư này, anh không cần bất cứ gì khác hơn là thư em, thư con và thư nhà... nhớ viết cho anh biết đầy đủ những gì từ khi anh đi đến giờ ba mẹ con thế nào và cuộc sống buồn vui ra sao?

Luôn cầu mong cho em và hai con sức khỏe. Bên này anh đợi thư từng ngày từng giờ kể cả trong giấc ngủ cũng chập chờn ánh mắt em trên từng trang giấy nhạt nhòa nước mắt yêu thương.

Hôn em và hai con. ∎

THƠ

Nguyễn An Bình

SÂN THIỀN TRỔ HOA

Đã nghe trời đất sang mùa
Không gian tĩnh lặng chuông chùa vọng ngân
Hương trầm một thoáng bâng khuâng
Buồn vui cũng chỉ có ngần đó thôi.

Chỉ cần neo một tiếng cười
Bước chân hành giả cũng ngời sắc xuân
Hoa khai kết nụ duyên lành
Tiếng chim rộn hót chuyền cành chào tôi.

Kiếp người mây nổi bèo trôi
Bão giông qua bến sông đời truân chuyên
Mở lòng buông bỏ muộn phiền
Sáng nay nắng sớm sân thiền trổ hoa ./.

Song Thư TTH

Như lá thu riu rắt

> Trong cuộc sống, đôi khi sự quyết định của ai đó cũng có thể làm thay đổi số phận của mình.

Đó là một ngày mẹ Phong đến gặp tôi. Bà nói:

- Hôm nay, bác đến gặp cháu để nói một việc quan trọng liên quan giữa Phong, con trai bác và cháu. Cách đây hai năm, Phong đi du học ở Pháp, chỉ một tháng rưỡi sau thì xảy ra biến cố 30.04.1975. Bác biết, Phong rất thương cháu, vì trước khi du học nó cứ nằng nặc với bác xin được làm đám hỏi với cháu, ý là muốn giữ cháu để chờ đợi ngày Phong thành tài trở về. Nhưng lúc đó bác không chịu, vì thấy hai đứa còn nhỏ, chỉ mới ở ngưỡng cửa đại học, phải lo học hành trước rồi mới tính việc lập gia đình sau. Không ngờ thời thế đổi thay. Gia đình bác tính chuyện vượt biên, thấy Phong vẫn rất thương cháu và cháu vẫn chung thủy với Phong nên bác có ý định là sẽ lo cho cháu vượt biên cùng, để qua sum họp với Phong. Chẳng hay ý cháu thế nào?

Tôi thật bất ngờ, nhất thời chưa biết trả lời thế nào. Tuy nhiên tôi biết rõ rằng mình đang rất vui mừng, vì cha mẹ Phong thương muốn tác hợp cho chúng tôi mà tính chuyện đưa tôi vượt biên. Hai bác đã giải tỏa nỗi lòng của tôi bấy lâu nay; khi trước đó, trong đầu tôi cũng manh nha tính chuyện vượt biên nhưng còn ngại ngùng mang tai tiếng tự đi qua với Phong. Tất nhiên điều chính yếu, là khi đó, ai ra đi cũng mong muốn tìm con đường tự do, con đường tương lai khi cuộc sống bấy giờ thật bế tắc, mịt mờ. Tôi trả lời một cách ngập ngừng:

- Dạ thưa bác cháu bằng lòng, nhưng...

Mẹ Phong tiếp lời tôi:

- Bác biết là con còn ngại về phía cha mẹ của con. Bác cũng tính ra miền Trung làm lễ hỏi rồi mới đưa cháu đi, nhưng tính tới tính lui thấy không ổn. Bác chỉ ngại lộ việc vượt biên và hơn nữa không biết ý cha mẹ cháu thế nào. Chi bằng cứ giấu việc cháu ra đi, nhưng bác cũng không thể ngang xương dẫn con gái nhà người khơi khơi như vậy. Bác sẽ nói chuyện rõ ràng với Ông Cụ - người bảo hộ mà cha mẹ cháu gởi gắm và rất tin cậy khi cháu ở Sài Gòn học. Khi nào mọi việc ổn thỏa, Cụ sẽ báo tin thì cha mẹ cháu mới không trách bác.

Chuyện vượt biên cũng rất nhiêu khê, không phải tính là thực hiện được ngay; nhất là gia đình Phong rất đông người, nào là bà nội, bà ngoại và cả đàn em bảy tám đứa nên phải tính toán sắp xếp chia ra từng đợt mà đi; nếu có sơ suất gì thì còn của, còn người bên ngoài lo tiếp tục.

Trong khoảng hơn một năm cùng với mẹ Phong tìm chỗ vượt biên, có lần tôi và em trai Phong xuống tận mũi Cà Mau trụ hai ba ngày chờ tàu nhưng rồi lại trở về không; nhóm khác thì một đứa em trai lớn của Phong bị tù tội, bảo lãnh trở ra rồi lại tìm đường vượt biên tiếp tục. Thời gian chờ đợi tôi đi học tiếng Pháp tại tư gia cô giáo già. Trong ngôi biệt thự cổ kính của cô, vừa dạy tôi cô còn lom khom nhặt thóc trên cái nia đặt trên bàn chiết từ 9 kg gạo tiêu chuẩn hằng tháng cho mỗi đầu người. Một lần tôi thắc mắc hỏi bài, cô giáo giật mình ngẩng lên: "Hả! Cái gì?"

Học được vài tháng, mẹ Phong báo tin chỗ vượt biên sắp khởi hành. Khi đó gặp dịp cận Tết, tôi xin phép trở về miền Trung thăm gia đình lần cuối. Đó là những ngày thật hạnh phúc đối với tôi, song bên cạnh đó, lòng tôi có cái gì xao xuyến, trắc ẩn bên trong khi tôi đang giấu mẹ cha một điều quan trọng và biết rằng tôi sắp phải xa cha mẹ từ đây.

Mới được một tuần, mùng 2 Tết tôi nhận điện báo "vào gấp". Đã được mẹ Phong dặn dò, tôi hiểu phải vào Sài Gòn gấp để vượt biên. Sáng mùng 3 Tết, tôi quá giang xe một người bà con ngoài Bắc đi công tác vào Sài gòn. Đứng trước mặt cha mẹ, cầm hành lý trên tay tôi cố kìm sự xúc động cực điểm chỉ trực dâng trào. Có lẽ ngay ngày Tết tôi đi, không vui vầy trọn vẹn nên cha mẹ càng xót xa, thương nhớ con lúc giã từ. Tôi nhìn sâu hai gương mặt thân thương ấy như lưu giữ hình ảnh cuối cùng. Đôi mắt cha mẹ rưng rưng như có làn sương khói phủ mờ mường tượng như màu xam xám của khói lam chiều. Qua màu mắt ấy, tôi phát hiện cha mẹ đã già!

Vào đến Sài gòn, tôi tức tốc đến gặp mẹ Phong mới hỡi ôi chuyến vượt biên đình lại, khi nào có tin chính xác họ sẽ báo. Tôi tiếc hùi hụi nhưng chẳng lẽ quay về. Nhưng gần 1 tháng sau, một hôm mẹ Phong dặn dò tôi 3 ngày nữa thu xếp đồ đạc thật gọn trong túi xách nhỏ đến ngủ tại nhà bà để đêm đó xuất phát.

Nửa đêm đó, cả nhà lặng lẽ đi bộ ra bến xe ở đường Pétrus Ký cũng gần nhà để đi Rạch Giá. Đến nơi, chúng tôi tập trung tại nhà máy xay lúa số 3 để chờ tàu. Tại đây có đến mấy trăm người, chúng tôi được sắp xếp trong một nhà kho lớn, từng hộ riêng biệt san sát nằm ngồi trên những tấm bạt trải sẵn. Hằng ngày ban tổ chức nấu ăn phân phát cho từng hộ. Tôi chỉ còn nhớ đến tô cơm vì nó khô khốc, đôi chỗ còn lẫn vài hạt cơm sượng chưa chín. Sau đó mới biết, nước ngọt ở đây rất hiếm, lại nấu số đông nên họ ngâm gạo trong nước cho thấm rồi lấy nước sông đun lên hấp cơm chín từ hơi. Muốn tắm, người ta phải mua từng thùng nước cũng bộn tiền. Tôi và hai cô bạn cùng hộ, nhỏ tuổi hơn chỉ việc hằng ngày nhảy ùm xuống sông Kiên, chỉ ngay phía trước đó thôi. Tuy dòng sông hơi đục màu vàng phù sa, lại thỉnh thoảng thấy… "nó" hòa màu nổi lềnh bềnh trên dòng nước, nhưng giải quyết trước mắt việc tắm táp, tiết kiệm được tiền bạc.

Sau gần một tuần chờ đợi rồi tàu cũng đến. Đây là con tàu vượt biên bán chính thức, do chính sách nhà nước cộng sản cho phép người Hoa rời khỏi Việt Nam. Lợi dụng cơ hội đó, người Việt Nam cũng đăng ký xen lẫn; điều kiện phải đóng mỗi đầu người 10 cây vàng, một tấm ảnh kiểu căn cước và tên tuổi đầy đủ. Người Việt nào có họ không giống của người Hoa thì chỉ việc sửa lại một họ nào đó cho giống để thủ tục hợp lệ.

Con tàu có tên KG3339, KG nghĩa là Kiên Giang. Sức chứa khoảng 500 người xếp theo kiểu… mắm mòi. Con tàu bắt đầu khởi hành, có tàu công an đi kèm. Đó là một ngày rơi vào tháng 3.1979. Chạy được một lúc, tàu bị mắc cạn ở một khúc sông, không còn xê dịch vào đâu được; vì chở quá tải, lại gặp khúc sông hơi cạn, nên tất cả mọi người trên tàu đều phải xuống hết và họ kiểm soát chặt chẽ lại danh sách chính thức từng người có hình ảnh, tên tuổi đầy đủ mới cho lên tàu rồi khởi hành tiếp tục.

Tàu công an hộ tống con tàu KG3339 ra đến hải phận quốc tế thì quay về. Từ đây, con tàu chúng tôi trôi nổi theo số phận của nó. Tôi không còn nhớ vào ngày thứ mấy kể từ khi xuất phát chúng tôi gặp thuyền hải tặc Thái Lan đầu tiên.

Bọn chúng đen đúa, có đứa mình trần trùng trục, hùng hổ nhảy sang tàu. Chúng xua tay ra hiệu một số người ngồi ở đầu khoang ra boong tàu để nới lỏng dễ dàng cho chúng qua lại và lục soát. Miệng đứa nào đứa nấy đều nói mỗi chữ "Năng" liên hồi giục giã, không hiểu là cái quái gì (mãi hơn 20 năm sau, hỏi một người Thái Lan mới biết là "Nhanh lên.")

Một thằng đến chỗ tôi, chưa kịp để nó nói chữ năng, tôi cùng lúc hai tay móc hết đồ trong hai túi áo bà ba xòe ra cho nó thấy. Gặp người thật lòng "hợp tác" lại không thấy gì, nó chuyển sang người khác vì còn quá đông người cho nó kiếm chác.

Khi đã cướp bóc một số lớn vì là chuyến tàu gồm nhiều người Hoa mang hết tài sản ra đi và người Việt đều giàu có và nếu đi cả gia đình họ cũng mang toàn bộ tài sản theo. Sau khi chúng rút lui, bỏ lại tàn tích lục bới một đống đồ ngổn ngang như đống rác, những nét mặt bơ phờ, chưa xóa hết nỗi sợ hãi thì chẳng bao lâu lại có thuyền hải tặc khác tấp vào. Cứ thế, mà chỉ nội ngày hôm đó biết bao thuyền hải tặc thăm viếng chúng tôi.

Đúng là cái thuyền ăn cướp đầu tiên "mở hàng" đắt quá. Tôi nghe có tiếng chửi thề: "Má nó! Đã đến cướp tàu mình còn thông báo cho đồng bọn tới cướp nữa". Quả như vậy, vì có lúc tôi thấy cả 3 con thuyền hải tặc đến cùng lúc bao vây tàu chúng tôi. Tất cả bọn chúng đều một giọng điệu là chữ "Năng" trong lúc lục soát người. Tôi cứ "bổn cũ" mà làm nên không việc gì.

Nhưng có một lần khi bọn cướp đi rồi, tôi thấy xây xẩm nên thò tay vào túi moi hết mấy thứ lỉnh kỉnh không tên để tìm chai dầu cù là. Bất ngờ trong mấy thứ không tên, tôi chợt thấy một cái "có tên". Đó là tờ 100$ Mỹ. Thì ra vì say sóng, đói khát, sợ hãi mà tôi quên khuấy nó luôn nên cử chỉ cũng thản nhiên khi móc túi đưa mấy thứ lẫn lộn cho tụi hải tặc xem, và tụi nó xớn xác không thấy. Bây giờ biết rồi, tôi không dám để trong túi nữa mà gấp thật nhỏ tờ đô la rồi nhét vào khe tàu, nhớ vị trí của nó để sau này lấy lại.

Đã qua 3 ngày, tình trạng thiếu nước uống trầm trọng. Để duy trì sự sống cho mấy trăm người trên tàu, một người đàn ông trong ban tổ chức đến đút cho mỗi người vài muỗng nước nhỏ chỉ đủ thấm môi và vòm họng khô khốc. Tôi không cảm giác có giọt nước nào trôi qua cuống họng. Bên cạnh đó, tình trạng hải tặc đến cướp bóc vẫn xảy ra liên tục.

Có lần tụi hải tặc đến, nhằm lúc tôi đang ngồi ngoài boong tàu cho thoáng. Khi đó có mặt mười mấy người đàn ông, chỉ có tôi là con gái. Chúng bắt tất cả đứng lên rồi đến từng người bắt tuột cả quần xuống tận chân "trống lốc trống lơ" để xét. Tôi đứng gần vòng cuối, thấy cảnh đó mà điếng cả người, xấu hổ độn thổ chết được. Tôi vừa run vừa suy tính, cho đến khi tên hải tặc đứng trước mặt tôi. Chiếc quần đen dây thun bây giờ rộng thùng thình vì cái bụng xẹp lép nên thay vì kéo cái lưng quần xuống tôi lại kéo ngang, căng ra tạo thành một khoảng hổng lớn cho tên đó "nhìn" vào. Thế là tôi thoát cảnh dở khóc dở cười ở trên!

Tình trạng bây giờ đã hết nước uống và xăng tàu sắp hết. Hai người bị chết, đành quăng xuống biển. Thuyền hải tặc vẫn xoay quần chóng mặt, tính lúc này cũng phải 17,18 lần bị chúng cướp bóc. Một thuyền sau khi phủ phê thu được của cải, trước khi rút lui họ quăng cho chúng tôi mấy giỏ cần xé lớn nước đá cục trên boong tàu mà bọn chúng dùng để ướp cá.

Lập tức một cảnh xô xát dữ dội xảy ra. Những người đứng sẵn ở boong tàu, trong đó có tôi, nhưng tôi chỉ đứng im chứng kiến và giữa những người trong khoang tàu xô đẩy chạy ra và một cảnh hỗn loạn giành giật những cục nước đá vì đó là cách duy nhất để duy trì sự sống.

Con tàu tròng trành dữ dội. Giữa lúc đó có tiếng kêu lớn liên hồi, giọng đặc sệt tiếng Bắc của người đàn bà nào đó:

- Ối giời! Nó nghiêng! Nó nghiêng! Nghiêng bên này rồi! Ối giời! Lại nghiêng bên kia. Ối giời, Ối giời nghiêng bên phải lại nghiêng bên trái. Ối giời ơi! Tàu sắp chìm rồi! Chìm rồi!

- Mụ kia! Có im không!

Lúc đó, để giải quyết nguy cơ có thể lật tàu do hỗn loạn, mấy người thủy thủ chận đám người liều mạng giành giật, số khác cầm ngay lấy các giỏ cần xé nước đá ném luôn xuống biển. Mọi người ồ lên thất vọng rồi thểu não trở về chỗ.

Bấy giờ lộ ra người đàn bà kêu réo vừa rồi. Đó là người đàn bà to béo, đang ngồi bệt trên sàn boong tàu, trước mặt là mấy cây vải đủ màu. Con tàu giờ đây đã hết nước, hết xăng không chạy được nữa để mặc cho nó trôi, không còn phương hướng.

Giữa cảnh thập tử nhất sinh, mấy người đàn ông chợt thấy những cây vải liền nảy ra sáng kiến, họ đến giật lấy một cây vải của người đàn bà xé toạc ra thành một khúc vải dài. Người đàn bà lại la làng:

- Ối giời ơi! Trông xuống mà coi chúng cướp vải của bà! Chúng ăn cướp còn hơn bọn hải tặc nữa cơ!

- Mụ kia! Chết đến nơi rồi mà còn tiếc của. Bộ tính để dành mấy khúc vải này quấn xác bà quăng xuống biển sao hả!

Mặc cho bà ta cứ tiếp tục la làng, họ căng tấm vải viết lên ba chữ thật lớn SOS, hai đầu cột vào hai cây gậy rồi đưa cao lên phất phất. Chữ này là tín hiệu cầu cứu khẩn cấp khi gặp nguy cơ, phổ biến sử dụng trên toàn thế giới xuất phát từ năm 1912 sau khi con tàu Titanic bị đắm. Câu chuyện thảm họa về con tàu lịch sử này; trong khi mọi người chạy ngược chạy xuôi lúc tàu sắp đắm để tìm con đường sống thì một nhóm đàn ông thản nhiên chấp nhận cái chết, và họ đứng ở một góc trên boong tàu thổi nhạc, hát lên những lời cầu nguyện cuối cùng đến Chúa. Từ đó ba chữ SOS ra đời.

Đáng thương cho người đàn bà gàn dở, khi vẫn tiếp tục rủa xả. Bà làm sao hiểu được việc làm của những người đàn ông đang cứu nguy cho con tàu; làm sao hiểu được ý nghĩa vô cùng quan trọng của ba chữ SOS "Save Our Souls"- "Xin hãy cứu rỗi linh hồn chúng con"; nhưng trong tình huống hiện giờ của chúng tôi phải đổi là "Save Our Ship"- "Hãy cứu con tàu chúng tôi" - vì tất cả chúng tôi là những con người đang khao khát sống!

Thế rồi, tàu chúng tôi cứ trôi lênh đênh như vậy. Nhưng bất ngờ xa xa thấy một dải đen xam xám, mọi người mừng rỡ reo lên thấy đất liền rồi. Và cùng lúc ấy, từ xa trên biển cả mênh mông một cái gì đó đang di động về hướng chúng tôi. Càng đến gần nhận ra đó là một con tàu rất lớn như cái cao ốc đang di chuyển trên biển.

Họ nói từ xa thấy cái gì đo đỏ phấp phới, bắt ống dòm mới biết tàu đang cầu cứu. Khi biết tình trạng, họ bơm xăng cho con tàu và cung cấp nước đầy đủ rồi cột dây vào con tàu chúng tôi kéo đi. Mọi người nghĩ là họ sẽ kéo tàu chúng tôi vào bờ vì đã thấy đất liền xa xa. Nhưng không, kéo được một lúc mới thấy càng xa bờ, con tàu chúng tôi bị ra tít ngoài khơi và bất ngờ họ cắt dây. Bây giờ mới vỡ lẽ họ chỉ cứu để chúng tôi đi tiếp nơi khác, chứ không muốn cho vào đất nước họ.

Lúc đó là buổi trưa ngày thứ năm, sau 18 lần gặp cướp bây giờ không thấy nữa. Tàu lấy lại phương hướng và đi tiếp. Đến tối ngày hôm đó chúng tôi tấp được vào một bãi biển.

Trong đêm tối đen, chúng tôi âm thầm, lén lút, lặng lẽ, lò dò nhảy xuống biển lội vào bờ và người ta bảo nhau phá vỡ con tàu vì kinh nghiệm trải qua vừa rồi sợ rằng con tàu còn nguyên họ sẽ kéo chúng tôi ra khơi lại.

Nguồn hình: vietbao.com

Vừa lội vào bờ và khi bước chân đầu tiên đạp trên đất liền tôi lập tức ngồi sụp xuống vì cảm giác đất trời như nghiêng ngả quay cuồng. Người kinh nghiệm đi biển nói là sau khi lênh đênh nhiều ngày trên biển, ai không quen sẽ có cảm giác đó gọi là say đất. Đến được bến bờ, nhưng một cô gái lại bị chết trôi trong khi từ tàu nhảy xuống biển.

Con tàu bị phá nằm ụ lại đó. Nửa đêm mọi người lại soi đèn lên tàu để kiếm lại của cải. Sau 18 lần bị cướp nhưng của cải giấu trên tàu vẫn còn rất nhiều, một số người lục lọi kiếm được vàng lá, nữ trang bằng vàng, đô la giấu ở khắp nơi. Đó là chưa kể những người nuốt dây chuyền, giấu hột xoàn ở bộ phận kín của phụ nữ. Thậm chí một bà có thai 4,5 tháng rồi còn nuốt nguyên sợi dây chuyền lớn với mặt thánh giá góc cạnh nhọn, không hiểu sao nó có thể lọt được qua cuống họng.

Ngay đêm mấy trăm người "đổ bộ" lên bờ biển, mọi người lấy gạo (bị dính dầu nhớt), đồ hộp trên tàu nấu nướng ăn uống một bữa thật no nê, mặc dù gạo rửa sạch, ăn cơm vẫn còn mùi hăng hắc, vẫn thấy ngon bù lại những ngày đói khát và sau đó ra bụi cây phóng uế sục bới... "vàng" để tìm vàng!

Dù sao đó cũng là may mắn cho đàn bà, con gái trên tàu sau 18 lần bị cướp vẫn không hề bị hãm hiếp. Đám hải tặc chỉ cần hai nhu cầu thiết yếu của cải và đàn bà nhưng khi tối mày tối mặt phủ phê cướp được vàng bạc thì chúng lo rút lui nhanh để chia chiến lợi phẩm.

Còn tôi đến sáng sớm hôm sau mới dám lò dò theo những người lên tàu để kiếm đồ. Tôi ngây ngô đến mức chỉ tìm những đồ đạc của mình, chạy lại vị trí ở chỗ hốc khe tàu tìm lại 100$ đô Mỹ giấu hôm đó, không tìm thấy thì thôi, lại xoay qua tìm quần áo, chỉ thấy còn mỗi một bộ, lúc đó sợ không đủ đồ thay tôi mới nhặt thêm một cái áo của ai đó.

Mãi đến trưa hôm đó, những người lính Mã Lai gác biên hải mới phát hiện mấy trăm người vượt biên đổ bộ lên bãi biển nên họ bị cấp trên phạt cúp 1 tháng lương.

Những buổi chiều, tôi hay đi loanh quanh nhìn các lều cắm của người tị nạn xem sự sinh hoạt và cuối cùng lên một gò đất có nhiều cây phi lao ngồi dưới bóng râm nhìn ra biển.

Thăm thẳm giữa mây trời xanh và làn nước biếc là một vạch ngang chân trời. Tôi tự hỏi ở chân trời đó, đâu là lãnh thổ Việt Nam và nhận ra cái gì khi đã mất, chia xa mình mới nghĩ đến, mới thấy xót xa chạnh lòng. Tôi chỉ là người bình thường còn mang nỗi niềm biệt xứ, huống chi các vị vua nhà Nguyễn; vì giữ nước chống Pháp đã bị họ lưu đày: như vua Hàm Nghi bị đày đến xứ Algérie, Bắc Phi; vua cha Thành Thái và vua con Duy Tân cùng bị đày qua Réunion thì nỗi hờn vong quốc của các vị ấy còn thống khổ ngần nào!

Rồi tôi nhớ đến cha mẹ, công ơn sanh thành dưỡng dục. Trong khi người ta ra đi giấu của cải, tài sản trong người; còn tôi ra đi chỉ với hai bàn tay trắng vì cha mẹ không hay; hơn nữa tôi không mang những gì cha mẹ cho riêng tôi để sinh sống trong thời gian ở Sài Gòn; cái quí nhất mà tôi mang theo chỉ là hình ảnh mẹ cha luôn canh cánh bên lòng và tôi giấu thật sâu trong tận đáy tim tôi. Lòng tôi xoắn lại, nhớ buổi từ giã cuối cùng hôm ấy và đôi mắt cha mẹ già rưng rưng.

Ngày ấy!
Con đi gởi lại trời thương nhớ,
Khắc khoải mẹ cha mỏi mắt chờ!
Lần ra đi ấy con không hẹn ngày về!

Khoảng một tuần sau, chính quyền Mã Lai cho xe chở chúng tôi chuyển đến một trại tị nạn ở vùng biển gọi là Cây Dương vì ở đây có rất nhiều loại cây đó mọc trải dài dọc theo bờ biển. Điều bất ngờ là tại đây cha mẹ Phong gặp được gia đình là nhóm thứ hai đi trước đó; gồm bà Nội Phong, người em trai kế và hai đứa em gái. Thật không kể xiết nỗi vui mừng đoàn tụ và biết tất cả đều bình an.

Tại đây, người ta đã dựng sẵn những dãy nhà chòi, mái lợp tranh, giường tre, sau lưng và hai bên hông lợp phên, từng hộ ở muốn kín đáo thì tự kiếm tấm bạt che chắn lại cho riêng tư. Hằng ngày đi nhận từng thùng supply đồ ăn đóng hộp. Ăn mãi cũng ngán nên mấy con trai trong nhóm thường rủ rê đi lén vào làng mua thực phẩm, hoặc vật dụng cần thiết khác.

Do hai nhóm họp lại càng thêm đông người, nên công việc chia đều rõ ràng: con trai xách nước đổ vào lu; đốn củi chất thành một khối lớn trên đường đi giữa hai dãy nhà gần chỗ giường tôi. Còn tôi và một cô nữa phụ trách nấu nướng, hai cô khác rửa chén; vào mỗi buổi sáng, giặt đồ cho mười mấy người cũng từ ba cô này trong đó có tôi.

Một hôm, em trai Phong mang về một con cá khá lớn câu lén ở đâu đó. Bà Nội đưa cho tôi bảo đi làm cá. Nhìn con cá mà tôi muốn khóc, không biết làm sao mà không dám nói nên chỉ lẳng lặng đem giỏ cá ra lu trút nó trên cái thớt. Một tay cầm dao dí vào con cá cho nó lật qua lật lại rồi tôi không biết làm sao nữa. Sau cùng tôi nhón hai ngón tay cầm cái đầu cá loay hoay một hồi thấy khó khăn quá tôi lại di chuyển hai ngón tay nắm vào đuôi cá cho nó dựng lên rồi lấy dao nhá nhá vào mình cá.

Đến đây, bà Nội ngồi trên giường gần đó thấy cảnh "vật lộn" giữa tôi và con cá ngứa mắt quá nên mắng vọng ra:

- Mày và con cá đứa nào lớn hơn mà sao Mày sợ nó dữ vậy! Bộ mày sợ nó ăn thịt mày à!

Sau vụ cá, đám con trai lại lén vào làng đi shopping. Nếu bị lính Mã Lai bắt gặp tùy theo tội nặng nhẹ có khi bị đánh đập, hay bị phạt thụt dầu rồi cho về.

Một đêm tôi bỗng giật mình thức giấc, vì một tiếng rầm rất lớn vang lên gần chỗ giường nằm như tiếng động phát ra từ ai vừa nhảy qua một cái gì mà tôi nghĩ là đống củi chất cao gần đó, rồi một người vạch mền cái soạt chui cái đụi vào chăn tôi. Chưa kịp la lên thì một bàn tay bịt ngay miệng chận tôi lại:

- Chị! Đừng la! Sơn đây! Em bị tụi lính Mã Lai ví bắt!

Sơn là thanh niên mới 16 tuổi được cha mẹ gởi gắm đi chung với gia đình cha mẹ Phong. Tôi hết hồn nằm im thin thít, cả hai giả vờ ngủ. Sơn làm bộ ngáy pho pho thật đều như đang ngủ say từ lâu, còn tôi nằm im hơi lắng nghe động tĩnh... lâu lắm... chỉ có tiếng sóng vỗ rì rào ngoài kia ru tôi vào giấc ngủ lúc nào không hay.

Cuộc đời như giấc ngủ dài có khi mơ giấc mộng đẹp, nhưng cũng có khi gặp cơn ác mộng; tiếng sóng vỗ rì rào bình thản tháng ngày chưa hẳn là không có lúc giông gió thét gầm. Những ngày tháng của tôi qua 4 lần di chuyển ở các trại tị nạn (trại tạm khi lên bờ, Bãi Cây Dương, Cherating và Kuala Lumpur) cũng thế; cứ tưởng sẽ một ngày như mọi ngày chờ đợi sum họp với Phong, nhưng biến chuyển trong cuộc đời không thể ngờ như biển cả êm ả ngoài kia chợt chuyển vào mùa biển động trong cảm giác của tôi và tôi bị cuốn trôi vào một bến bờ do trời định.

Một hôm có phái đoàn Tân Tây Lan đến, tôi đăng ký đi và được nhận, nhưng sau khi đọc về đất nước này, thấy mật độ dân số quá thưa thớt tôi ngại sự buồn tẻ nên lại lên xin từ chối định cư. Tiếp tục ở trong trại một thời gian nữa. Tính ra từ khi lên bờ Mã Lai đến nay cũng hơn 1 năm, tôi may mắn được Thụy Sĩ nhận qua diện nhân đạo. Một đất nước tôi rất thích từ khi học về nó thuở còn Trung học; chỉ nói trên phương diện an bình, nhân đạo và quả nhiên bây giờ đất nước đó, đang dang rộng vòng tay nhân ái đi khắp các trại tị nạn để nhận mỗi nơi một số người bị nằm trụ quá lâu chưa có nước nào nhận và tôi lọt vào trong số đó.

oOo

Cuối cùng, Pháp quốc đã hết là miền "đất Hứa" trong trái tim tôi. Tôi chính thức định cư tại Thụy Sĩ vào một ngày đầu Thu năm 1980. Trải qua bao

Chúc Thanh
Người Rơm

Ngày xưa rất xa xưa, ở vùng quê thôn dã, người dân sống giản dị, đơn sơ, mộc mạc; người ta trồng tỉa những vườn rau cải, vườn ngô, vườn cà... lấy hoa lợi để sống. Thường thường có chim chóc kiếm ăn đến phá phách, dãi dãi, mổ mổ những hạt mới ươm trồng hay những nụ hoa mới ra, chúng ăn, với con người trồng tỉa lấy hoa lợi là chúng nghịch ngợm và phá hoại, ăn khín. Mới đầu chúng đến một vài con, sau rủ nhau đến nhiều hơn, cả nhà cả đàn chim chóc... và người gia chủ trồng tỉa phải tìm cách bảo vệ hoa màu của họ, nguồn sống của họ.

Mới đầu họ giăng, cột vài miếng giấy to bản trên một cọc cây cao, nhờ gió đưa qua đưa lại để xua đuổi chim hay quạ đến phá phách, sau lũ chim chóc khôn hơn, không sợ diều hay quạt gió nữa... chúng đến quá tự nhiên, và con người phải làm

nhiêu điều trong cuộc sống, tôi nghiệm ra tất cả mọi sự trên đời đều bị chi phối bởi chữ "**Duyên**". Tôi và Phong, cả hai đều đến với nhau bằng tấm chân tình, giữa bối cảnh rối ren của đất nước; cha mẹ Phong vẫn thương mà lo cho tôi vượt biên để sum họp với Phong; tất cả điều kiện ắt có và đủ đều trọn vẹn nhưng chỉ vì thiếu chất xúc tác là "Duyên" nên cuộc tình đứt đoạn.

Từ đó, tôi tin tuyệt đối vào chữ Duyên thâm sâu trong nhà Phật để hiểu rằng, trên đời còn biết bao biến chuyển phát sinh chỉ từ một chữ Duyên biến hóa khôn lường đưa đến: duyên muộn, gặp duyên, tái duyên, hết duyên... có như thế con người mới có thể chấp nhận, chịu đựng nghịch cảnh và không triền miên đau buồn, luyến tiếc. Nhất là giữa chúng tôi hiện giờ, mỗi người mỗi phương trời cách biệt và đều có riêng mình một mái ấm gia đình với con cái đề huề.

Mới đó mà đã 50 năm rồi! Người Việt hải ngoại không khỏi chạnh lòng nhớ về một thời...

Có một thời dâu bể
Nước mắt là huyết lệ
Nụ cười chỉ tái tê
Đời chìm vào cơn mê!

Giờ đây, cơn mê dường như đã tiêu tan. Qua bao nhiêu năm dấu ấn thời gian đã phủ lớp bụi mờ, nhưng bao kỷ niệm xa xưa vẫn còn bàng bạc, lãng đãng trong nỗi nhớ mênh mang như lá thu riu rắt, khó nhòa phai!

∎

những hình người nộm bằng rơm, dang tay ve vẩy đuổi cầm thú phá rẫy... những hình nộm này to và giống như một người thiệt, mà người ta gọi là ông bù nhìn hay người rơm.

Cái từ người rơm đã biến mất từ lâu nay, vì đồng quê bỗng biến thành phố thị, việc trồng tỉa cũng chuyển đổi sang kỹ nghệ, sản xuất máy móc nhiều lắm. Nhưng gần đây lại có người nhớ lại chuyện người rơm, và người rơm cũng tiến bộ đang lần mò về nơi phố thị... dù là họ bị săn đuổi kín đáo hay rầm rộ hàng loạt.

Người rơm, thưa, theo định nghĩa đơn thuần, là một hình nộm giả làm người, để dọa chim muông bằng sự hiện diện vô hồn.

Người rơm không có căn cước, không có một hiện hữu rõ rệt, coi như vô hồn, vô nhân tính, vô tự vệ... nhưng những ý niệm ban đầu như thế đó chỉ còn đúng cỡ một phần nào. Lý do là người rơm nay hiện đại biết chạy trốn, biết tự di chuyển và có cảm nhận an nguy đến tính mạng. Bằng chứng là câu chuyện tôi xin kể sau đây.

Cô Tâm là chủ một quán ăn khá khang trang ở ngoại ô thành phố Toulouse kể cho nghe một câu chuyện vô lý và cũng có lý và khá tội nghiệp. Một hôm cô đi chợ, chợ ngoài trời bán đồ tươi và rẻ. Mua xong khá nhiều món để làm hàng bán cô tự chất đồ lên xe một mình nên khá mỏi tay, lúc démare xe, xe nổ máy, cô sang số và quay xe ra khỏi hàng lối xe đậu dài bên lề đường, rồi phía ngoài có đông người qua lại quá, cô vô ý lỡ đụng mạnh vào đuôi chiếc xe citroën đậu ngay phía trước xe cô. Rầm - dĩ nhiên là cô có lỗi và đã làm vỡ đèn xe, làm xệ cái chắn sau xe của người ta, khi xe người ta đang đậu.

Cô giựt mình dòm sang phía trước, người chủ xe bị cô đụng đang ngồi trong xe, hình như đang coi một bản đồ. Cô hú hồn vì nếu cô va lỡ mạnh hơn chút xíu nữa thì có thể đã làm chấn thương người chủ xe đó. Biết mình có lỗi, cô mở cửa xe bước xuống đường và đi tới trước chủ ý thương lượng. Đó là một người Á Đông nhưng màu da hơi đậm, hắn là không phải đồng hương. Anh ấy cũng gật đầu chào lại cô và uể oải bước xuống, đi vòng ra đuôi xe xem sự thể hư hỏng do va chạm gây ra đến độ nào. Cô nói với chủ xe hư là đúng cô phạm lỗi và cô sẽ bồi thường tiền sửa chữa. Cô đề nghị cả hai mang xe đến một garage gần đó, nhưng người đối diện viện có anh không có thì giờ. Rồi anh đề nghị cô cứ trả anh khoảng 100 euros là đủ để sửa chữa. Cô có ý phản bác, vì không muốn làm sai luật, cô đề nghị cả hai làm một cái constat amiable. Người chủ xe hư đồng ý, hắn nói để hắn trở vào xe lấy giấy tờ làm biên bản. Cô cũng trở lại xe, mở coffre lấy giấy tờ sửa soạn làm. Cô ngồi vào và tìm soạn vì thú thiệt là giấy tờ trong xe cô để hơi loạn xạ, mất trật tự, kiếm mãi mới ra được cái bằng lái.

Nguồn hình: Pixabay

Rồi cô chợt ngửng lên và thấy một chiếc xe phía trước chiếc xe hư, quẹo ra đường đi tới. Rồi bất ngờ chiếc xe cô vừa đụng bể đèn cũng được tài xế của nó quẹo ra ngoài lộ và chạy vù theo chiếc xe trước.

Cô bị bất ngờ khó hiểu, tại sao hắn không chịu chờ cô làm giấy tờ để cô có thể trả cho y 100 euro? Tại sao hắn lái xe cái vù đi như bị ma đuổi vậy là sao? Cô lại phải xuống xe xem hư thực ra sao? Đằng sau cô là xe của một bà đầm, bà ta nãy giờ chứng kiến màn kịch câm giữa cô Tâm và chủ xe citroën bị đụng, bà không hiểu ngôn ngữ trao đổi vì khoảng cách hơi xa. Vậy mà bà ta thiệt là thông minh, bà đã hiểu tất cả... Bả tiến tới nói với cô:

-Thôi, mày de xe ra đi, cho tao tiện ra luôn, nãy giờ tao chờ lâu khá lâu rồi nhe!

-Thế... thì giờ tôi phải làm sao?

-Mày đi đi chớ còn đợi gì nữa!

-Bà thấy đó! Tôi không hiểu sao nó không đợi tôi régler mọi thứ.

-Nó vội lắm... vội lắm... bị nó là người rơm. Il est épouvantail dans un champs de melons!

Bà Tâm hơi sững sờ, à ra thế, bây giờ vẫn có người rơm sống trong xã hội ư? Tội nghiệp quá! Cô ân hận đã không nhắm mắt đưa ngay 100 euro cho anh ta.

À ra thế, bây giờ người rơm không phải là những

ông bù nhìn vô hồn nữa, mà là một con người thiệt người, chỉ vì họ không có giấy tờ tùy thân để sống ở xứ sở hiện tại, họ phải len lỏi tới nơi này làm việc lén, không khai báo, làm vụng trộm để kiếm ăn và nuôi gia đình họ… Họ cần sinh tồn nên phải trở thành người rơm… Chung quy tất cả là do đói nghèo. Ở những người rơm này, ở những người ăn xin, hay tàn tật… thật là buồn, vì có lúc chúng ta thấy ở họ, có một sự chấp nhận số phận, hay là họ đang có tâm trạng của những người tự nhận mình đang trả nghiệp? «Hỡi trần gian hỗn loạn và điên dại này, ta vẫn cứ phải sống và yêu thương mi!»

***

Mời bạn đi thêm vào luận về người rơm. Tôi cố nhớ xem, trong một lần trong hội nghị nào đó, đức Dalai Lama có nói một câu rất khiêm tốn dựa theo luận giải trung quán, là sự vật chỉ có ý nghĩa trong mối tương quan với các sự vật khác.

Nếu chúng ta xác định được là sự vật và sự việc nhiều khi ở sát khít bên nhau, thì mọi sự việc đều có ý nghĩa trong mối tương quan. Đó là ý nghĩa Duyên Khởi trong đạo Phật. Có bác nông dân trồng bắp gieo hạt, mới có bầy chim chóc tìm tới bươi móc, ăn khín và mới có ông bù nhìn hay người rơm xua đuổi. Dù có đuổi mấy thì chúng vẫn tới, vì cần ăn để sống, Con vật cần sống, con người cũng cần sống, cần sinh tồn. Ai may mắn thì thành công, người rơm có ngày trở thành người thiệt. Ai không may thì thất bại, thì rơm vẫn luôn luôn là rơm, là sống chui lủi ngoài vòng pháp luật.

Chim thiên di theo mùa bay đi tìm nắng ấm. Cá hồi bơi ngược dòng về đầu sông để sinh sôi nảy nở. Theo quy luật tự nhiên, người nghèo khó ở các xứ sở mạt vận, vô phương kiếm ăn, họ phải bỏ quê hương bản quán tha phương cầu thực. Người di dân tìm tới vùng đất lành chim đậu như Mỹ, một phần Tây Âu, Canada, Úc v.v… họ tránh xa các nước cộng sản như Bắc Hàn, Nga… tình trạng kinh tế thế giới ngày càng khó khăn, nạn nhân mãn, người đông mà của cải ít lần, thì tình trạng người rơm hiện nay là rất thịnh hành ở rất nhiều nơi, nơi họ có thể tạm sống qua ngày.

Người rơm hiện đại, họ phải sống chui lủi và phải làm những công việc vất vả mà nhiều người khác không muốn làm. Ít nhiều gì họ cũng mong ước có ngày trở thành người thiệt, thoát kiếp rơm. Con người ai cũng muốn sống đúng, sống lương thiện, có ai luôn luôn muốn luồn cúi trốn chạy? Nghĩ cho cùng, tình cảnh người rơm thiệt đáng thương và đau lòng trong đồng loại.

Tình trạng người rơm ở Mỹ đang bị ICE dồn vây xua đuổi mạnh hơn bao giờ hết. Nhìn họ bị còng tay như tội phạm xếp hàng dồn lên máy bay… Ta tự hỏi: Người đang cư xử với người như vậy sao? Hay người đang cư xử với loài vật? Hay loài vật đang hành xử với đồng loại của chúng?

Tùy bạn tìm ra câu trả lời. Nhưng đa phần ai cũng mủi lòng trước thảm cảnh bi đát này. Họ lấy đâu ra năm triệu hay năm tỷ đô la để mua cho mỗi người rơm một cái thẻ vàng cư trú ở đất nước của Trump.

Rồi đây, những người Việt Nam ấy trở lại quê hương, cũng rất khó khăn tạo dựng lại một cuộc sống đã thay đổi lâu ngày. Chắc là cũng sẽ có ít nhiều thảm cảnh xảy ra.

Tất cả sự việc vây quanh người rơm đang rối tung mà không biết tới bao giờ mới giải quyết êm. Mong cầu mọi tai nạn mau qua, trả lại yên bình thường hằng cho nhân loại. ∎

Paris, cuối mùa đông 2025

THƠ

Nguyên Hạnh

Nỗi nhớ trường xưa.

*Từng ngày qua đi trong nỗi nhớ
Ta gom sầu tủi kết thành thơ
Năm tháng đổ đầy trong giếng mắt
Hồn như ngây dại đắm trong mơ*

*Mới đó hôm nào áo lụa tơ
Tay nâng cặp sách dáng ngây thơ
Vai nghiêng tóc xõa bên hàng phượng
Trường tan không biết bóng ai chờ!*

*Hai buổi đi về cứ nhởn nhơ
Ôi! con đường trắng Huế yêu xưa
Tràng Tiền mấy nhịp đời thơ mộng
Đọng nắng dòng Hương chảy lững lờ*

*Bỗng dưng xa Huế thấy bơ vơ
Đồng Khánh trong tôi đứng sững sờ
Thầy cô in đậm vòng ký ức
Dặm đường xuôi ngược tiếc ngẩn ngơ!
./.*

Hoàng Quân
Lá Thư Mùa Xuân

Nguồn hình minh họa: Internet

Tôi đẩy cửa bước vô nhà. Chị Ngà trán lấm tấm mồ hôi, đang rượt hai đứa con nhỏ:

-Trời ơi! Mi về sớm hơn chừng năm phút là gặp hắn rồi.

-Đám bạn em tới tìm hả?

-Không, nhớ Phiên không? Hắn nói chuyện qua điện thoại cả buổi. Tao nghĩ mi ra chợ chút về liền, nên cứ tán hươu, tán vượn với hắn. Phiên hỏi đủ thứ chuyện, hỏi mi chừ ra sao. Phiên đọc bài thơ, nói tặng mi. Lúc đó, hai đứa nhỏ xáp lá cà đánh nhau. Tao phải can, nghe chữ được, chữ mất. Chừ thì không nhớ chữ chi nữa hết trơn.

Chị Ngà nói một tràng, không thèm để ý mặt tôi đớ ra, chẳng hiểu mô tê gì.

-Ủa, mà Phiên là ai?

-Chó mi quên hắn rồi à! Hắn học ngang lớp tao, mà ban C, trưởng ban báo chí. Hồi đó lớp tao làm bích báo, hắn tới nhà mình làm giúp đó.

Chi tiết này chẳng giúp tôi sáng suốt thêm được chút nào. Ngày xưa, chị Ngà có lẽ vì ham làm bích báo mà "đúp" năm lớp 11. Thuở ấy, chị Ngà đẹp chim sa cá lặn. Giai nhân như vậy, nhà tôi lúc nào chẳng có vài tài tử lảng vảng, rắp ranh bắn sẻ. Tôi thua chị năm tuổi. Còn là nhi đồng, nhưng tôi tự trao cho mình sứ mệnh thiêng liêng, tuyển lựa người cho chị tôi. Chàng nào tới, tôi cũng coi giò, coi cẳng, thấy không xứng với chị mình, tôi thay mặt phụ mẫu chấm điểm, đánh rớt. Cho nên có chàng coi tôi là bà chằn, nghiến ngầm: "Nào ai dám phá duyên bà, Mà sao bà cứ tà tà phá tui." Trong mắt tôi thuở đó, chị tôi đẹp như tiên nga giáng trần, chẳng có chàng nào đủ điểm đậu vớt. Kể ra, tôi có hơi bất công với chị Ngà. Khó khăn với chị trong niềm vui lứa tuổi cập kê của chị. Nhưng tôi siêng năng giúp anh Ngọc của tôi đi o đào. Đi đưa thư, quản lý lịch hẹn hò của ông anh như một cô thư ký rành rẽ. Tôi còn hăng hái chép giùm ông anh những bài thơ tình sướt mướt trên tờ *pơ-luya* mỏng mảnh, xanh nhàn nhạt mây trời, bằng nét chữ già trước tuổi của tôi.

-Phiên chơi thân với Minh đó.

-À, anh Minh thì em nhớ. Hông biết bây giờ anh còn cay cú em không?

Tôi cười cười, nhớ lại cây si cổ thụ của chị Ngà. Tôi thường tưới nước sôi, xà phòng, mà cây vẫn cứ xanh tốt. Nhiều khi anh Minh tức điên người, tưởng như muốn vặn cổ tôi. Nhưng anh vẫn cứ phải ngậm đắng nuốt cay, lấy lòng tôi. Nhà anh làm kẹo gương. Anh "chà đồ nhôm", đem hộp kẹo gương đến đưa tôi, bảo, biếu gia đình ăn lấy thảo. Chà, tính phóng tài vật, thu nhân tâm chứ gì. Kẹo gương là món khoái khẩu của tôi. Lớp mè mỏng ở dưới cùng, đến lớp đường vàng kiêu sa, trong vắt như gương, điểm những hạt đậu phụng rang đều, thơm lựng. Mới chấm phá vài nét trong trí, mắt đã lim dim hồn bướm mơ tiên rồi. Miếng kẹo mỏng, ngọt thanh, bùi bùi vị mè và đậu phụng, vừa nhâm nhi, vừa hồi hộp theo truyện *Mật Lệnh U Đỏ* hay mơ màng với *Vùng Biển Lặng*, tuyệt cú mèo. Tôi chợt nghĩ vậy thôi, chớ tôi thanh liêm lắm. Còn lâu à, đừng hòng mua chuộc tôi. Tôi nhất định sẽ không ăn miếng nào. Ăn vô, há miệng mắc quai, mất uy hết. Tôi lạnh lùng như người *Ăng-Lê*:

-Anh cứ để trên bàn. Hồi nào Ba Mạ em về, em thưa lại.

Tôi lễ phép nhưng cố ý bất lịch sự không chịu mở miệng cám ơn, cũng chẳng mời anh ngồi. Anh tần ngần một chút, rồi ngồi xuống *salon*. Tôi vào phòng trong, mặt nhăn nhó như khỉ ăn ớt, nói, chị Ngà có khách. Đột nhiên tôi nghĩ, đâu để hai người tự tung, tự tác được. Tôi lấy cuốn sách giảng văn, ra phòng khách, đem ghế đẩu ngồi dựa sát tường, lật lật trang sách một cách nóng nảy. Anh Minh đang say sưa nói về một bài hát thời thượng:

-Ngà có tưởng tượng ngày hè buồn như thế nào không? *Ngày tháng hạ, mênh mông buồn, lòng vắng vẻ như sân trường*. Thật đó Ngà, đi ngang trường những ngày không có giờ học, anh thấy buồn dễ sợ.

Anh Minh coi bộ hơi nóng đầu. Tôi mà nghe đến hè hả, nghĩ ngay tới *Trời hồng hồng, sáng trong trong*. Là phom phom đạp xe với mấy đứa bạn đi Cấm Ông Nghè leo núi. Là kéo nhau xuống Bến Tam Thương lội nước lũm chũm. Tôi không ngước lên coi chị Ngà có cảm được nỗi buồn anh Minh diễn tả hay không. Chẳng nghe chị trả lời trả vốn gì. Tôi đọc nhanh một đoạn của bài kim văn: *Phượng không thơm, phượng chưa hẳn đã là đẹp, nhưng phượng đỏ và phượng nhiều... Thôi, học trò đã về hết. Hoa phượng buồn, hoa phượng khóc, hoa phượng rơi...* Ủa, sao nghe cũng buồn buồn vầy nè. Tôi uể oải gấp cuốn sách lại. Ngồi đây chẳng tập trung tinh thần được, mà câu chuyện của anh Minh, chị Ngà sao chán phèo. Không trống không kèn, tôi thót qua nhà Ti Ti, hai đứa rủ nhau hái ổi non ăn, coi bộ hấp dẫn hơn nhiều.

* * *

Vậy mà gần ba chục năm rồi. Thiệt ra, hồi đó tôi chẳng cần rẽ duyên ai. Chị Ngà sang ngang, chồng chị chẳng có một chút xíu nào những đặc điểm của những văn nhân lui tới nhà tôi, mặt mày lơ ngơ làm vẻ lãng tử với cuốn *Tâm Tình Hiến Dâng* nhét hờ túi quần, hoặc ôm đàn, lén vô trong vườn muôn hồng ngàn tía của Ba tôi, *tay ngắt* (trộm) *chùm hoa, mà thương mà nhớ...*

- Phiên có cho số điện thoại. Chà, nói chuyện ngó bộ tha thiết lắm. Hắn lưu lạc đâu xuống Rạch Giá lận. Hỏi tụi mình cuối tuần có ở Sài Gòn không, hắn lên thăm. Tụi mình đi lung tung, đâu dám hứa hẹn gì. Biết sao không? Từ hôm giờ, ai hỏi thăm Ba Mạ, cũng nói hai bác hoặc ông bà già. Rứa mà Phiên gọi Ba Mạ đàng hoàng đó. -Chị chép miệng- Nghe dễ thương.

Chị Ngà muôn đời vẫn vậy, hay chao lòng một cách dễ dàng. Đâu có gì đặc biệt, nghe giọng Huế, phải biết tụi tôi gọi cha mẹ là ba mạ, chớ hổng lẽ gọi tía má. May cho anh Phiên, bây giờ lớn, tôi hiền ra. Chớ hồi nhỏ, hung hăng con bọ xít, tôi lên giọng làm đày: "Ba Mạ là Ba Mạ tui chớ phải Ba Mạ chung đâu. Ăn nói phải ý tứ nghe." Ủa, mà chị Ngà nói đúng chớ, nghe cũng dễ thương thiệt.

Tôi không có chút khái niệm nào về anh Phiên. Có lẽ những lần anh đến nhà, tôi còn bận bên nhà Ti Ti. Hai đứa mải mê cắt lá trứng cá ép vào vở hoặc ngâm lá bồ đề trong nước gạo, lá rã chỉ còn lại gân lá, chúng tôi tỉ mỉ nhuộm mực tím. Khi chị Ngà thi tú tài, tôi mới học lớp tám. Theo khai sinh, tôi đã được phép đọc *Tuổi Hoa* tím. Nhưng thuở đó, Ba Mạ tôi muốn tôi làm con nít. Để tóc bum bê cho mát, mặc áo đầm cho gọn, nên tôi trông cứ như độc giả thứ thiệt của *Thiếu Nhi, Thằng Bờm*. Còn cái vẻ ta đây mỗi khi dương oai diễu võ với mấy anh bạn chị Ngà, mười hai con giáp tôi giống con... kỳ cục. Vậy mà, anh Phiên nào đó, lại để mắt. Mắt anh Phiên chắc có vấn đề. Tôi dạ dạ, lấy tờ giấy có số điện thoại cất vào ví, để chị Ngà yên lòng, khỏi cố gắng nói tốt thêm cho anh bạn. Nhưng tôi chẳng hề có ý định gọi anh Phiên. Hơn ba tuần lễ ở Việt Nam, cảnh cũ, bạn xưa, bao nhiêu ấn tượng đầy ắp hồn tôi, tôi quên béng những người bạn của chị Ngà.

Mùa Giáng Sinh, chị Ngà gọi điện thoại cho tôi, tíu tít:

-Tao viết thiệp cho đám bạn kỳ rồi gặp lại ở Việt Nam. Chừ không viết, để ít bữa nguội đi, mất liên lạc luôn. Chị cười hí hí. -Trong cái thiệp gởi Phiên, tao chừa một chỗ cho mi. Cuối tuần về Ba Mạ, mi viết vô ít chữ nghe.

-Tuần ni em chưa về được. Tuần tới đi.

-Thôi, rứa bơ trễ mất tiêu. Thôi thì ri. Mi viết gởi vô *email*, tao in ra, cắt dán trong thiệp cũng được, rứa cho kịp năm mới.

Tôi phì cười. Chị Ngà thuộc hiện tượng mẹ già, con mọn. Hai đứa nhỏ quay chị như con vụ, mà chị vẫn còn hơi sức làm chuyện ruồi bu. Tôi không dám nghĩ lớn, chị biết, la hỗn, không cho tham gia những cuộc vui của chị, buồn lắm.

-Dạ, dạ. Tối ni em viết, lỡ em có quên, chị viết ít chữ in ra. Ai làm sao biết được chị hay em viết đâu.

-Ừ, tao làm cũng được nhưng chính tay mi viết, Phiên nó mới mừng.

Rồi tôi quên viết. Chẳng biết mấy chữ chị Ngà "mạo danh" tôi viết là những gì.

* * *

Từ ngày có thư điện tử, số lượng thư từ qua bưu điện tôi nhận được giảm hẳn đi. Niềm vui khi mở thùng thư ngày càng nhỏ. Tôi đi làm về trễ. Dù là người đến nhà sau cùng, tôi vẫn nhắc chồng con để dành việc coi thùng thư cho tôi. Tôi rộn ràng mở thùng thư, lôi ra một xấp vừa thư, vừa báo. Nôn nao chờ đợi giảm dần, khi tôi phân loại những thư từ nhận được.

Tôi nhìn phong bì trên cùng, thư quảng cáo tham gia xổ số *SKL*, khả dĩ thành triệu phú một sớm, một chiều. Tôi thích đỏ tình và chó không thèm đỏ bạc. Tôi ném thư qua một bên. Nguyệt san *ADAC* với những bài tường thuật, phân tích các loại xe hơi. Tôi có đọc cũng như nước đổ đầu vịt. Xe hơi chỉ cần 4 bánh, nổ máy, thắng ăn chắc là được. Tôi chẳng thấy khác biệt rõ rệt giữa xe *VW Käfer* và xe *Porsche 911*, đại khái mũi xe bè bè giống mỏ *Donald Duck*. Chúng tôi gia nhập hội *ADAC* để được giúp đỡ khi gặp vấn đề dọc đường. Cần nhớ số điện thoại của hội là đủ. Chứ tờ báo hàng tháng chỉ tổ thêm rác. Thư của *Telekom*, phiếu tính tiền điện thoại, tôi liếc qua con số, chà chà, tháng này tôi ôm điện thoại hơi lâu. Không sao, tôi sẵn sàng bớt ăn, bớt mặc để nuôi hãng điện thoại. Cuối hoá đơn, có hàng chữ đỏ gây sự chú ý, -Nếu quý vị đồng ý nhận hoá đơn theo *email*, hãng chúng tôi xin tặng quý vị hai tiếng đồng hồ gọi nội địa miễn phí-. Cũng được, thùng thơ bớt đi một phong bì hằng tháng, thơ này chẳng có gì cho tôi lưu luyến. Đằng nào thì hãng điện thoại cũng rút tiền trong trương mục ngân hàng, chó đâu cho tôi cơ hội cò kè bớt một, thêm hai. Tôi lật lui, lật tới mấy tờ báo quảng cáo sặc sỡ của các chợ, xem có thư nào nằm lẫn giữa báo. Không còn gì nữa.

Tôi tiu nghỉu thảy chồng báo vào thùng giấy. Không ai thèm viết thư, viết thiệp gởi cho tôi theo bưu điện nữa. Bây giờ đã vào tháng 12 mà sao kỳ vậy ta.

Những mùa Giáng Sinh trước, tôi treo những tấm thiệp đủ màu, từ bốn phương trời gởi đến, lên cánh cửa phòng khách, điểm thêm vài nhánh thông, vài hình người tuyết, nai hươu bằng gỗ. Bây giờ tôi nhận nhiều thiệp hơn xưa, nhận trên liên mạng. Nghĩ cũng buồn cười, nhận thiệp, có luôn cả danh mục. Tha hồ chọn lựa. Nào là những ngôi sao lấp lánh trong bầu trời đêm với nhạc điệu *Silent Night*, nào là cảnh núi quả sặc sỡ, rộn ràng trong bài *Jingle Bells*. Đến Tết Nguyên Đán có hình các cô bé, cậu bé mặc áo dài khăn đóng đốt pháo tưng bừng *Xuân đã đến rồi*..., hoặc hình mấy thiếu nữ yêu kiều đang hái hoa xuân trong giai điệu êm đềm *Trên đỉnh yên bình một mùa xuân*... Nói chung, các mẫu thiệp đều dễ nhìn, nhạc lồng vào, nhiều bản rất hay. Nhưng *ecard* không để lại trong tôi ấn tượng nào. Một *click*, tấm thiệp hiện lên, nhạc trỗi dậy. Tắt máy, những tấm *ecard* cũng biến khỏi bộ nhớ của tôi. Tôi cằm ràm với đám bạn thân về những tấm thiệp không hồn. Tôi bảo, nếu không có thì giờ cầm cây viết, cũng chó rờ vào bàn phím. Không nhận thiệp, nghĩ, bạn mình có lẽ bận, nên chưa viết, nhưng sẽ viết. Còn khi nhận được điện thiệp, tôi tắt ngúm hy vọng. Tôi chẳng mấy mặn mà với tấm thiệp được sáng tạo chỉ bằng vài nút nhấn trên bàn phím. Tôi thủ thỉ với mấy con bạn vàng, đứa nào thương tôi, lâu lâu viết vài chữ, như gà bới cũng được. Lỡ khi đang viết, nhớ tôi quá, có giọt nước mắt ngà nào rơi xuống, để dấu vết lại, tôi mới biết. Con bạn "sạt" tôi một mách, xây xẩm mặt mày:

-Con quái kia, đừng già mồm, hàng tôm hàng cá, động một tí, tốc váy chửi rủa inh ỏi. *Design* cho mày tấm thiệp, vật lộn với máy tính, thiên nan vạn nan, lựa mẫu thiệp, màu chữ, màu nền, nhạc đệm, nhiêu khê lắm.

Tôi xuống nước năn nỉ:

-Tao đâu có dám yêu sách yêu vở gì, mày nói vậy oan thị kính lắm. Có thương, rủ lòng nguệch ngoạc cho tao vài chữ, xài bút nguyên tử, bút chì, bút máy chi tùy hỉ.

Rồi tôi cứ há mỏ chờ sung rụng, trông chờ những lá thư với nét bút lúc như rồng bay phượng múa, khi như cua bò sáng trăng của đám bạn. Chờ mòn mỏi. Đám bạn nhẽ ra phải nhận biết thiện chí vĩ đại của tôi chứ. Tôi chăm chỉ viết thư, viết thiệp cho chúng. Rồi cọc cạch đạp xe ra bưu điện, đòi cho được con tem ấn bản đặc biệt, cẩn thận dán ngay ngắn lên góc phải của thư, dò lại địa chỉ lần nữa, mới trân trọng bỏ vào thùng thư. Lúc nào cũng đầy ắp tình cảm gởi gắm theo, như thể gởi thư cho người tình trăm năm. Vậy đó, mà đám bạn đâu có thấu lòng tôi. Chúng còn cười tôi lẩm cẩm như bà già trầu.

Từ nhỏ, có lẽ từ khi bắt đầu biết đọc, tôi thích nhìn chữ viết tay, tẩn mẩn đoán xem người viết như thế nào. Thường thường, người thật có đôi nét giống trí tưởng tượng của tôi. Nhưng đôi khi tôi bị "tổ trác". Hồi ở Đại Học Sư Phạm, có "lão" cao niên cùng lớp hay nhìn tôi một cách lì lợm. Thỉnh thoảng tôi cũng vận "nội công", nhìn lại thách thức. Nhưng thị lực của "lão" cao cường quá. Tôi tức lắm, mà không có cách gì đốn "lão". Tại, "lão" đâu bắt chuyện với tôi, làm sao tôi móc họng, kê tủ đứng. Không có cơ hội biểu dương lực lượng khẩu xà tâm... cọp của mình, tôi đành chịu trận. Nhưng ghét "lão", ghét cay ghét đắng. Theo nguồn tin thông tấn xã Bích Lan, năm "lão" vào trung học, tôi mới vô tiểu học. Nếu trường dòng ở Thủ Đức không bị giải tán, lão đã lên thầy, lên cha gì rồi. Hèn chi, "lão" lạc lõng giữa đám con trai loai choai, đỏm dáng ở lớp tôi. Ủa, tôi kỵ "lão" mà sao lại chú ý đến lý lịch "lão" vậy. Tôi đổ bực đại qua Bích Lan:

- Khi không mày kể chuyện thiên hạ cho tao làm chi?

Bích Lan phồng mang:

- Mày mới dô diên thứ thiệt. Tao kể trông trống dậy. Ai muốn nghe thì nghe. Đứa nào có tịch thì rục rịch.

Tôi quê cả đống, càng nghĩ, càng oán "lão". Mà chẳng nghĩ ra diệu kế nào để phản công.

Tôi ngồi trước văn phòng khoa Ngoại Ngữ, chờ cô Trâm viết giấy chứng nhận sinh viên, bổ túc hồ sơ xuất ngoại. Mọi khi, tôi túm tụm với đám bạn chọc trời khuấy nước của tôi. Hôm đó, chẳng hiểu sao tôi lại ngồi một mình, đang mê mẩn đọc *The Doll's House* của C. Mansfield. Tự nhiên, tôi cảm tưởng như có sự lạ gì đang xảy ra chung quanh. Tôi ngước lên. Chúa Phật ôi, "lão" đang đứng trước mặt tôi. Cặp mắt "lão" như cười sau làn kính:

- Bạn bè đâu mà ngồi một mình đây?

Tôi muốn nói câu gì cho thật ác liệt. Đám bạn cứ khen tôi mồm năm, miệng mười. Xúi tôi phá làng phá xóm, trẻ chẳng tha, già chó thương. Mà sao giờ tôi câm như hến vầy trời.

- Tôi gởi cái này cho người áo vàng.

"Lão" rút trong túi ra tờ giấy gấp nhỏ, rồi đặt lên cuốn sách tôi đang mở rộng. "Lão" đi mất dạng, tôi vẫn chưa hoàn hồn. Mất mặt binh chủng quá. Đám bạn biết tôi bị điểm huyệt như vậy, chúng cười thúi đầu. Tôi vội vàng gấp cuốn sách lại, nhìn láo liên, tưởng như chúng núp đâu đó, quan sát tôi, đang ôm bụng cười um sùm bất nhã. Hên quá, chẳng có đứa bạn nào quanh quẩn. Tôi cất cuốn sách vào cặp, vừa chạy về hướng *canteen* của trường, vừa cầu trời đừng gặp đứa bạn nào trong lúc này. Bên cạnh *canteen*, sau gốc phượng, tôi yên tâm, đám bạn giờ này chẳng héo lánh đến đây. Tôi thấy mình đang run. Cố định thần, tôi giật mình khám phá mình hôm nay mặc áo vàng. Tôi lính quýnh lật cuốn sách, mở tờ giấy. Tôi tưởng như mắt mình hoa lên. Trời ơi, nét chữ đẹp tuyệt. "*Em về nắng đẹp hôm nay/ Ấp e tà áo vàng bay lụa là/ Chia tay khuất nẻo giang hà/ Xinh sao một chút tình ta tình người/ Rung rinh sợi cỏ vành môi/ Trăm năm giữ lại đôi lời yêu thương*" (H. Văn). Tai tôi như ù đi. Tôi thừ người một hồi. "Lão" "triệt" tôi rồi. Vậy thì chỉ có nước đầu hàng vô điều kiện. Tôi quên bẵng chuyện phải lấy giấy chứng nhận. Tôi về phòng học, không dám đảo mắt ở dãy ghế cuối, sợ bắt gặp ánh mắt của "lão". Suốt giờ học *Reading Comprehension*, thầy giảng bài chẳng lọt vô tai tôi chữ nào. Khi đám bạn léo nhéo rủ đi xem phim *Sạc Lô Kinh Đô Ánh Sáng*, rồi kéo qua Đinh Tiên Hoàng ăn gỏi bò khô, tôi lắc đầu nguầy nguậy:

- Hôm nay tao nhức đầu, tụi bây đi đi.

May, chẳng có đứa nào sinh nghi, hỏi han lôi thôi, chúng chỉ cười:

- Chu choa ơi, bữa nay heo bịnh, bỏ cám rồi!

Tự nhiên, tôi đâm ra yêu trường, yêu lớp hơn. Tự nhiên, tôi thích mặc áo vàng hơn. Thủ tục xuất cảnh của gia đình chúng tôi suôn sẻ, nhanh chóng. Ai cũng bảo chúng tôi là những người may mắn nhất trần đời. Tôi không cảm thấy cái diễm phúc xuất ngoại bao người trầm trồ. Tôi buồn lắm, rời quê hương, không biết bao giờ mới có ngày về. Chắc đâu đó trong hồn tôi cũng có lý do khác. Những ngày cuối ở trường, lúc nào tôi cũng giữa đám bạn chộn rộn. Có lúc tôi bắt gặp ánh mắt "lão" từ xa, buồn buồn. Tôi thoáng có ý nghĩ "lạc bạn", đứng đâu đó một mình. Rồi tôi sợ đám bạn biết được "âm mưu đen tối" của tôi, rồi tôi ngại thế này, thế kia.

Bích Lan len lén nhét vào tập tôi lá thư, nói khẽ:

- Ông cha xứ gởi cho mày đó.

"Cô bạn thông minh quý mến," Coi thử! Tôi sắp sửa vĩnh viễn rời xa nơi đây, mà người ta không thèm gọi tên tôi nữa"... Tôi chúc cô bạn luôn vui và yêu đời, chứ đừng yêu ai." Tôi bần thần, đọc đi, đọc lại lá thư dài và mấy bài thơ. Tôi nhờ Bích Lan nhắn lại với người ta, tôi cám ơn lời chúc lành. Tôi muốn nhờ Bích Lan nói với người ta, tôi không ghét người ta, nhưng tôi chẳng dám nói. Tôi rời Việt Nam. Tôi không cố ý học, mà thuộc lòng mấy bài thơ người ta gởi. "*Vì em là con gái/ Vì anh là con trai/ Nên em thường mắc cỡ/ Anh quá đỗi ngây ngô/ Tim anh không biết giận/ Nên thường yêu vu vơ/ Tim anh chưa lận đận/ Nên nào tính hơn thua/ Lo đời anh vất vả/ Anh buồn nên làm thơ... Anh hay buồn vu vơ/ Chắc yêu em dạo nọ/ Nên thường buồn vu vơ...*" (H. Văn). Lời chúc của người ta thành sự thật phần nào, tôi luôn vui và yêu đời nhưng tôi có yêu ai. Tôi không hề liên lạc, nên không biết người ta có thỉnh thoảng buồn vu vơ chăng. Nhận thư Bích Lan, tôi mong xem có ai nhắn gởi lời thăm tôi. Mấy năm sau, có lần thư cho tôi, Bích Lan hỏi, "Còn nhớ ông cha xứ không? Lấy vợ rồi. Bây giờ làm chủ tiệm vàng, giàu sụ. Tao tình cờ gặp chị Khanh lớp mình, nghe kể như vậy". Tôi bỗng dưng buồn vu vơ. Chữ đẹp như vậy, mà chỉ dùng để viết hoá đơn hàng vàng, uổng quá!

* * *

Chị Ngà hí hửng:

-Mới nhận thư Phiên hôm qua.

Tôi lơ đãng:

-Dạ, dạ.

-Phiên viết cho hai chị em luôn đó.

Mắt tôi dán chặt vào ti vi, tường thuật những đợt rét kinh hồn đang đi qua miền đông bắc Mỹ.

-Dạ, dạ.

Chị cười khì khì, dúi bao thư vào tay tôi:

-Đọc đi, đọc đi. Hấp dẫn lắm.

Đầu óc tôi lơ mơ những hình ảnh các thành phố chìm trong tuyết, cuộc sống như ngừng trệ:

-Dạ, dạ, em đọc liền.

Tôi cầm lá thư đưa tới, đưa lui trước mặt để điều chỉnh khoảng cách. Chị Ngà tốt bụng:

-Cún, con lên lầu lấy kính của mẹ cho dì mượn.

Tôi giả lả:

-Mắt em tốt lắm, chưa cần đâu.

Khi tôi mang kính lão của chị Ngà, ôi chao, như phép màu. Tờ giấy như trắng hơn, màu mực như đậm hơn. Thôi rồi! Vậy mới biết mình già hơn xưa. Trời trời, *nét bút đa tình là lơi* thiệt. Trí nhớ của tôi đang duyệt qua những dữ liệu được lưu trữ. Tôi chắc chắn chưa thấy nét chữ này bao giờ. Anh Phiên viết mấy dòng thăm hỏi hai chị em. Mong có ngày tái ngộ, và vẫn luôn chờ tôi (?!). Nếu đánh vần kỹ càng từng chữ, cũng chỉ hai phút là xong. Nhưng tôi vẫn để tờ thư trước mặt, như đang ngắm một bức tranh. Chị Ngà nửa cười với con Bé, nửa hát:

-Ngó bộ dì mi đang *đọc lá thư xưa một trời luyến tiếc* rồi Bé ơi.

Quay qua tôi, chị dễ dãi:

-Mi cứ cất lá thư đi, miễn đừng để thất lạc địa chỉ. Nhớ viết cho hắn vài chữ nghe.

Tôi cười ruồi:

-Dạ, em chỉ mượn thôi. Kỳ tới về, em trả chị.

Lần này, nếu chị không nhắc, tôi vẫn viết thư trả lời. Để coi, tôi sẽ bắt đầu thư như thế nào. Anh Phiên thân. Xạo quá, hông biết người ta là ai, thân sao nổi. Anh Phiên kính. Cũng tạm, đằng nào ảnh cũng hơn mình nhiều tuổi. Nghe sao nghiêm chỉnh quá, như thư viết gởi thông gia, hỏi vợ cho con. À, tại sao không là anh Phiên mến. Tôi không mến anh vì có nhớ gì về anh đâu. Nhưng mến nét chữ, kiểu như phút đầu gặp... chữ tinh tú quay cuồng. Tôi sẽ viết, rất vui khi nhận được thư viết tay qua đường bưu điện. Thời đại tân kỳ bây giờ, thông tin chạy ào ào trên liên mạng, bạn bè trao đổi địa chỉ nhau lúc nào cũng có chữ a còng @. Nhận được tờ thư viết tên mình, bằng nét chữ riêng của người gởi, chứ không phải mẫu chữ *Arial* hay *Times New Roman* phổ biến, tôi cảm thấy khoảng cách rút ngắn lại. Tự nhiên tôi thấy vui. Niềm vui đang khe khẽ những bước trong hồn. Tôi sẽ mượn máy hát của bé Cún, sẽ nghe đi nghe lại câu hát... *Ô! Lòng như giấy thơm ai vừa tô lên một nét mực xanh...*

-Tức cười quá trời. Hôm Phiên gọi tao ở Sài Gòn, hắn nói, bữa nào hắn với Minh, hai chàng rể hụt tới thăm tụi mình.

-Trời, trời, rể hụt lận hả? Sao bữa đó chị kể, chị không nhắc chuyện này?

-Úi chao, hai đứa nhỏ lao nhao như giặc, tao quên trước, quên sau.

Chị Ngà cười lỏn lẻn:

-Bộ tiếc hả?

Tôi gỡ kính, nhìn ra sân cỏ còn phủ đầy tuyết, nhớ câu cuối trong thư anh Phiên, chúc chúng tôi hạnh phúc trong mùa xuân đang về, rất gần. Tôi như cảm được cái tiết tiểu hàn quen thuộc của những ngày đầu tháng Giêng ở quê nhà. Tôi để lá thư lên bàn, ngồi bó gối, cười tủm tỉm:

-Em cũng không biết nữa. Nếu ngày xưa em thấy nét chữ này, hông chừng chỉ có mình anh Minh là rể hụt thôi. ∎

Trích lời ca trong các nhạc phẩm:

Ngày Tháng Hạ của nhạc sĩ Phạm Duy

Hè Về của nhạc sĩ Hùng Lân

Đón Xuân của nhạc sĩ Phạm Đình Chương

Mùa Xuân Trên Đỉnh Bình Yên của nhạc sĩ Từ Công Phụng

Lệ Đá của nhạc sĩ Trần Trịnh, lời của thi sĩ Hà Huyền Chi

Lá Thư của nhạc sĩ Đoàn Chuẩn Từ Linh

Nhờ Em Giữ Lấy Tình Ta của nhạc sĩ Hoàng Xuân Giang

Những câu thơ trích trong bài thơ *Áo Vàng* và *Con Dế Gáy Quên Đời* của H. Văn.

Diễm Châu - Cát Đơn Sa

Xanh Màu Quê Hương

Viết về những ngôi chợ chồm hổm trên đất Mỹ.

Tôi biết đến địa phương có chợ "Chồm Hổm" đầu tiên trên đất Mỹ, khi đi hát ở New Orleans - Louisiana. Phải nói ngày xa xưa đó, từ khi rời bỏ quê hương trong biến cố 1975, biết bao lâu rồi tôi có bao giờ được nhìn thấy lại cảnh họp chợ búa ven sông, ven làng như ở quê hương mình.

Ngay cả việc tôi đi hát cũng là vượt qua giới hạn của ba má, vì nếu như không ở trên đất Mỹ và đã có gia đình riêng, thì đời nào tôi được ba má chấp nhận cho bước vào nghề nghiệp được gọi là "xướng ca", để có dịp đi đây đi đó, tận mắt thấy những nét đẹp trên quê hương thứ hai của mình!

Thời học sinh nhờ tài năng, tôi chỉ được cho phép hát ở nhà thờ và trường học mà thôi.

Khi còn ở Đà Nẵng, mỗi lần ba tôi tằng hắng, hỏi từng đứa con lớn trong nhà, là sau này các con sẽ làm gì, thì chúng tôi phải thưa: "Tụi con phải học cho giỏi và đi du học"!

Đáp vậy để ba vui và khỏi bị la rầy, nhưng trong lòng tôi có thích thú gì đâu! Ba má sinh ra chúng tôi là những đứa con mặt mũi thì giống cha mẹ, nhưng tâm hồn đứa nào cũng có dòng máu nghệ sĩ… trong lúc ba là một sĩ quan quân đội nghiêm túc, tháo vát còn Má thì tính tình hiền lành, khiêm nhu.

Ông anh tôi là một nhiếp ảnh gia tài tử, từ khi còn nhỏ đã thích chụp hình, nhất là chân dung các bà các cô rất đẹp. Ngày xưa anh cũng đã từng chụp cho tôi nhiều ảnh đẹp, nhưng tiếc là đã thất lạc đâu mất hết rồi! Còn mấy đứa em tôi dù ăn học thành tài, nhưng chúng cũng là những ca nhạc sĩ một thời nổi trội ở địa phương, ngay cả dâu rể trong nhà cũng y như vậy. Nhà tôi mà mỗi lần có Reunion họp lại, thì khỏi cần mướn ban nhạc và ca sĩ.

Tôi vào nghiệp ca hát "sâu nặng" hơn các anh em chắc do Trời muốn, vì khi ở hải ngoại chỉ có một số ca sĩ nổi tiếng thoát ra được nước ngoài, nên thời kỳ đó đi hát rất dễ được đón nhận. Ca sĩ chỉ cần có giọng ca hay và dễ thương một chút là được, không phải cạnh tranh ăn mặc thiếu vải như ngày nay. Mỗi lần đi show, nhất là ở New Orleans… đưa đi vài trăm cuốn cassette là có những ông chủ tàu đánh cá hào hoa mua nguyên cả thùng để phát cho nhân viên, không cần đi bán. Trong lần đầu tiên, khi đến New Orleans hát, ông bầu tại địa phương khoe:

- "Ở đây có khu phố Pháp bán cà phê Dumont và bánh Beignets chiên thật ngon, đặc biệt hơn nữa có chợ chồm hổm cuối tuần, DC viết văn làm báo muốn đi coi cho biết không? Đó là chợ Việt, bán đủ mọi thứ trên đời, như rau ria hái vườn nhà, cua tôm cá còn nhảy lóc chóc, có cả bánh cuốn tráng hơi, phở và đặc biệt là các món nhậu như bò tái, tiết canh lòng heo… chưa kể món Crawfish rất ngon nếu trúng mùa".

Nghe giới thiệu hấp dẫn quá, có các món nhậu bê thui, lòng heo, tôi vốn thích "phá mồi" nên gật đầu ưng thuận đi xem.

Người bạn nói phải dậy thật sớm, khoảng năm sáu giờ sáng. Đi trễ quá, chợ gần tan, mà đồ tươi ngon thì không còn gì! Biết vậy, nhưng vì tối thứ sáu từ vũ trường về đến Hotel cũng gần hai giờ sáng, còn phải ngủ để đêm thứ bảy là buổi trình diễn chính, nên phải ba lần bốn lượt bay qua New Orleans hát, tôi mới đi coi được chợ "chồm hổm" lần đầu trong đời, quả thực là một thích thú lớn.

Biến cố lịch sử 1975 ở Việt Nam đã đưa một số người Việt đến định cư trên mảnh đất cực đông của Thành phố New Orleans tiểu bang Louisiana Hoa Kỳ. Những con người cần cù phải rời quê hương của mình đến tạo lập cuộc sống mới, từ đó họ đã có một cộng đồng người Việt quây quần trong khu làng mang tên Versailles.

Cái tên Versailles khiến người ta tưởng đến một địa danh trên đất Pháp. Nhưng không, đó chỉ là một một khu dân cư, nằm sát bên cạnh sông Mississippi, quy tụ khoảng trên dưới 10 ngàn người Việt Nam. Làng Versailles ở New Orleans là một khu không giống bất kỳ đâu trên đất Mỹ, vì nó rặt tính chất Việt, từ con người cho đến sinh hoạt. Nơi đó vào những phiên chợ hàng tuần, người ta có thể gặp những cụ già đầu đội nón lá, hay vấn khăn mỏ quạ ngồi chồm hổm dưới đất bán những thứ cây nhà lá vườn, như thịt cá tươi sống và rau trái, một không gian ồn ào tấp nập tiếng người mua kẻ bán, trả giá bằng tiếng mẹ đẻ.

Người dân làng Versailles có nơi nương tựa tâm linh là Giáo xứ Maria Nữ Vương. Chính với sự dẫn dắt của cha chánh xứ, mà cộng đồng Công Giáo người Việt (đa số) ở đây đã tạo nên một tinh thần đoàn kết, để vượt qua những thử thách trong đời. Cuộc sống của người dân Versailles cứ bình lặng trôi như vậy được ba chục năm. Đến năm 2005, biến cố thiên tai trận bão kinh hoàng Katrina đã tàn phá New Orleans. Người dân Versailles cùng chung số phận, một lần nữa phải rời làng đi lánh nạn. Sau cơn bão dữ, dù chỉ còn là tan nát, cộng đồng "xóm đạo" đã trở về quyết tâm xây dựng lại cuộc sống của mình.

Những biến cố nói trên đã làm đạo diễn người Mỹ gốc Đài Loan Leo Chiang cảm hứng dựng lên bộ phim tài liệu cảm động "Một ngôi làng tên gọi Versailles", mà nhân vật chính qua các sự kiện trong phim tài liệu cảm động là cha Viễn, người Cha xóm đạo dẫn dắt các con chiên của mình.

Chợ thứ hai mà tôi biết đến là Chợ Vườn, nơi duy nhất tại Washington DC mà người ta có thể tìm mua những loại rau trái tươi mát tưởng không thể có trong thời gian đầu ở Mỹ.

Ai là cư dân trong cộng đồng người Việt tại Washington DC đều nghe và biết tới „Chợ Vườn". Đây là nơi duy nhất trong khu vực mà người ta có thể thoải mái khi tìm mua những loại rau củ những tưởng không thể kiếm ra tại vùng đất này, như rau muống, mướp, rau đay, cà pháo, rau thơm đủ loại… Một điều ngạc nhiên nữa chủ vườn là một người Mỹ.

Chợ này duy nhất có một gia đình bán. Có lẽ cư dân Việt ở vùng thủ đô ít theo ngành "nông".

Tôi biết đến Chợ Vườn Nhà này trước cả lần đi hát ở Đại Hội Lửa Thiêng Hoa Thịnh Đốn vào năm 1981. Đầu tiên ngôi chợ này không phải vườn nhà như bây giờ, mà hai ông bà có mặt ở con đường nhỏ, bên hông chợ Mê Kông Center. Từ chợ Mê Kông bước ra, tôi nhìn thấy một dãy bàn kê sát nhau, trên đó có đủ thứ loại rau mát mắt, từ bó đọt bầu bí cho đến mấy trái cà pháo, cà tím, rồi lá mồng tơi, khổ qua, cả trái lê và táo… Người bán hàng là một ông Mỹ vì bà đi đâu không có mặt lúc đó. Tôi hơi ngạc nhiên về điều này, và không hiểu sao ông ấy có thể nghĩ ra chuyện bán những loại rau này cho các khách hàng đi chợ Việt hay vậy? Có thể vợ ông ta là Việt Nam?

Quả đúng như vậy… thời gian sau đó, khu phố có sự thay đổi, chợ vườn được dời về nhà như hiện nay. Sáng nào người đàn ông tên Jean cũng cặm cụi xới đất bằng chiếc máy cũ có tiếng kêu ồn ào, dù tuổi đã cao, hơn bảy mươi. Ông bảo đó là việc của ông trong suốt ba chục năm nay. Đất xới xong sẽ được ủ cỏ và bã đậu để chuẩn bị gieo hạt mới. Đang làm trong vườn mà có tiếng người gọi, ông lại chạy ra bán hàng.

Đây là một công việc thường nhật của ông chủ khu trồng rau nổi tiếng khắp khu vực Washington DC và vùng phụ cận, cộng đồng người Việt ai cũng biết, và gọi là „Chợ Vườn". Đúng ra đây chỉ là một vườn trồng rau của vợ chồng ông Jean và bà vợ tên Bọc, một phụ nữ gốc Bắc.

Muốn ăn rau tươi mới hái, cứ ghé tới „Chợ Vườn" là có đủ. Nhà vợ chồng bà Bọc hầu như không thiếu loại thứ nào, từ môn bạc hà, cải bẹ xanh, rau muống, mồng tơi, rau đay, hành, hẹ, bí xanh, bí đỏ, dưa chuột… cho đến đủ thứ rau thơm để ăn kèm với thức ăn...

Khi đến khách cứ việc xuống vườn, muốn hái gì tuỳ thích, nếu không muốn mua rau đã bó sẵn. Rau củ hái xong đều đem cân nặng và trả tiền. Không chỉ khách Việt, mà ông bà còn có khách Tàu, Nhật, Phi, Ấn Độ… Bởi vì mua ngoài tiệm, rau mất tươi vì phải tốn thêm hai ba ngày cho sự vận chuyển, đó là điều không ai thích.

Ông Jean ít nói, chỉ khách hỏi gì mới trả lời. Cũng vì tính ông hiền, ngại tiếp xúc với người lạ. Bà Bọc bảo, ông ấy chẳng bao giờ nói chuyện với ai, tại ông ngượng. Lần trước có nhà báo Mỹ đến, ổng cũng trốn luôn, để mình tôi trả lời.

Khi người ta thấy ông quá siêng và "nice", tò mò hỏi về chuyện tâm tình, bà Bọc kể vanh vách, như đã từng kể với nhiều người mua rau quen mặt:

- Ngày xưa tôi muốn đi làm cho Mỹ để kiếm tiền phụ giúp gia đình, thế nên đến năm Tết Mậu Thân 1968, thấy họ đăng báo tìm người làm việc, tôi nộp đơn và được tuyển làm nhân viên tại khách sạn có người Mỹ cư ngụ. Khi đó, ông Jean là một nhà thầu của quân đội Mỹ ngụ tại đó. Ông thương và ngỏ lời muốn cưới tôi nhưng ngay lúc đầu đã bị từ chối. Lấy chồng Mỹ là chuyện tôi không bao giờ nghĩ tới, nhất là khi nhớ đến người cha luôn đánh đập mẹ mình tàn nhẫn cứ ám ảnh tôi mãi! Tôi hỏi má hồi mới quen nhau ba có dữ tợn như thế không, thì Má nói không, cho đến khi lúc lấy nhau có vài đứa con rồi thì chẳng hiểu tại sao ổng thay đổi tính nết, đánh má quá trời. Tôi sợ rằng mình lấy chồng cũng sẽ bị như vậy!

Đã có lần bà bị cha đánh một trận đòn thừa sống thiếu chết cũng chỉ vì ông bắt gặp bà dám nói chuyện với ông Jean. Cha bà Bọc vừa khó khăn lại cổ hủ. Ông cho rằng con gái đi làm cho Mỹ là gia đình xấu hổ với chòm xóm láng giềng lắm rồi, giờ lại bày đặt "xà nẹo" với một thằng Mỹ cao nhòng!

Mang nhiều nỗi sợ và biết bao nhiêu trở ngại nhưng duyên nợ do Trời định. Trong ba năm theo đuổi, ông Jean cuối cùng nhờ sự hiền lành, đứng đắn đã thuyết phục được cha bà Bọc. Bà cũng an tâm và đặt niềm tin vào anh chàng Mỹ, sau khi đã hỏi cẩn thận về vụ đánh vợ… Ông trả lời chắc chắn: "bên Mỹ không có ai đánh vợ con cả". Thế là đám cưới được tổ chức tại Việt Nam. Năm 1975 bà theo chồng về Mỹ trước ngày mất nước.

Những ngày đầu nơi đất khách, bà Bọc ở nhà làm nội trợ, trông con. Sau đó bà tìm thêm được việc làm ở một xưởng may, và có duyên với nghề trồng rau cũng khởi đầu từ đây.

Những người Việt Nam làm trong xưởng nói bà có đất rộng thì hãy trồng rau. Họ nói việc đó làm dễ ợt, cứ cuốc đất xong, bỏ hạt xuống tưới nước là rau chui đầu lên. Bà nghe hay hay làm y theo lời chỉ dẫn đó. Chồng bà lại thích làm vườn, thế là cứ cuối tuần hai ông bà lại ra đào xới mảnh vườn cùng nhau. Khi thu hoạch, bà hay cắt các loại rau đem đến xưởng may phân phát cho các bạn ăn giùm.

Bà Khoe:

- Rau của tôi được uống nước đầy đủ. Khi rau bắt đầu lên, tôi ủ cỏ hai bên và tưới nước. Cỏ có tác dụng giữ nước để tạo ẩm cho rau, sau đó cỏ thối ra thành phân bón tự nhiên.

Vợ chồng họ nay đều trên 70, là cặp vợ chồng dị chủng, nhưng đầm ấm hơn nhiều cặp Việt Nam, bởi biết thương yêu, giúp đỡ khi sống đời với nhau, vẫn miệt mài làm việc đêm ngày bên nhau, vì làm việc là thói quen lâu nay, và cứ thấy mọi người thích rau của mình là vui rồi.

Bà cho biết gắn bó với nghề trồng rau mấy chục năm nay thành quen, mùa Hè nhiều khi bà thức dậy từ ba giờ sáng cho đến tận khuya, mỗi ngày chỉ ngủ mấy tiếng, nhưng không bao giờ thấy mệt. Nhất là khi nhìn các loại rau củ tươi tốt ngoài vườn là mừng, cảm thấy vui mỗi khi có người Việt đến vườn mua rau, họ nói nhờ có Chợ Vườn mới có các loại rau tươi ngon như vậy để ăn. Vợ chồng bà có ba người con gái, đã trưởng thành và có cuộc sống riêng.

Ở miệt đó, cứ mỗi độ Đông về, trời lạnh lẽo tuyết rơi đông đá, không trồng rau được, là vợ chồng bà lại khăn gói đi nghỉ ngơi ở Florida hoặc các nơi để tránh rét. Những khách thích ăn rau tươi phải chờ đến tháng tư, Vườn Rau mới mở cửa lại, để tự tay hái những lá rau xà lách, rau dền xanh mướt đầu mùa mà vợ chồng bà Bọc trồng vào cuối xuân.

Nghề nông trên đất Mỹ là nơi kiếm ra bộn bạc, cho nên bây giờ theo thời gian, không ít những tiểu bang có nhiều người Việt cư ngụ, hay tại các xứ Đạo Công Giáo, người ta biết trồng ở nhà những gốc bầu bí, thanh long, khổ qua…

Một chợ chồm hổm nữa cũng nổi tiếng khá lâu đời, đó là chợ chồm hổm ở Houston.

Dân Houston thường chơi ngon, đi bán rau mà lái toàn xe chiến như Acura, Audi đời mới nhất, khi chiếc xe đỗ lại ven đường, rồi trên xe bước xuống một bà già, khệ nệ lôi ra thùng carton đựng mấy trái mướp hương, hành bó và rau quế, húng lủi xuống.

Bên cạnh đó, mấy ông bà khác cũng vừa đến, tất bật mang hàng từ xe hơi của mình ra, những trái mướp, quả bầu, mớ chanh, ớt, đậu bắp, khế chua, khế ngọt, sau nầy còn tăng cường thêm bán tôm thịt cá tươi & các loại dụng cụ VN cũng đem ra bán… để bày biện trên tấm vải nhựa trải dưới đất. Đó là mỗi sáng chủ nhật có Thánh Lễ, phiên chợ chồm hổm ở Houston của người Việt được bắt đầu như thế tại tiểu bang Texas, USA.

Không thể tin là chợ chồm hổm ở Houston bên ven đường đã có từ nhiều năm. Nơi đây họ không gọi tên của nhau, hoặc không cần biết điều đó, mà gọi theo tên của món hàng được người đó bán. Chẳng hạn như bà mồng tơi Tím vì bà chuyên bán rau mồng tơi tím, khác với bà bán mồng tơi Xanh! Ông Tôm ngày thường vẫn đi còn làm hãng, chủ nhật đi lễ, ông cùng vợ thay nhau ra chợ chồm hổm ở Houston bán tôm, vừa để gặp gỡ người đồng hương vừa kiếm thêm tiền chợ, vì mỗi buổi bán được khoảng trên dưới sáu mươi "pounds" tôm cũng không phải là ít.

Người ta chọn để họp chợ chồm hổm bởi lý do đơn giản, vì là nhà thờ Giáo Xứ Đức Mẹ La Vang, nơi đây Thánh Đường được xây dựng kiến trúc theo đặc thù Việt Nam tuyệt đẹp. Chợ lúc ban đầu lèo tèo vài người bán, sau đó dần dần đông lên, khá tấp nập, vui vẻ. Nơi đây ai cũng biết có một bà được gọi tên là "Hẹ" vì bán hẹ, có đem theo con chó nhỏ Chihuahua. Sau khi dọn hàng, bà bàn giao chuyện bán buôn cho chú chó coi hàng để đi lễ. Con chó được bà mang tấm bảng nhỏ trên cổ ghi chữ: "Hẹ 2 bó 1 đồng", cạnh đó có thêm tấm bảng nhỏ ghi: "Hẹ 2 bó 1 đồng, rất tốt cho cơ thể, xin mua giùm, xin bỏ tiền vào hộp, cảm ơn quý vị!". Vậy mà cũng chẳng ai ăn gian, tiền vào hộp đều đều, nhưng phải đúng số vì không có người thối lại! Hổng biết bây giờ bà có còn dám để vậy không? Vì thời buổi nầy có thể mất cả chó lẫn tiền!

Thỉnh thoảng cũng có một vài người Mỹ lạc loài vào đây mua vì hàng vừa rẻ, vừa tươi. Chợ Việt Nam ở Mỹ rất nhiều, những siêu thị bán đủ loại thực phẩm Á Đông. Nhưng lạ một cái là ở chợ chồm hổm bán mớ rau, con cá thì ai cũng thích, làm như đó là máu dân tộc quê hương có trong mỗi con người Việt Nam, không cần biết đến kiểm kê y tế, cứ tươi rẻ là mua!

Chợ này mỗi sáng chủ nhật, cha mẹ con cháu chở nhau đi nhà thờ, nhân tiện cho cha mẹ hay ông bà nội ngoại đi cùng với mớ rau, con cá, trái ổi để bán. Xong lễ đi chơi đâu, khi về thì ghé qua chở về, ngồi chờ lâu cũng được, tha hồ tán dóc. Nhà nào ở gần nhà thờ thì sáng sớm ông, bà tự bỏ hàng vào xe đẩy kéo ra. Hầu hết hàng đều là "cây nhà lá vườn", như bầu, bí, mướp, khổ qua, rau muống, rau lang, rau đay, diếp cá… mỗi bó một đồng, có khi khuyến mãi hay câu khách cho mau hết thì mua mười tặng một. Người bán có nhiều món, bánh bột lọc được chiếu cố nên hai ba người bán… Còn có bà cụ già bán rau thơm hơi lẩn thẩn, khi thối tiền lại thường bị lộn lung tung, khách phải moi trong mớ tiền của bà để tự đếm thối lại cho mình, lại còn bán hàng giùm cho cụ khi đông khách, nhưng chẳng bao giờ mất đi đồng nào!

Nhìn cảnh chợ đông đúc vui vẻ, có người tò mò hỏi han, cá nhân bà Hẹ thực thà khai:

- Bán ở đây hơn ba năm, để dành được 4.000 đô. Tiền bán hàng tôi cất riêng không đụng tới, khi nào đủ 10 ngàn thì về thăm Việt Nam, giúp bà con ở quê.

Thế đó, họ bán mua nửa thật nửa chơi, nhưng nét mặt ai cũng vui vẻ, mãn nguyện, hài lòng. Có lẽ người đi chợ ở đây, là muốn tiếp nối cho tâm hồn mình vơi bớt sự tưởng nhớ đến chợ quê xưa lắc xưa lơ…. Xa vời vợi hơn nửa vòng trái đất! Và cũng như vùng thủ đô Hoa Kỳ, Houston thường bị lạnh ngày Đông, nên chợ lúc xuân sang mới bắt đầu xôm tụ.

Đi về miền California, ai nấy đều cho rằng ở đây sướng, khí hậu tốt cây trái trồng quanh năm…. Cali chợ Việt nhiều, nên bà con đừng tưởng là không có "chợ Chồm Hổm"! Lầm to, bởi vì dân Việt càng đông, rau trái người Việt trồng càng nhiều, nhà nhà đều trồng cây ăn trái, nhất là khi mùa hè đến, thì kết quả là đem cho nhau cũng khó, vì nhà ai cũng đầy ra những thứ đó, trồng giống nhau.

Cali không những có chợ chồm hổm, mà còn có chợ trời nữa đó. Nói vậy nhưng cũng có nhiều người không có đất trồng, phải đi mua. Mua trong chợ thì không nói làm gì, cũng như khi tôi đến khu chợ ABC ở đường Bolsa, thì thấy một dãy cửa tiệm sát chợ, đầy những hàng quán tấp nập người ra vào. Tại đây không biết bao nhiêu người buôn bán những thứ như chợ chồm hổm quê ta.

Những tiệm ăn, tiệm rượu, hớt tóc, vịt heo quay, tiệm bánh, nhà hàng bánh cuốn, đậu hủ, trái cây tươi, thuốc tây, food togo… phía trước những tiệm này là mái hiên che dài rộng tiếp nối nhau cho đến tận cuối góc shopping, vừa đi qua khỏi chợ, là bắt đầu thấy lác đác xuất hiện mấy người bán rồi…

Họ ngồi bày một dãy dưới đất, có vài người bán báo, đủ thứ các loại báo tuần in bìa màu rực rỡ. Trước mặt tiệm bánh mì Cali, thường xuyên có ông mặc quần áo sư ngồi coi lá số tử vi, rồi bà bán những bó sả tươi mới cắt, mấy bao ớt chỉ thiên đỏ, kế bên là bà cụ bán bánh ú, bánh tét. Chỗ này khác mấy chợ chồm hổm các nơi là có cả ăn mày, cũng lên đến vài người!

Một ông đẩy chiếc xe siêu thị trong chứa mấy chùm nhãn tươi rói, mấy quả thanh long màu đỏ hấp dẫn và một thùng ổi nhỏ. Tôi chưa kịp hỏi thì ông mời:

- Mua nhãn đi chị… nhãn cơm dày ngọt mà hột nhỏ xíu.

Tôi hỏi:

- Nhãn bán sao vậy ông?

- Hai pounds mười đồng, mới hái trên cây xuống.

Nhìn những trái nhãn quá tươi, tôi có tật thích nhìn những cây trái, và dù chỉ ăn những loại mình thích, nhưng không có nghĩa là không mua những trái nhãn hấp dẫn này. Tôi nhìn mấy bao nhãn chọn lựa bằng mắt, rồi chỉ tay vào một bao có những trái to và tươi rói.

- Vậy tui lấy chùm này, cho ăn thử trước một trái được không?

Quả thật, trái nhãn ngọt và hột không nhỏ như lời quảng cáo là hạt tiêu, mà nó lớn bằng ba hạt tiêu, thế cũng tốt lắm rồi. Tôi mua chùm nhãn, mình không thích nhãn vì nghe nói ăn nóng, ai đau mắt thì đừng có ăn nhiều… nhưng mua để nhìn cho đã và để chồng ăn, vì mắt của chồng tôi tốt không có vấn đề dù đeo kính cận. Một cô ghé vào thúng chả lụa của một bà già, tôi nghe cô hỏi:

- Chả ngon không bác, chả gì vậy?

- Chả heo cô ạ, tự tay tôi làm, quết thịt tươi lấy, ăn lành lắm…

- Thiệt không? Bác cũng còn sức mà giã thịt hay sao?

Câu hỏi thiệt chí lý. Nhìn bà cụ già sức đâu mà giã cho hết mớ giò trong thúng này. Bà cụ hơi không hài lòng về câu nói của cô gái nhưng bà im lặng. Rồi sau khi hỏi giá, cô đứng lên không mua, nói là mắc hơn giò bán trong tiệm!

Tôi cảm thấy tội nghiệp bà già, nhưng chỉ chút xíu sau, tôi lại hết ý nghĩ này khi thấy một ông vạm vỡ đang bỏ mối thêm giò chả vào thúng cho bà! Nhìn những bó rau dền màu xanh đỏ, những trái bưởi, những bó ngò gai, hay có người bán cả các chậu cây rau thơm, diếp cá, tía tô, cà pháo bày dưới đất đều có ở đây, dĩ nhiên giá rẻ hơn các nhà vườn một chút. Đi tiếp tục dài dài, sẽ gặp mấy cửa hàng bán trái cây vùng nhiệt đới, như mít được cắt xẻ từng miếng chưng bày rất khéo, hấp dẫn, có cả măng cụt, chôm chôm, mãng cầu, xoài thanh ca, dừa, và đủ thứ nữa.

Nhiều người thắc mắc tại sao dân Quận Cam lại được buôn thúng bán bưng tự do như thế? Tại sao và tại sao? Tôi không biết phải trả lời sao cho đúng, bởi lẽ nhìn tổng quát thì thấy "chợ chồm hổm" họ đã khôn ngoan, không bày biện hàng phía trước trên khu đất trống của chợ thức ăn. Còn mấy cửa hàng khác thì không "care" vì không đụng hàng. Họ còn quan niệm có những người buôn bán thế này, làm cho khu phố trở nên đông đúc, náo nhiệt hơn, mà đôi khi chính họ cũng là khách hàng mua những sản phẩm đó.

Tóm lại, những ngôi chợ chồm hổm hiện diện trên đất Mỹ, không bao giờ làm phiền lòng đến khách hàng Việt khi họ bất chợt tìm thấy, cho dù nhà không cần những thứ đó, đôi khi họ vẫn mua không ngần ngại, bởi vì có một chút luyến lưu. Còn với những khách hàng yêu thích chợ chồm hổm, phải nói là đa số các bà nội trợ, nếu có diễm phúc được ở một thành phố nào đó có chợ này, thì chắc chắn rằng họ sẽ thường xuyên thăm viếng, nhất là trong thời buổi kinh tế thị trường và thực phẩm bị phun đầy chất độc, kể cả rau ráng… thì chợ chồm hổm chính là nơi an toàn nhất để mua bán.

Dù sao thì chợ Mỹ - Việt ở bất cứ nơi đâu, kể cả California, thực phẩm rau trái bày bán bên trong chưa chắc an toàn như là mua ở chợ "vườn nhà", nơi mình vừa an tâm lại có sự thích thú.

Viết về các chợ chồm hổm bán rau trái vườn nhà cũng vẫn còn thiếu sót vài nơi, như các nước khác bên Úc, Đức, Anh, Pháp… nghe nói cũng có chợ chồm hổm… ở phương trời Âu Mỹ mà có những khu chợ như vậy, dù chỉ là khách ngang qua đường, nhưng màu xanh tươi của Chợ Chồm Hổm, các mặt hàng buôn bán mang sắc thái rộn ràng của lá cũng làm thu hút ánh nhìn, cho chúng ta một cảm giác thoải mái, chút xanh êm ái đượm màu quê hương.

∎

THƠ
Nguyễn Chí Trung
Lời Rơm

Sao anh không ngỏ một lời
Với em, khi ngày xưa đời trống không

Sỏi cát hôn gót chân hồng
Của em, chân bước vào vùng hư vô
Mùa hè đã sống mơ hồ
Trôi ngang những đám mây mờ khổ đau
Vào trong vũ trụ thẳm sâu
Bài ca anh đi tìm màu trăng em
Lời anh trong gió lặng im
Cái lời anh vốn đi tìm xưa nay

Nhớ em anh nhớ mặt mày
Mặt em làm lạnh tim này của anh
Mùi hương em từ ngọn ngành
Làm anh tỉnh giữa cảnh tình dã man
Trong những đêm khuya mơ màng
Và hành hạ anh vô ngần đến xương
Nhớ cuộc sống lúc anh đang
Ở trong em, đang còn mang lạnh về
Của ngày tháng chết, không hề
Được biết đến, vào tràn trề máu anh

Một ngày duy nhất chúng ta
Ngày hạnh phúc, cách ngăn ra bằng bờ
Trong biển tuyệt vọng bơ vơ
Ngày thả neo giữ linh hồn chúng ta
Đến được ngày ấy chỉ là
Với cảm nhận của ngày xưa, lúc mà
Mặt trời niềm vui tỏa ra
Một hơi ấm đang chan hòa tình ta
Mặt trời lặn, để bóng tà
Xé tan nát ảnh hình ta và người ./.

Suy giảm trí nhớ khi lão hóa: Nguyên nhân và những nghiên cứu mới

Nghiên cứu của đại học Örebro, Thụy điển cho thấy cơ chế hoạt động của bộ não liên quan đến việc trí nhớ suy giảm theo tuổi tác.

Bộ não của chúng ta không ngừng sàng lọc thông tin, loại bỏ những kiến thức không còn cần thiết để nhường chỗ cho thông tin mới quan trọng hơn. Tuy nhiên, khi tuổi tác tăng, khả năng này suy giảm, khiến việc tiếp nhận kiến thức mới trở nên khó khăn hơn. Đây là một trong những kết luận quan trọng từ luận án nghiên cứu gần đây của Đại học Örebro, Thụy điển.

Trong khi ở những người trẻ tuổi, bộ não hoạt động hiệu quả trong việc "dọn dẹp" các thông tin không cần thiết, thì khi tuổi già đến, quá trình này dần yếu đi. Điều này dẫn đến việc thông tin cũ "can thiệp" vào trí nhớ ngắn hạn, cản trở khả năng học hỏi kiến thức mới. Hiện tượng này được gọi là "nhiễu loạn chủ động", một dạng rối loạn trí nhớ phổ biến ở người lớn tuổi.

Luận án từ Đại học Örebro đã tập trung nghiên cứu sự thay đổi trong cấu trúc và chức năng của bộ não khi hiện tượng này xảy ra. Các nhà khoa học nhận thấy rằng ở những người lớn tuổi bị rối loạn trí nhớ, sự giao tiếp giữa các vùng của não trở nên kém hiệu quả hơn, đặc biệt là chất lượng của các sợi thần kinh kết nối giữa những vùng này suy giảm.

Một yếu tố quan trọng khác liên quan đến sự suy giảm trí nhớ là vùng hippocampus, một phần của não có vai trò chủ chốt trong việc ghi nhớ các sự kiện và thông tin. Khi tuổi già đến, vùng này bắt đầu co lại, gây ra nhiều vấn đề trong việc phân loại và lưu trữ thông tin mới. Sự suy giảm của hippocampus làm tăng nguy cơ "nhiễu loạn chủ động", khiến bộ não khó phân biệt giữa thông tin cũ và mới, từ đó ảnh hưởng nghiêm trọng đến khả năng học hỏi.

Tiến sĩ Pernilla Andersson, nhà nghiên cứu chính trong luận án, giải thích: "Hippocampus đóng vai trò quan trọng trong việc ghi nhận bối cảnh của các sự kiện. Khi vùng này thu nhỏ, khả năng xử lý thông tin mới giảm đi rõ rệt, và trí nhớ suy giảm đáng kể."

Mặc dù có sự suy giảm chức năng trí nhớ ở nhiều người lớn tuổi, tuy vậy không phải ai cũng gặp phải vấn đề này. Có một sự khác biệt lớn về khả năng trí nhớ giữa những người cùng độ tuổi. Một số người vẫn duy trì trí nhớ tốt, trong khi những người khác lại gặp khó khăn. Điều này cho thấy sự đa dạng trong quá trình lão hóa nhận thức và cần được nghiên cứu nhiều hơn để hiểu rõ nguyên nhân.

Tiến sĩ Andersson cho biết thêm: "Chúng tôi vẫn chưa biết hết những yếu tố quyết định ai sẽ gặp rối loạn trí nhớ khi già và ai không. Đây là lĩnh vực nghiên cứu mà tôi mong muốn tiếp tục khám phá."

Mặc dù các nghiên cứu về quá trình lão hóa nhận thức vẫn đang trong giai đoạn phát triển, một số nghiên cứu đã cho thấy các phương pháp như thiền chánh niệm (mindfulness) có thể giúp cải thiện khả năng kiểm soát nhiễu loạn chủ động. Tuy nhiên, đây vẫn là một lĩnh vực cần thêm nhiều nghiên cứu để xác định các biện pháp cụ thể giúp giảm nguy cơ suy giảm trí nhớ khi về già.

Hiện nay, vẫn chưa có lời khuyên cụ thể nào về cách ngăn ngừa tình trạng này. Nhưng với những tiến bộ trong nghiên cứu não bộ, hy vọng rằng chúng ta sẽ sớm tìm ra những giải pháp hiệu quả để duy trì trí nhớ và khả năng học hỏi ngay cả khi tuổi đã cao. *[Nguồn: Việt Báo, CA]* ∎

Các Infografik về Y khoa thường thức của nhóm Bác sĩ CN St (Đức)

SỨC KHOẺ
Thực hư việc thanh lọc cơ thể bằng cách rửa ruột

Rửa ruột (súc ruột) thường được sử dụng **chuẩn bị trước các khám nghiệm** y tế như nội soi hoặc trước một vài phẫu thuật.

Trong quá trình làm sạch ruột, **1 lượng lớn nước** (và có thể có các chất khác) sẽ được cho vô ruột già qua một ống thụt đưa vào trực tràng, để 1 thời gian ngắn trg ruột trước khi thải ra.

Có một số người **hô hào nên thường xuyên súc ruột** cho người lành mạnh. Họ cho rằng ruột già tích tụ cặn bẩn, tự sản sinh ra độc tố và lan tỏa đi khắp cơ thể.

Họ đồn đại rằng việc làm sạch ruột sẽ cải thiện sức khỏe bằng cách loại bỏ các độc tố, tăng cường năng lượng và hệ thống miễn dịch của bạn.

Tuy nhiên, **không có bằng chứng khoa học nào** cho thấy súc ruột tạo ra những tác dụng này cả.

Trái lại, rửa ruột **có thể gây các hiệu ứng xấu** như bị chuột rút, đầy hơi, tiêu chảy, buồn nôn và nôn.

Nó còn có **nhiều nguy cơ khác nghiêm trọng** hơn là: Gây tình trạng mất nước, rối loạn cân bằng điện giải của cơ thể (rất nguy hiểm nếu bạn bị bệnh thận/tim) hoặc thủng trực tràng và gây nhiễm trùng.

Nguồn: Mayo Clinic (BS Michael F. Picco) — CN St

SỨC KHỎE
Màu sắc nước tiểu có ý nghĩa gì với sức khỏe con người?

Trong suốt, không màu — Bạn uống nhiều nước, có lẽ hơi nhiều

Vàng nhạt — Bạn uống đủ nước, Bình thường

Vàng đậm — OK, nhưng bạn có thể uống thêm nữa thì tốt hơn

Cam (Cần đi khám BS) — Bạn uống quá ít nước hoặc gặp *vấn đề gan, mật*

Đỏ hồng (Cần đi khám BS) — Có thể do ăn Rote Bete, hoặc *có máu trg nc tiểu*

Xanh dương/ xanh lá (Cần đi khám BS) — Mắc bệnh di truyền, hoặc do đường tiểu *nhiễm trùng*

Nguồn: Axel Merseburger, Frank Christoph, Toni Poll, Aycock et al. (2012), Simerville et al., Quarks, WDR

Diệu Danh

Mùng 3 Tết về chùa

Mong chờ cả hai tuần, hôm nay, thứ sáu ngày 31.1.2025 tức mùng 3.1 năm Ất Tỵ, từ buổi sáng sớm tôi đã thức dậy, sửa soạn để đến đúng hẹn với mấy người bạn trẻ để… lên đường.

Buổi sáng sớm, ngày thứ sáu sao xa lộ lại chạy thông suốt, khác hẳn những năm tôi còn đi làm, lúc nào cũng kẹt xe, phải chăng đây là báo hiệu cho điềm lành cho ngày Xuân chúng tôi khởi hành? Tôi mỉm cười, thích thú quên đi mọi lo lắng, buồn phiền của những ngày qua. Chắc là cũng ba mươi lăm năm rồi, đây là lần thứ hai tôi về Viên Giác ngày đầu Xuân, thời gian trôi qua thật nhanh… Nhớ mãi, những năm tháng đầu rời xa quê hương, tôi đã được theo cùng gia đình chồng tôi lên Viên Giác để lễ Phật cũng như nguyện cầu cho ngày sớm được về Quê Hương, lúc đó còn ở ngôi chùa cũ, trời mùa Đông với những ngọn đèn vàng, mới rời xa quê hương một năm nên tôi rất thèm không khí quê nhà, thèm nghe tiếng nói giọng cười Việt Nam, cái cảm giác vui mừng xen lẫn cảm động, ngậm ngùi, tôi nhớ những ngôi chùa mà tôi đã nhiều lần đến mỗi khi có các ngày lễ hội, nhớ chùa Quán Âm có Hòa Thượng Thông Bửu, cứ mỗi rằm, mùng một tôi thường đến để phụ nấu cúng dường, nhớ Già Lam, ở đó có thầy Tín Đạo, nhớ tịnh thất Ngọc Hương thầy Tịnh Minh trụ trì, nhớ tịnh xá Pháp Hoa, trụ trì thầy Hoằng Đức, Thầy lên Đàn Chẩn Tế rất hay, nhớ Linh Quanh Tịnh xá nơi tôi quy y với Hòa Thượng Phổ Ứng. nhớ chùa Huệ Quang Hòa Thượng Huệ Hưng trụ trì, tôi cũng thường tới để nghe Hòa Thượng dạy thiền, thở vào, thở ra, cũng có khi vào những buổi trưa nắng gắt được Hòa Thượng cho ăn cơm, về chùa Hòa Thượng tôi cảm thấy như về với gia đình thứ hai làm xoa dịu niềm tâm linh.

Thời đó, Viên Giác còn xa lạ với tôi, ôi chao! Ngôi chùa đây sao? nhưng rồi, chẳng bao lâu, tôi đã tìm lại được niềm vui khi nghe được tiếng cười, vui rộn rã, tiếng chào hỏi nhau, cùng những hàng bày bán, tôi tìm lại một cái gì đó rất Việt Nam, mặc dù mới một năm thôi, tôi tưởng như đã nghìn trùng xa cách…

Mãi miên man nhớ về kỷ niệm, vậy mà đã được nửa đoạn đường, chúng tôi dừng nghỉ để cho… xe đỡ mệt. Sơn Chi mang bánh dầy đậu ra mời mọi người ăn sáng, Diệu An khen bánh ngon, có lẽ đây là lần đầu tiên Diệu An được ăn bánh này nên thấy lạ và khen ngon. Mọi người đều cười cười nói nói, vui vì được cùng nhau về chùa vào mùng 3 Tết. Đây là ý kiến của em Đồng Tiên, em tha thiết mời mọi người cùng về lễ Phật để gặp Sư Phụ em, em tâm sự từ khi có duyên lành được Hòa Thượng Phương Trượng làm lễ cầu nguyện cho cha em khi cha em mất được vài ngày, rồi HT đã từ bi về làm lễ 49 ngày cho cha em, em đã mang ơn và thương chùa, và xem như ngôi nhà thứ hai của em, về đây em thấy có rất nhiều niềm vui và hạnh phúc…

Sau mười lăm phút nghỉ xả hơi, chúng tôi lại tiếp tục cuộc hành trình vì sợ tới trễ giờ ngọ, hôm nay trời nắng ấm, dù đã giữa mùa Đông, nhìn ra ngoài quang cảnh rừng cây cao vút, thật đẹp, mùa Đông cũng có cái đẹp của nó, sự an nghỉ của cây, để rồi chờ đón những chồi xanh đơm nụ khi Xuân về.

Tới 11:20, chúng tôi đến chùa, khác như tôi tưởng, ngoài sân chùa vắng lặng, không thấy khách Thập phương, chỉ nghe tiếng tụng kinh nhịp nhàng hòa điệu. Bước vào chánh điện đông đủ Phật tử gần chật hết chánh điện đang ngồi tụng kinh Pháp Hoa. Tôi cũng ngồi vào, tụng hết phẩm *Tùng Đại Dũng Xuất*. Kỷ niệm lại ùa về, hồi còn ở quê nhà, cứ mỗi chủ nhật tôi đều đến chùa Quán Âm nghe thầy Thông Bửu giảng và tụng kinh Pháp Hoa. Thời gian trôi qua thật nhanh, mới đó mà đã bốn mươi năm rồi, tôi chưa một lần về lại thăm quê, Hòa Thượng Thông Bửu cũng đã viên tịch, không biết giờ đây ai lên trụ trì? Từ căn nhà bếp, sau chánh điện, đến những bậc thang sân chùa, một thời tôi đã đến đó để nghe Thầy giảng, từ chánh điện ra tới cửa chùa, đông nghẹt Phật tử về, nơi đâu tôi cũng cảm giác như có Hộ Pháp Già Lam, vì thế trong tôi, tôi cảm nhận được phẩm *Tùng Địa Dũng Xuất* rất gần, rất sâu dày trong lòng những người Phật tử có tín tâm.

Sau thời tụng, Hòa Thượng Phương Trượng phát lộc đầu năm cho Phật tử, tôi cũng xếp hàng để được Hòa Thượng cho lộc. Tôi đến trước Thầy, chắp tay đảnh lễ, rồi thưa với Hòa Thượng: "thưa Thầy con đến lúc 11.20 giờ và đã được tụng hết phẩm *Tùng Địa Dũng Xuất*". Hòa Thượng nói như vậy thì tốt lắm, Hòa Thượng cho một bao lì xì và hai quả quýt, tôi ngập ngừng hỏi: "Thưa Thầy, con muốn xin một chén cơm cúng Phật". Hòa Thượng nhìn lên bàn thờ "Hôm nay chùa không cúng cơm, thôi xuống dùng cơm với Đại chúng". Tôi hơi hơi buồn vì mấy ngày nay không hiểu sao tôi cứ ao ước được ăn một chén cơm cúng Phật ở Tổ Đình Viên Giác, nhưng rồi chỉ chốc lát thôi, nỗi buồn đã bay xa. Đức Phật đã dạy mà, tất cả đều là nhân duyên, duyên chưa tròn nên tôi chưa được, có thế thôi.

Đang ngồi vào bàn ăn với các bạn thì nghe ai đó nói Hòa Thượng gọi tôi, tôi vội vã đứng lên, lòng vui mừng khi thấy Hòa Thượng đứng đó tự lúc nào, Hòa Thượng vừa phát lộc xong cho Thiện Thanh, Đồng Tiên và Diệu An. Tôi đến bên Hòa Thượng. Ngài cầm trên tay chiếc bánh gói giấy kiếng thật đẹp hỏi: "Đố ai biết đây là gì? Có người đã nói là nến rồi đó". Phúc Hòa đáp: "thưa Thầy là bánh xe Pháp Luân". Thầy cười hiền hòa. "thôi thì, ai cho nó là gì thì nó là cái đó, đây là cúng trên bàn Tổ, là bánh Tổ ở quê Thầy, Quảng Nam, ngày Tết người ta thường cúng bánh này. Ổ bánh muốn ăn phải cắt ra từng miếng mỏng rồi đem chiên, ăn rất ngon. Một chút cảm động, thì ra thay vì được chén cơm cúng Phật, Thầy đã cho con chiếc bánh Tổ của xứ sở Thầy. "Thưa Thầy, Thầy cho con xin một cái nữa con mang về cho chị Diệu Trí được không?" – Thầy đáp: được, sao hồi nãy không nói Thầy lấy luôn một thể". Lòng từ bi của Thầy là thế đó, Thầy luôn đáp ứng những gì Phật tử cần. Đứng bên Thầy tôi hỏi: "Hôm nay Thầy mệt lắm phải không thưa Thầy?"- Thầy gật đầu đáp: "Thầy mệt, mệt lắm". Lòng con trĩu xuống, Thầy làm việc quá nhiều không nghỉ ngơi, con cầu xin chư vị Hộ Pháp phù trợ cho Thầy có sức khỏe để làm được tất cả những hạnh nguyện của Thầy. Con tri ân Thầy, Thầy ơi! Thầy đã luôn khuyến tấn và tạo cho con duyên lành để con gần gũi Phật Pháp, niềm tâm linh miên viễn rất cần trong đời sống này, nhất là với con, một người rất nhạy cảm, dễ khóc, dễ cười…

Khoảng 15 giờ tôi ra về, vì cả mấy ngày qua nhiều chuyện không vui xảy đến cho gia đình, và lại sẵn dịp lên chùa tôi cũng muốn ghé thăm bác Phát, người Bác mà tôi rất kính thương, Bác năm này đã 96 tuổi rồi, nhưng rất minh mẫn, vẫn một lòng yêu Quê Hương. Bác biết không? Mỗi lần lên chùa là con nhớ Bác, nhớ nụ cười hiền hòa, kham nhẫn của Bác, nhớ những gói hột điều, quà Bác dành cho con.

Xe bắt đầu lăn bánh, tôi đã không kịp chào Thầy, vì Thầy đã vào thời khóa tụng kinh. 3 giờ chiều, trời hôm nay nắng trong, đẹp như lòng người con Phật khi về chùa. Ngồi trên xe Chí lái, chúng tôi cảm thấy rất vui khi về chùa vào dịp Tết, bao nhiêu phiền muộn lui dần vào năm cũ.

Ngồi nhớ lại hình ảnh Đồng Tiên, em hớn hở, tung tăng khi về chùa, lòng tôi thấy cảm thấy vui, em chạy hết chỗ nọ đến chỗ kia chào hỏi, em đã sắp đặt chu toàn bữa cơm chay tịnh thật ngon, thật đẹp mắt cho phái đoàn chúng tôi, món ăn ngon do người nấu mà cũng do tấm lòng của em, luôn muốn cho những người gần gũi mình được vui, cảm ơn vợ chồng em, cảm ơn Diệu An, Dũng, Chi đã đồng hành. Mong rằng chúng ta, mỗi mỗi người đều được duyên lành nơi Phật Pháp, về chùa như một Đại Gia Đình trong tình yêu thương của Đấng từ Phụ Thích Ca. Tôi nghe đâu đây giọng ngâm xứ Quảng của Hòa Thượng Phương Trượng: "Chuông vẳng nao nao nhớ lạ lùng; Ra đi ai chẳng nhớ chùa chung; Mái chùa che chở hồn dân tộc"… mắt tôi bỗng cay xè, con đường đến chùa của quê hương tôi…

6 giờ chiều, trời tối dần, suốt đoạn đường dài về nhà ánh trăng lưỡi liềm vẫn theo xe, trong tôi, hình ảnh ngày hôm nay in đậm, vui cười, hạnh phúc khi gần Thầy, gần bạn đồng tu, tôi viết vào đây để nhớ buổi hôm nay, ngày mùng 3 Tết về thăm Thầy, cũng như cảm ơn các em nhỏ của tôi: Đồng Tiên, Thiện Thanh, Diệu A, Dũng, Chi, cũng không quên cảm ơn người bạn đời đã hiểu và luôn có mặt bên tôi.

Chúng con xin kính chúc Hòa Thượng Phương Trượng cùng Chư Tăng Ni Tổ Đình Viên Giác được pháp thể khinh an, chúng sanh dị độ, việc xây dựng Học Viện sớm viên thành.

Xin kính chúc mọi người, mọi nhà, nơi nơi đều hưởng được mùa Xuân Di Lặc trong tình thần hòa hợp và yêu thương nhau

Ngưỡng nguyện Mười Phương Chư Phật cho thế giới hòa bình, chúng sanh an lạc. ∎

(02. 02. 2025 - mùng 4 Tết Ất Tỵ)

TIN SINH HOẠT CỘNG ĐỒNG

Đại Nguyên thực hiện

Hình: Lễ tại Đạo Tràng Kiều Đàm Di vào ngày 8.3.2025 ở Nam California. Đứng hàng sau có nhạc sĩ Nam Lộc và ca sĩ Gia Huy.

Hòa Thượng Thích Như Điển hướng dẫn chuyến Hoằng Pháp tại Hoa Kỳ dài ngày từ 26/2 đến 6/5/2025.

Hòa thượng Thích Như Điển, Chánh Thư Ký Hội Đồng Hoằng Pháp, Phương Trượng Tổ Đình Viên Giác cùng quý Chư Tôn Thiền Đức như HT. Thích Thông Triết (Oklahoma), TT. Thích Hạnh Đức (Minnesota), TT. Thích Trừng Sỹ (Texas), TT. Thích Hạnh Bảo (Phần Lan), TT. Thích Thánh Trí (Washington State), đặc biệt là có TT. Thích Nguyên Tạng (Úc Châu), Trưởng Ban Ban Báo Chí và Xuất Bản, và TT. Thích Hạnh Tuệ, Phó Ban, TT. Thích Thiện Trí, thành viên Ban Truyền Bá Giáo Lý, v.v… đang thực hiện chuyến hoằng pháp dài ngày tại nhiều ngôi tự viện tại Hoa Kỳ từ ngày 26/2 đến 6/5/2025.

Lịch trình hoằng pháp trải rộng nhiều tiểu bang, trong đó có: *Bắc California*: Tịnh Thất Hòa Bình (Fremont), Đại Nhật Như Lai (San Jose); *Nam California*: Santa Ana, Chùa Phật Đà, Chùa Pháp Vương, Hiền Như Tịnh Thất (El Monte). Và các địa phương: *Dallas, Oklahoma, Atlanta, Houston, Jacksonville, Philadelphia, Washington DC, Minneapolis.*

Trong chương trình Hoằng Pháp còn có: Chứng minh và tham dự Đại Lễ Phật Đản của Giáo Hội PGVNTNHK kỷ niệm 50 năm tại Washington DC; cùng các buổi lễ trọng đại: Khánh thành chùa Việt Nam (Houston, Texas), Khánh thành chùa Liên Hoa (San Antonio), Đại lễ Phật Đản tại Tu viện Tây Phương. *(Tin Nguyên Đạo ghi)*

Thông báo: Thanh Văn Tạng, Đợt 1 Kỳ 2 gồm 8 quyển Kinh Luật Luận đã về đến Tổ Đình Viên Giác (12.03.2025).

Vị nào muốn nhận thì xin liên lạc để nhận trực tiếp ở chùa hay gửi qua bưu điện và xin ủng hộ 100,- Euro tiền phí vận chuyển đường biển từ nhà in ở Thái Lan đến Đức và từ Đức gửi đi các nơi tại Âu Châu *(VP Viên Giác thông báo).*

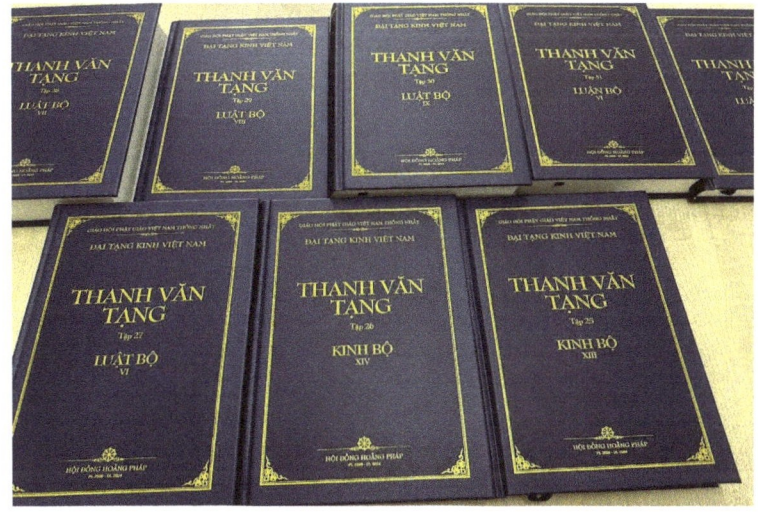

08.02.2025: Hội Người Việt Ty Nạn tại Hamburg tổ chức Tết Ất Tỵ, chủ đề Xuân Khát Vọng.

Ngày thứ bảy 08.02.2025 tổ chức tại Jenfelder Grundschule Jenfelder Str. 252 Hamburg 22045, Hội NVTNCS đã tổ chức Tết với chủ đề: Xuân Khát Vọng: Tự Do Dân Chủ - Việt Nam Trường Tồn.

Chương trình từ 17:00 đến 20:00 gồm có: mở đầu đón xuân là Múa Lân, Chào Quốc kỳ hát Quốc ca Đức và Việt Nam CH, cùng phút mặc niệm tưởng niệm Tiền nhân… Ban nghi lễ đọc Văn Lễ truyền thống Việt Nam trước bàn thờ Tổ quốc. Ngoài số lượng khoảng 600 đồng hương tại Hamburg và vùng phụ cận còn có sự tham dự của *Ông Christoph de Vries* là Dân biểu Quốc hội thuộc đảng CDU (Mitglied des Deutschen Bundestag) Chúc Tết Cộng Đồng Việt Nam. Ông hứa với Hội sẽ dẫn đại diện của Cộng Đồng Việt Nam tiếp xúc với tiểu ban Nhân quyền về tù nhân Lương tâm và nên lập danh sách tù nhân Lương tâm Việt Nam, có dịp sẽ đệ trình lên Quốc hội và giúp đỡ nhiều việc khác. *Dr. John Meister* thuộc đảng SPD đến chúc Tết. Ông nói: „bởi Tết là ngày lễ tôn vinh gia đình, tôn vinh cộng đồng và mang niềm hy vọng, đây là những giá trị mà chúng ta cùng chia sẻ và trân trọng tại Hamburg này. (…) Và đây là điều mà người Việt Nam chúng ta tại Hamburg và trên toàn nước Đức đang cùng nhau thể hiện sự tràn đầy niềm tự hào rằng: các doanh nghiệp của người Việt Nam, các gia đình, các bạn trẻ và nền văn hóa Việt Nam đã góp phần làm cho thành phố Hamburg này thêm giàu mạnh từ nhiều thập kỷ qua…",

Chương trình văn nghệ với nhiều tiết mục ca nhạc, hoạt cảnh, HipHop Dance nhạc sống dạ vũ, lotto… Đặc biệt có mục Giải thưởng cho học sinh xuất sắc trong năm qua để khuyến khích thế hệ con cháu cố gắng phát triển tài năng. Quầy thức ăn ngày Tết đầy đủ hương vị Quê hương bánh trái do quý mạnh thường quân phụ giúp đóng góp. Số tiền thu được trừ chi phí còn lại gây quỹ giúp cho các anh chị em Tù nhân ở Việt Nam.

Santa Ana, USA: HỘI ĐỒNG HƯƠNG QUẢNG - ĐÀ Hội Ngộ Xuân Ất Ty 2025.

Chủ Nhật 08 / 02 / 2025 từ 11 giờ, Hội Đồng Hương Quảng-Đà tổ chức tiệc họp mặt Tân Xuân Hội Ngộ, tại Lake Park Club 4211 First ST, Santa Ana. Trong Lời chúc Tết, ông Hội Trưởng Đoàn Ngọc Đa cho biết trong suốt 30 năm hoạt động, niềm hãnh diện nhất của hội là cứ mỗi lần Tết, Hội Đồng Hương Quảng-Đà đều đóng góp giúp anh em Thương Phế Binh tại quê nhà. Dù hoàn cảnh kinh tế khó khăn hiện nay nhưng Hội đã tổ chức thành công buổi tiệc gây quỹ giúp anh em TPB số tiền thu được là $52,000.00 đã gởi về cho anh em ăn Tết mỗi người $100.00. Tiệc mừng Xuân có phần văn nghệ với sự đóng góp của anh chị em ca sĩ của Hội Quảng Nam Đà Nẵng trình diễn rất vui với những ca khúc nổi tiếng một thời, chương trình kéo dài đến 17 giờ chiều.

Recklinghausen - Mừng Xuân Ất Ty 2025 chương trình văn nghệ với chủ đề "Ước Mơ Xuân Thanh Bình" vào 22.3.2025

Lộc biếc mai vàng xuân hạnh Phúc
Đời vui sức khỏe Tết an khang

Văn nghệ Tết muộn vào thứ Bảy ngày 22.3.2025 từ 17:00 đến 24:00 tại Bürgerhaus Süd Körnerplatz 2, 45661 Recklinghausen.

Hội Bảo tồn Văn hoá Việt tại Đức mang tâm niệm: - Nối bước tiền nhân làm rạng danh người Việt nơi xứ người. - Gìn giữ và phát huy truyền thống Việt Nam khi Xuân về Tết đến. Ban tổ chức và các cộng sự viên cùng nhau tổ chức Tết muộn vì không có hội trường. Đêm văn nghệ do cô Bảo Quyên giới thiệu chương trình, với các Ban vũ Dáng xuân, Ban vũ thiếu nhi, Ban nhạc Đồng Xanh, những ca sĩ nổi tiếng tại Đức... Âm thanh ánh sáng tuyệt vời của Asia Đức ngô. Ngoài những tiết mục văn nghệ còn có các quầy bán món ăn thuần tuý Quê hương.

Tin nhờ đăng:
Thông Báo của LIÊN HỘI NGƯỜI VIỆT TỴ NẠN tại Cộng Hòa Liên Bang Đức e.V.

Kính thưa quý vị Lãnh Đạo Tôn Giáo, quý Hội Đoàn, quý Đoàn Thể và Tổ Chức đấu tranh cho tự do, dân chủ và nhân quyền Việt Nam.

Năm nay là tròn 50 năm chúng ta mất miền Nam tự do vào tay Cộng Sản. Từ 50 năm nay, mỗi năm vào ngày Quốc Hận là một lần gợi lại những nỗi đau không quên cho chúng ta và tạo thêm động lực thôi thúc ý chí tranh đấu cho công bằng, tự do dân chủ, nhân bản nhân quyền cho dân tộc quê hương. Mặc dù, công cuộc tranh đấu chưa đạt được thành tựu tối hậu là giải thể chế độ độc tài đảng trị, nhưng đảng Cộng Sản Việt Nam vẫn phải luôn đề cao cảnh giác trước áp lực phản kháng tinh tường của khối người Việt tự do hải ngoại.

Song song với các sinh hoạt Tưởng Niệm nhân ngày Quốc Hận đặc biệt này của các Hội Đoàn, Tổ Chức tại Đức Quốc, Châu Âu, Úc Châu, Hoa Kỳ, Canada... Liên Hội Người Việt Tỵ Nạn tại Cộng Hòa Liên Bang Đức sẽ cộng tác với tổ chức Kitô Giáo Chống Tra Tấn ACAT (Action by Christians for the Abolition of Torture) tổ chức buổi sinh hoạt vào **Thứ bảy 26.04.2025 tại Berlin** với chương trình như sau:

* Từ 12:30 đến 16:30 biểu tình trước Sứ Quán Cộng Sản Việt Nam và Quảng Trường Brandenburger Tor Pariser Platz.

* Từ 17:00 đến 21:00 liên tôn cầu nguyện cho hòa bình tại Việt Nam và hội thảo kèm văn nghệ đấu tranh đặc biệt tại Georgensaal, Klosterstr. 66, 10179 Berlin.

Chúng tôi kêu gọi sự tham gia đông đảo của các Hội Đoàn, Đoàn Thể và thân hữu. Sự hiện diện của quý vị sẽ là thông điệp khẳng định lòng yêu chuộng tự do dân chủ và nhân quyền của những người con đất Việt.

Berlin, ngày 12.02.2025.
BS Hoàng Thị Mỹ Lâm.
Tel liên lạc:
Ô. Nguyễn Văn Rị, Tel. 0157 33495440 và
Ô. Hoàng Kim Thiên Tel. 0163 6743097 ∎

phương danh cúng dường

(Tính đến ngày 28.02.2025)

Trong thời gian gần đây, Chùa Viên Giác có nhận được tiền của quý Đạo Hữu gửi bằng cách chuyển qua Ngân Hàng hay bằng Bưu Phiếu, nhưng không ghi rõ mục đích. Thí dụ như Cúng Dường, Tu Bổ Chùa, Ấn Tống Kinh, Pháp Bảo v.v...

Ngoài ra có Đạo Hữu nhờ người khác đứng tên chuyển tiền nhưng không rõ chuyển tiền giùm cho ai để Cúng Dường hoặc thanh toán vấn đề gì. Do đó khi nhận được tiền, Chùa không thể nào ghi vào sổ sách được. Để tránh những trở ngại nêu trên, kính xin quý Đạo Hữu khi chuyển tiền hoặc gửi tiền về Chùa nhớ ghi rõ Họ & Tên, địa chỉ đầy đủ và mục đích để Chùa tiện ghi vào sổ sách.

Ngoài ra khi quý vị xem Phương Danh Cúng Dường xin đọc phần trên cùng là tính đến ngày?... tháng?.... để biết rằng tiền đã chuyển đi ngày nào và tại sao chưa có tên trong danh sách.

Chùa có số Konto mới và Tu Viện Viên Đức cũng đã có số Konto (xin xem phía sau). Danh sách PDCD của quý Đạo Hữu & Phật Tử, chúng tôi xin phép chỉ đánh máy một lần chữ **ĐH** (Đạo Hữu) ở bên trên, mong quý vị thông cảm cho. Xin niệm ân tất cả.

TAM BẢO

ĐH. A Hui, Heihe & Cathleu 10€. An Hồng Đàm Thị Hồng Oanh 50€. Anh-Vy Hoàng Trương 10€. Bành Tâm Sơn 10€. Bastian Orgis 20€. Blumenthal Andre 25€. Brendel Nguyễn Mạnh Chiến 10€. Bùi Hải Băng 20€. Bùi Minh Hạnh 5€. Bùi Thanh Hùng 50€ HHHL Mẹ Nguyễn Thị Phụng. Bùi Thị Kiều Loan 20€. Bùi Thị Mai Thoan 100€. Bùi Thị Quỳnh Trân 50€. Bùi Thị Thúy Dự 20€. Bùi Thị Trang 50€. Bùi Văn Khải 50€. Bùi Vi Dân 50€. Cao Bích Ngân 20€. Chêng Sui Cú 30€. Chi Hội Phật Tử Hannover 185€. Chú Mập 20€. Chu Quốc Hùng 150€ HHHL Phạm Thị Thanh Tâm mất ngày 8 tháng Giêng Ất Tỵ 2025. Chu Thị Thu Trang 20€. Công Ty Trần Soan Pt Thiện Tâm 500€. Cord Tatge (Bhante Sukkacito) 2.200€. Đàm Thị Hoàng Lan 10€. Đăng Đăng 35€. Đặng Thị Kim Anh 50€. Đặng Thị Lan Anh 50€. Đặng Thị Thu 50€. Đặng Văn Lương 20€. Đào Minh Sang 30€. Đào Thị Hiền 20€. Đào Thị Thu Hằng 50€. Đào Thị Thu Huyền 25€. Đào Thị Thúy Hiền 10€. Đậu Ngọc Anh 50€. Diệu Hường Nguyễn Thị Lan Hương 50€ HHHL Nguyễn Thị Hạnh. Diệu Liên Nguyễn Thị Lý 50€. Diệu Lý Nguyễn Thị Kim Anh 20€. Diệu Nghĩa Lý Hồng Đào 30€. Diệu Phi Nguyễn Phương Danh 120€. Diệu Sắc & Thị Diệu 50€. Diệu Thanh Nguyễn Thị Ngọc Bích 50€. Đinh Anh Tuấn 30€. Đinh Thị Hạnh 100€. Đinh Việt Chiến & Nguyễn Thị Chung 10€. Dirk Buhran 10€. Đỗ Nhật Linh 50€. Đỗ Quốc Vinh 10€. Đỗ Thị Hồng & Nguyễn Hồ Ngọc Thạch 50€. Đỗ Thị Lệ Minh 20€. Đoàn Thị Bích Nga 20€. Doãn Thị Phước 20€. Đồng Huệ 10€. Đồng Nhi & Đồng Thinh 100€. Đồng Thảo Nguyễn Thiên Hân 30€. Đồng Vân Đinh Thu Hương 30€. Dr. Christoph Eich 100€. Dương Mạnh Dũng 50€. Dương Thanh Sang 50€. Dương Thị Vân 30€. Duy Hưng Tony Phạm 20€. Fam. Becher 10€. Fam. Do 20€. Fam. Đoàn 50€. Fam. Hữu Nguyễn 30€. Fam. Lê Minh Oanh 20€. Fam. Loi & Hong 20€. Fam. TA Schwerthe 100€. Fam. Thai 10€. Fam. Trương (Thu Trương) 150€. Fam. Vu Xuân Hoai-May 20€. Frau Vương Ngô Anh 50€. Frau Pehmüller & Divodo 20€. Gđ. Bích Vân & Thanh Châu 200€. Gđ. Đồng Nghiêm Nguyễn Thị Thu Trang & Đồng Nguyệt Nguyễn Thị Thu Thanh 105€ HH công đức cho cửu huyền thất tổ nội ngoại. Gđ. HL Đồng Hạnh Trần Tường Phương 60€. Gđ. Hoàng Thị Kim Xuân 20€. Gđ. Lai Thị Nhen 20€. Gđ. Lý Thu Hồng 400€ HHHL Lý Tuấn Phu. Gđ. Ngọc Hà & Haly Wesley 20€. Gđ. Nguyễn Thanh Bình & Nguyễn Thanh Huyền 20€. Gđ. Nguyễn Tiến Công & Cao Thùy Dung 20€. Gđ. Nguyễn Tiến Thành & Vũ Hoàng Lê 20€. Gđ. Nguyễn Trung Quốc 50€. Gđ. Pt Đồng Hạnh Bùi Thị Thu Dung 20€. Gđ. Pt Ngọc Cẩn Trần Thị Lan 200€. Gđ. Pt Ngọc Tuyền Trần Thị Ngọc Thúy 20€. Gđ. Pt Phùng Thoại Minh 20€. Gđ. Pt Thiện Dũng Nguyễn Quang Mạnh 200€. Gđ. Pt Thu Hiền Wittkowski Pd Huệ Lương 20€. Gđ. Pt Trần Thị Liên Hương 50€. Gđ. Steingräber & Đồng Vinh, Đồng Lạc 50€. Gđ. Tâm Mỹ Trần Thị Mỹ Châu 50€. Gđ. Thiện Hảo 200€. Gđ. Thiện Học 10€. Gđ. Thiện Vinh & Thiện Quý

Xem tiếp tr.90

TIN THẾ GIỚI

Quảng Trực phụ trách

DeepSeek có mối quan hệ chặt chẽ với chính phủ Trung Cộng

DeepSeek, một ứng dụng thông minh nhân tạo, có quan hệ gần gũi với chính phủ Trung Cộng và điều này có thể giải thích sự phát triển nhanh chóng của doanh nghiệp startup từ mức một triệu nhân dân tệ (~ 138.000 đô la) vào năm 2023 lên một doanh nghiệp gây thách thức toàn cầu trong ngành công nghiệp này. Mô hình trí tuệ nhân tạo mã nguồn mở của Lương Văn Phong (40 tuổi) đã tạo ra một lỗ hổng lớn trị giá một nghìn tỷ đô la trong cuộc đua AI trên thị trường chứng khoán toàn cầu hôm thứ hai 27/1/25, đứng đầu bảng xếp hạng về ứng dụng, vượt qua cả ChatGPT, và theo cách mà nhiều người cho là một thách thức với sự thống trị của Mỹ trong lĩnh vực này. Sự phổ biến của DeepSeek đã làm chao đảo thị trường chứng khoán toàn cầu, hất đổ một ngàn tỷ đô là giá trị các cổ phiếu, khiến Nvidia vốn gần như độc quyền trong ngành chip bị mất gần 600 tỷ đô la vốn hoá thị trường sau khi cổ phiếu của hãng giảm 17% trong ngày thứ hai. TT Mỹ Donald Trump nói DeepSeek là một "lời cảnh tỉnh" cho ngành công nghiệp Mỹ vốn cần "tập trung hơn vào việc cạnh tranh để chiến thắng". Tuần trước đó, TT thống Trump đã công bố một sáng kiến AI trị giá 500 tỷ đô la cho ba công ty là OpenAI (công ty tạo ra ChatGPT), Oracle và SoftBank của Nhật Bản. Tuy nhiên, sự xuất hiện mạnh mẽ của DeepSeek cũng có vấn đề. Công ty đã vướng phải tình trạng "hoạt động suy giảm" do bị tấn công mạng và phải "tạm thời giới hạn" người đăng ký sử dụng ứng dụng, theo thông báo của ứng dụng hôm 28/1. Sự thành công bất chợt của ứng dụng DeepSeek đến sau khi OpenAI ngưng dịch vụ ở Trung Cộng, Hong Kong và Macau vào tháng bảy năm ngoái, và bất chấp lệnh cấm xuất khẩu các chip máy tính cao cấp từ phía Mỹ. Một điều tra mới đây của RFA cho thấy công ty có mối liên hệ chặt chẽ với ĐCSTQ vốn đang có sự ủng hộ chính trị đầy đủ đối với việc phát triển AI. Quan hệ đối tác quản lý đầu tư định lượng cao cấp Ningbo và người sáng lập DeepSeek được giới chức chính quyền xác định là một công ty công nghệ cao của quốc gia tại tỉnh nhà Chiết Giang vào tháng 12 năm 2023. Những công ty kiểu như vậy thường được hưởng các chính sách ưu đãi thuế và trợ cấp của nhà nước để thực hiện các nghiên cứu và phát triển, điều này cho thấy sự đi lên của DeepSeek có sự hỗ trợ từ chính phủ Trung Cộng ở mức cao nhất. Hồi tháng trước, Washington công bố một gói kiểm soát xuất khẩu chip bán dẫn mới nhắm vào Trung Cộng, ngăn cản việc xuất khẩu với 140 công ty. Đây là bước đi mới nhất trong một loạt các biện pháp nhằm hạn chế sự tiếp cận của Trung Cộng đối với chip và sản xuất chip đủ khả năng tiến tới trí tuệ nhân tạo dùng cho mục đích quân sự. Theo một báo cáo hôm 22/1 của The Paper thuộc nhà nước Trung Cộng, máy tính Firefly-2 của DeepSeek được trang bị với 10.000 chip A100 GPU có khả năng tương đương như chip DGX-A100 của Nvidia, nhưng chi phí chỉ bằng một nửa và sử dụng ít hơn 40% năng lượng. Cũng giống như TikTok hiện đang chờ quyết định cho số phận của mình ở Mỹ, DeepSeek rất có thể cũng sẽ gây quan ngại về vấn đề quyền riêng tư vì địa điểm của công ty đặt ở nơi thuộc quyền kiểm soát của ĐCSTQ. Chính sách riêng tư của công ty cảnh báo người dùng rằng công ty thu thập các thông tin người dùng như ngày tháng năm sinh, tên đăng ký, địa chỉ email hoặc số điện thoại và mã khoá. Cũng giống như các mô hình khác, họ cũng nhớ bạn yêu cầu họ làm gì. Công ty cũng sử dụng dữ liệu người dùng để cho phép họ "tuân thủ các nghĩa vụ pháp lý hoặc khi cần thiết thực hiện các nhiệm vụ vì lợi ích công cộng" chính sách của công ty cho biết, mà không nói cụ thể "lợi ích công cộng" này là gì.

Trung Cộng điều thêm hai tàu chiến đến căn cứ hải quân Ream của Campuchia

Trung Cộng dường như đã điều thêm hai tàu chiến đến căn cứ hải quân Ream ở phía tây nam Campuchia, một chỉ dấu cho thấy rằng việc chuyển giao hai tàu này cho xứ Chùa Tháp đang đến gần. Các hình ảnh vệ tinh mà RFA thu thập được từ công ty Planet Labs cho thấy hai tàu chiến nữa đang đậu tại căn cứ hải quân mới do Trung Cộng xây dựng, đối diện với hai tàu trước đó là Aba và Tianmen đã đến đây từ năm ngoái. Chi tiết về hai con tàu này hiện không rõ trên hình ảnh, nhưng chúng có chiều dài khoảng 90 mét, tương tự kích cỡ của tàu hộ vệ Type 056 có mang tên lửa của TC. Hai tàu mới không xuất hiện tại căn cứ hôm 15/2. Các nguồn của RFA vào năm ngoái cho biết Trung Cộng dự kiến sẽ chuyển giao các cơ sở mới tại căn cứ hải quân cùng với cầu tàu và hai tàu chiến

Đổi lại, các nhà phân tích nói rằng rất có khả năng hai nước đã đạt được một thỏa thuận cho phép hải quân TC tiếp cận tới căn cứ mới này. Quân đội Campuchia sau đó xác nhận TC sẽ chuyển giao hai tàu và đào tạo đội ngũ cho Campuchia để vận hành các tàu này. Hải quân TC có 49 tàu hộ vệ như vậy, 20 trong số này trong hạm đội Biển Nam chịu trách nhiệm vùng Biển Đông. Hai tàu cùng loại đã đến Ream lần đầu vào tháng 12/2023. Các tàu này được thay bằng Aba và Tianmen được sử dụng để đào tạo trên tàu cho đội ngũ Campuchia. Tháng 2/25, Đại sứ TC tại Campuchia Wang Wenbin đã thăm căn cứ Ream cùng với BT QP Campuchia Tea Seiha và cha ông là Tea Banh - cựu Bộ trưởng Quốc phòng Campuchia, người đã từng là cố vấn cho Vua Norodom Sihamoni. Được biết TC và Campuchia bắt đầu xây dựng căn cứ này với vốn từ TC vào tháng 6/2021 trước những báo động từ Mỹ và một số nước láng giềng của Campuchia lo ngại rằng Bắc Kinh đang có sự hiện diện quân sự gia tăng rất gần với vùng Biển Đông đang có tranh chấp. Campuchia liên tục bác bỏ cáo buộc rằng TC đã có được quyền tiếp cận riêng đối với căn cứ này, và như vậy là vi hiến. Tuy nhiên, ngoài TC không có tàu chiến của bất cứ nước nào khác được vào căn cứ.

Trung Cộng tổ chức tập trận ở Vịnh Bắc Bộ

Cơ quan An toàn Hàng hải của TC đưa ra thông báo ngày 21/2/2025 về một cuộc tập trận bắn đạn thật trên vùng biển Vịnh Bắc Bộ. Thời gian của cuộc tập trận được thông báo sẽ diễn ra từ 8:00 ngày 24/2 tới 18:00 ngày 27/2 giờ địa phương. Vị trí của cuộc tập trận nằm ở vùng biển phía tây bắc của đảo Hải Nam, cách đảo Bạch Long Vĩ của Việt Nam khoảng 150km. Được biết csVN và TC đã ký Hiệp định phân định Vịnh Bắc Bộ vào năm 2000. Hai nước sau đó đã công bố đường cơ sở để xác định vùng biển chủ quyền của mình trên vùng biển này. Năm 2024, TC đưa ra đường cơ sở mới ở Vịnh Bắc Bộ với 7 điểm. Các chuyên gia cho rằng đường cơ sở mới của TC đã lấn thêm từ 20 đến 30 hải lý (từ 37 đến 55,5 km) vào vùng biển quốc tế. Động thái của phía TC được cho là nhằm mục đích ép Việt Nam đàm phán lại Hiệp định Phân định Vịnh Bắc Bộ, với tham vọng mở rộng vùng lãnh hải của nước này. Phản ứng trước việc TC công bố đường cơ sở mới, Việt Nam đã kêu gọi Bắc kinh tôn trọng Hiệp định đã ký kết giữa hai bên vào năm 2000 và UNCLOS. Việc csVN công bố đường cơ sở mới hôm 21/2/2025, với 14 điểm, kéo dài từ vùng biển Quảng Ninh xuống Quảng Trị, có thể được hiểu là động thái nhằm củng cố chủ quyền của mình ở khu vực Vịnh Bắc Bộ trước sức ép từ TC. Không rõ liệu cuộc tập trận bắn đạn thật của TC có liên quan tới việc csVN công bố đường cơ sở mới hay không.

Máy bay quân sự của Úc và Trung Cộng đối mặt gần Hoàng Sa

Ngày 14/2/2025, Úc và TC đang đổ lỗi cho nhau về một vụ việc liên quan đến quần đảo Hoàng Sa đang có tranh chấp ở biển Đông. Hôm 11/2, máy bay tuần tra biển P-8A Poseidon của Không quân Hoàng gia Úc đã chứng kiến "sự can thiệp không chuyên nghiệp và nguy hiểm" của máy bay chiến đấu J-16 của TC, Lực lượng Quốc phòng Úc ra thông cáo cho biết như vậy. Máy bay Poseidon P-8A đang thực hiện hoạt động tuần tra giám sát trên biển ở Biển Đông vào lúc đó, thông cáo cho biết. Úc cho biết máy bay TC đã bắn pháo sáng vào sát máy bay của Úc. "Đây là hành động không chuyên nghiệp và nguy hiểm đối với máy bay và những người trên máy bay" - Bộ QP Úc cho biết. Không có thành viên nào trên máy bay Úc

Nguồn hình: Tagesschau.de

bị thương trong vụ này và máy bay không bị hư hại, nhưng Úc nói nước này "hy vọng các quốc gia bao gồm cả TC nên vận hành quân đội của mình theo cách chuyên nghiệp và an toàn". BT QP Úc Richard Marles nói rằng máy bay J-16 của TC "đã rất gần đến mức không có cách nào bạn có thể đảm bảo là pháo sáng không trúng vào máy bay P-8.". Pháo sáng, khi được bắn từ máy bay ở cự ly gần, có thể đi vào động cơ và khiến máy bay rơi. Tuy nhiên pháo sáng vẫn thường được Không quân TC sử dụng đối với các phương tiện nước ngoài. Vào tháng 5/2024, Úc cũng đã phản đối TC sau khi một chiến đấu cơ của TC bắn pháo sáng sát trực thăng của Úc ở vùng biển quốc tế thuộc Hoàng hải. Vào tháng 10/2023, một máy bay TC cũng bắn pháo sáng vào trực thăng của Canada ở Biển Đông.

Kiểm soát kênh đào Panama

Tháng 2/25, TT Trump công khai tố cáo chính quyền Panama đã cho phép một công ty Hồng Kông, CK Hutchinson do đảng CS Tàu kiểm soát, khống chế việc qua lại kênh đào Panama bằng cách nắm quyền điều hành hai bến tàu tại hai tỉnh Balboa và Cristobal, nằm ở hai đầu kênh Panama, là một đe dọa trực tiếp trên an ninh quốc gia Mỹ. Và TT Trump đe dọa sẽ cưỡng chiếm lại kênh đào Panama. Phe cấp tiến xúm lại công kích tính 'đế quốc' và tham vọng chiếm Panama của Trump.

Tin mới nhất, để giải tỏa áp lực của Trump, công ty CK Hutchinson đã đồng ý bán quyền điều hành hai bến tàu Cristobal và Balboa cho một công ty Mỹ BlackRock với giá 22,8 tỷ đô. Trong giá mua, còn có quyền đa số kiểm soát việc điều hành 43 bến tàu khác trên 23 quốc gia. Tóm lại, một công ty Mỹ bây giờ nắm quyền kiểm soát kênh đào Panama và 43 bến tàu khác, thay vì một công ty của đảng CS Tàu. Đó là cách giải quyết một đe dọa trực tiếp trên an ninh quốc gia Mỹ của TT Trump. ■

Trong thời gian qua VIÊN GIÁC đã nhận được những thư từ, tin tức, tài liệu, bài vở, kinh sách, báo chí của các Tổ Chức, Hội Đoàn, Tôn Giáo và các Văn Thi Hữu khắp các nơi gửi đến.

* **THƯ TÍN**

- **Đức:** HT Thích Như Điển, Nguyên Đạo, Đại Nguyên, Thi Thi Hồng Ngọc, Tịnh Ý, Nguyên Hạnh HTD, Nguyễn Chí Trung, Đan Hà, Thu Chi Lệ, Thiện Mỹ (GĐPT), Hoàng Quân, Nguyễn Minh Hoàng, Nguyễn Song Anh, Ngô Văn Phát, Diệu Danh, Trương Ngọc Thanh.

- **Pháp**: Hoang Phong, Chúc Thanh.

- **Bỉ:** Nguyên Trí Hồ Thanh Trước.

- **Hòa Lan:** Ngô Thụy Chương.

- **Thụy Sĩ:** Nhật Hưng, Song Thư TTH.

- **Áo:** Nguyễn Sĩ Long.

- **Ý:** Trương Văn Dân, Huỳnh Ngọc Nga.

- **Hoa Kỳ**: Diệu Minh Tuệ Nga, Lâm Minh Anh, Diễm Châu Cát Đơn Sa, Phan Tấn Hải, Thu Hoài, Tôn Nữ Mỹ Hạnh, Bạch Xuân Phẻ.

- **Úc Châu:** Quảng Trực Trần Viết Dung.

- **Việt Nam:** HT Thích Thái Hòa, Bs. Đỗ Hồng Ngọc, Nguyễn An Bình, Tịnh Bình, Lê Minh Tú.

* **SÁCH BÁO**

- **Úc Đại Lợi:** Pháp Bảo số 110.

- **Taiwan:** Hai Ch'ao Yin Bi – monthly –Volume 106/2.2025.

CÁO PHÓ & CẢM TẠ

Nam Mô A Di Đà Phật

Gia đình chúng tôi thương tiếc kính báo tin:

Lão Cư Sĩ TRẦN HỮU LỄ
Pháp danh ĐỨC TRÍ

Sinh năm 1936
Từ trần ngày 07.02.2025 tại Việt Nam, Thượng thọ 90 tuổi
Tang lễ tổ chức tại Yên Bái, Việt Nam.

Chúng con/ chúng tôi xin thành kính tri ân:
HT Thích Như Điển, Phương Trượng Tổ Đình VG và chư Tăng Ni, Phật tử Tổ đình Viên Giác ♦
HT Thích Quảng Hiền, Trụ trì Chùa Trí Thủ ♦
HT Thích Thông Mẫn và TT Thích Nguyên Tạng, và chư Tăng, Phật tử Tu viện Quảng Đức ♦ TT Thích Như Tú, Chùa Quang Minh ♦
Ban Biên Tập, cùng tất cả Cộng Sự Viên Báo Viên Giác ♦
Quý Văn thi hữu Nhóm Bút Nữ Báo Viên Giác ♦
Quý bà con hai bên nội ngoại, quý đồng hương và bạn bè thân hữu đã điện thư, điện thoại chia buồn và tụng niệm hồi hướng cho Hương Linh Vãng Sinh Tịnh Độ.

Gia đình chúng con được sự gia trì của Tam bảo, sự trợ duyên của chư Tôn đức, bằng hữu thân sơ và bà con quyến thuộc tại quê nhà đã tổ chức tang lễ thanh tịnh trang nghiêm và viên mãn.

Vợ: Trần Thị Nhật Hưng, PD Diệu Như

PHÂN ƯU

Nhận được tin buồn, Hiền phu của Đạo Hữu Lê Thị Huỳnh Hoa Pháp danh Thiện Hương là:

Lão cư sĩ TRẦN PHONG LƯU
Pháp danh: Từ Hùng
(CHT Chi Hội PTVNTN Saarland-Trier & VPC)
Sanh ngày: 27.02.1942 tại Mỹ Tho - Mất ngày: 09.02.2025 lúc 14:00
(nhằm ngày 12.01 năm Ất Tỵ) tại Saarburg, Đức Quốc - Thượng thọ 84 tuổi

Chi Hội Phật Tử VNTN tại Saarland-Trier & VPC chân thành Phân Ưu cùng Đạo Hữu Lê Thị Huỳnh Hoa và gia đình. Đồng thời thành kính cầu nguyện cho Hương linh Từ Hùng Trần Phong Lưu sớm được vãng sanh miền Cực Lạc.

CÁO PHÓ & CẢM TẠ

Xin thành kính báo tin đến toàn thể thân bằng quyến thuộc:

Cư Sĩ TRẦN PHONG LƯU
Pháp danh TỪ HÙNG

Sinh ngày 27 tháng 02 năm 1942 tại Mỹ Tho, Việt Nam.
Từ trần ngày 09 tháng 02 năm 2025 tại Saarburg, Đức Quốc, hưởng thọ 84 tuổi.
Tang lễ được tổ chức tại nghĩa trang Friedensaue Saarburg, Đức Quốc.

Toàn thể gia đình chúng con thành kính Tri ân, Cảm tạ:
Hòa Thượng Thích Như Điển, Phương trượng Tổ đình Viên Giác Hannover, Đức Quốc ♦ Thượng Tọa Thích Quảng Đạo, trụ trì chùa Khánh Anh, Pháp Quốc ♦ Thượng Tọa Thích Hạnh Vân, trụ trì Tu viện Viên Đức, Đức Quốc ♦ Thượng Tọa Thích Hạnh Hòa trụ trì chùa Viên Âm, Đức Quốc ♦ Thượng Tọa Thích Hạnh Giới, trụ trì chùa Viên Lạc, Đức Quốc ♦ Đại Đức Thích Hạnh Bổn, chùa Viên Giác, Đức Quốc ♦ Ni Sư Thích Nữ Minh Hiếu, trụ trì và Ni chúng chùa Bảo Thành, Đức Quốc ♦

Gia quyến chúng con thành kính đảnh lễ và cảm niệm ân đức cao dầy của Chư Tôn Đức Tăng Ni ♦
Gia đình chúng tôi trân trọng cảm tạ Quý Phật tử Chi hội Phật tử Saarland, Trier và vùng phụ cận, Quý Bà Con, Bạn Bè, Thân Hữu gần xa đã giúp đỡ tổ chức tang lễ chu đáo, chia buồn cùng gia đình chúng tôi và đưa tiễn Anh Trần Phong Lưu về nơi an nghỉ cuối cùng. Trong lúc tang gia bối rối, việc tiếp đón không tránh khỏi những thiếu sót, chúng con, chúng tôi kính xin Chư Tôn Đức Tăng Ni, Quý Vị niệm tình tha thứ.

Nam Mô Hoan Hỷ Tạng Bồ Tát Ma Ha Tát.

Tang gia đồng kính bái và Cảm tạ:
Vợ Lê thị Huỳnh Hoa, pháp danh Thiên Hương
Chị Trần Thị Thu Thủy
Em Trần Từ Hải

Tiếp theo trang 85

50€. Gđ. Trần Thị Tuyết Bình 20€. Gđ. Trương Minh Dũng & Đoàn Thị Thúy Nga 20€. Hà Anh Trung 50€. Hà Thị Vân Anh 10€. Helzen 100€. HH cầu an cho Rien De la Couz, Jani De la Couz, Meilin Bell Wendeling & Heidi Nalin Wendeling 50€. HHHL Châu Ngọc Lan Pd Đồng Lan 50€. HHHL Diệp Hồng Cháy 50€. HHHL Trần Đồng Hạnh Trần Tường Phương 50€. HHHL Trần Tường Phương Pd Đồng Hạnh 40€. HHHL: Trần Thị Huỳnh Hoa, Huỳnh Thọ Diên, Huỳnh Thị Tư & La Nam Tường 50€. HL Huỳnh Công Tường 140€. Hoàng Hữu Long 100€. Hoàng Minh Tuấn 50€ HHHL Thiện Nam Hoàng Văn Lịch. Hoàng Thị Kim Xuân 50€. Hoàng Thị Thu Hương 30€. Hoàng Thị Xuân 50€. Hồng Thu Kaiser & Leon Kaiser 75€. Hồng Thu Kaiser, Leon Kaiser & Hanna Elüge 10€. Hứa Hiền 70€. Hứa Phú Kiều & Hứa Hiền 50€. Hứa Thiện Thanh 50€. Huỳnh Kim Thúy & Phạm Minh Tân 35€. Jarin, Krongsap & Manfred Kuhat 20€. Jenny La 20€. Johannes Zuidema 100€. Kim Quốc Tuấn 100€. Klaus Brinkop, Marina Ya-Wen Yang & Yasemin Jie-Yi Yang 60€. Ky Thanh Hảo & Âu Thị Mỹ Phương 50€. Lâm Liên 20€. Lê Hải Vân 50€. Lê Hoàng Yến, Hà Trọng Đắc, Hà Trọng Lương & Ralf Dietrich 20€. Lê Hữu Luyến 20€. Lê Ngọc Thanh (Fam. Đồng Đạt) 50€. Lê Phú 10€. Lê Phương Nga 10€. Lê Thị Bích Châu 50€. Lê Thị Hoa Hậu 100€. Lê Thị Kim Hoa 50€. Lê Thị Tuyết 10€. Lê Văn Dũng 10€. Lê Văn Tam 50€ HH cho Thiện Lộc, Thiện Thanh, Thiện Hậu & Thiện Thọ. Lê Văn Toán & Nguyễn Thị Trúc Linh 20€. Liu Yuen Sing 20€. Lôi Công Thành 10€. Lục Thị Bích 10€. Lương Khánh Linh 50€. Lương Lệ Bình Sarah 20€. Lương Thị Huệ 10€. Lương Thị Kim Phụng 70€. Lương Trung Sơn 10€. Lưu Tuyết Hoa 70€. Lý Khánh Minh (Thầy Hạnh Bổn) 3.266€. Lý Lệ Linh 20€. Lý Phách Mai 50€. Lý Thị Hồi 20€. Mai Diệu Hồng 100€. Mai Thanh Hà 10€ HH về Tổ Tiên, Ông Bà và Bố con cùng những người thân của con đã quá vãng. Mai Thị Dậu 30€. Mai Thị Huyền 10€. Mai Thị Oanh 20€. Maimouna-Maja Tal 20€. Ngô Mỹ Châu 20€. Ngô Thị Chinh 20€. Ngôn Thúy Lưu 150€. Nguyên 20€. Nguyễn Anh Tùng 10€. Nguyễn Công Thắng 10€. Nguyễn Công Thành 30€. Nguyễn Đặng Minh Khoa & Trần Huệ Quyên 10€. Nguyễn Đình Cường 10€. Nguyễn Đình Vũ 40€. Nguyễn Hoàng Hà 40€. Nguyễn Hoàng Ngân 10€. Nguyễn Hữu Hùng 40€. Nguyễn Hữu Hùng & Mai Thị Huyền 50€. Nguyễn Khắc Tiến 25€. Nguyễn Mạnh Hùng & Diệu Huệ Phạm Hồng Mai 20€. Nguyễn Minh Đức 20€. Nguyễn Minh Tân 20€. Nguyễn Minh Trường 50€. Nguyễn Nhật Minh 47,50€. Nguyễn Phương Mai 20€. Nguyễn Quyết Thắng 20€. Nguyễn Thanh Hiền 200€. Nguyễn Thanh Lan 50€. Nguyễn Thanh Liên 20€. Nguyễn Thanh Nhiễu 50€. Nguyễn Thanh Thanh 50€. Nguyễn Thanh Thủy 50€. Nguyễn Thế Anh 10€. Nguyễn Thi 20€. Nguyễn Thị Cẩm Anh 20€. Nguyễn Thị Cư, Trần Minh Châu, Vũ Thanh Hằng, Trần Xuân Bách & Trần Mỹ Huyền 10€. Nguyễn Thị Cúc 20€. Nguyễn Thị Đức Hiền 30€. Nguyễn Thị Hà 20€. Nguyễn Thị Hằng 10€. Nguyễn Thị Hoa 20€. Nguyễn Thị Hoài 40€. Nguyễn Thị Hoàng Anh 5€. Nguyễn Thị Hồng Tình 30€. Nguyễn Thị Hùng 20€. Nguyễn Thị Hương 10€. Nguyễn Thị Hương Thu 10€. Nguyễn Thị Khay 20€. Nguyễn Thị Kim Anh 10€. Nguyễn Thị Kim Oanh 20€. Nguyễn Thị Kim Phụng 20€. Nguyễn Thị Lý Từ Diệu Nghĩa 50€. Nguyễn Thị Mai Lan 50€. Nguyễn Thị Phương Loan 50€. Nguyễn Thị Thanh Huyền 50€. Nguyễn Thị Thanh Sang 20€. Nguyễn Thị Thanh Trúc 10€. Nguyễn Thị Thu Hà 80€. Nguyễn Thị Thu Hương 60€. Nguyễn Thị Thu Huyền 30€. Nguyễn Thị Thu Thủy 10€. Nguyễn Thị Trai 10€. Nguyễn Thị Xuân 10€. Nguyễn Thu 50€. Nguyễn Thu Hương & Nguyễn Thu Việt Trang và Nguyễn Đức Vượng Toni 20€. Nguyễn Tiến Hải 50€. Nguyễn Trung Hiếu 50€. Nguyễn Trường Chinh 20€. Nguyễn Tuyết Minh 50€. Nguyễn Văn An 10€. Nguyễn Văn Chất 20€. Nguyễn Văn Điều 10€. Nguyễn Văn Lợi 50€. Nguyễn Văn Phúc 10€. Phạm Quỳnh Nga 30€. Phạm Thị Bích Ngọc 40€. Phạm Thị Cúc 20€. Phạm Thị Hiền 50€. Phạm Thị Hoa 40€. Phạm Thị Tuyến 50€. Phạm Thu Hồng & Nguyễn Thanh Thoại Trường 10€. Phạm Văn Thịnh 30€. Phạm Văn Hùng 20€. Phan Ngọc Hùng 20€. Phan Quang 60€. Phan Thùy Dung 10€. Phùng Chí An 50€. Phùng Thị Bích 10€. Pt Phó Thị Thu Giang Pd Như Trí Thủy & Pt Nguyễn Hữu Hiệp Pd Thiện Hảo 50€. Pt. Đồng Đồng & Đồng Nhi 10€. Pt. Kim Hoa & Đồng Liên 50€. Pt. Nguyễn Thị Xuân Hương 20€. Quan Huệ Linh 50€. Quảng Thiện Nguyễn Trọng Bình 40€. Quốc-Trần Ly & Fei Yin Yu (Bottrop) 200€. Quyền Ziegan 50€. Reinhold Kiefer 100€. SC TN Thông Chân 100€. Schulz Kim Anh 20€. Son Nguyen 562,18€. Staron Jennifer Ngọc Phượng 30€. Tạ Thị Ngọc Hoa 50€. Thái Nu 10€. Thái Thị Thúy Hằng 20€. Thiện Học Trương Bích Hậu 50€. Thiện Phú Lê Bích Lan 20€ HHHL Phạm Văn Cường. Thu Hiền Nguyễn & Philip Treng 20€. Trần Diệu Lý 10€. Trần Đức Minh 10€. Trần Huy Linh 20€. Trần Ngọc Minh 30€. Trần Quốc Khánh 50€. Trần Thị Kiều Nga 10€. Trần Thị Kim Chung 10€. Trần Thị Phương 20€ HHHL Nguyễn Bá Dũng. Trần Văn Việt 50€. Trần Thị Thùy Linh 50€. Triệu Minh Hồ Thị 15€. Trịnh Văn Hi 30€. Trương Đại Hứa 19€. Trương Hoàng An 10€. Trương Thị Đen 50€. Trương Thị Hương 20€. Trương Thị Thúy Nga 100€. Trương Thúy Hằng 5€. Trương Tuấn Nghĩa 100€. Viên Trang 20€. Võ Kiều Oanh 50€. Võ Ngọc Hiền 20€. Võ Trần Thi 120€. Vũ Thị Bích Phượng 40€. Vũ Thị Cúc 10€. Vũ Thị Mai 200€. Vũ Thị Thu Huyền 20€. Vũ Tiên Tú 10€. Vũ Trọng Anh 565€. Vũ-Nguyễn Thị Ngọc Dung 50€. Vương Đức Cường 50€. Vương Thị Thu Huyền 10€. Gđ. Dương Xuân Trường & Nguyễn Thị Hương và các con Dương Ngọc Bích, Amelie Ngọc Anh Nguyễn (Bad Bramstedt) 30€. Fam. Trần - Giang (Bad Lauterberg) 20€. Gđ. Kunde Marie Noelle, Marie Louis & Joséphine Parcal (Bad Rehburg) 30€. Lữ Trung Cang & Lữ Phúc Trung (Barntrup) 50€. Nguyễn Thị Nga 10€. Võ Văn Tùng 50€. Vạn Nghiêm Vũ Thị Kim Trang & Vạn Danh Phan Lừng và Vạn Thiên Phan Tài Lộc (Bebra) 100€. Monie (Benthe) 20€. Thắng Hà 50€. Gđ. Diệu Tịnh & Hằng Tuấn (Berlin) 100€. Gđ. Pt Nhuận Tú 20€. Lâm Thanh Minh 20€. Lucas Bảo Vinh Nguyễn Pd Quảng Hiển 200€ (Sinh nhật + 8 ngọn nến). Thiện Phượng Nguyễn Phan Hoàng Tùng 500€. Trần Thị Thúy Như 100€. Gđ. Anh Quang (Bielefeld) 20€. Lương Thị Kim Khánh 30€. Minh Đạt Phạm Văn Đại & Đồng Hạnh Đinh Thị Thùy Dung 70€. Phạm Văn Minh & Nguyễn Thị Viên và Phạm Minh Anh 50€. Trịnh Văn Hòa & Nguyễn Thị Thanh Tình 20€. Tô Thanh Quang (Bindlach) 20€. Gđ. Bạch Chí Tùng & Nguyễn Thị Trang (Bochum) 100€ HHHL Nguyễn Thị Xuân (Trí Vui). Gđ. Nguyễn Văn Tiến & Lưu Thị Thu Trang và Nguyễn Phương Linh, Nguyễn Tiến Long 50€. Lê Quang Trường & Phan Thị Nga và Phan Lisa Themen, Lê Lucy 20€. Đỗ Thị Học (Braunschweig) 10€. Đỗ Văn Linh 50€. Gđ. Dung Hạnh 200€. Lê Thị Huê Mỹ 7€ HHHL Thiện Lễ Nguyễn Văn Nhơn. Bùi Thị Yến (Bremen) 20€. Diệu Sơn Trần Ngọc Thủy 20€. Đồng Vân Đinh Thu Hương 20€. Mạch Minh Tân 50€. Nguyễn Thị Oanh 30€. Phạm Thị Bích Thủy 20€. Phạm Thị Xuân Hương 50€. Phượng & Định 20€. Trần Mạnh Tùng 20€. Trần Ngọc Thủy 50€. Gđ. Lâm Khánh Thịnh & Nguyễn Thị Trà (Bücheburg) 30€. Nguyễn Thị Minh (Burg) 100€. Nguyễn Huyền (California/USA) 300€. Fam. Dương (Celle) 80€. Nguyễn Hồng Sơn 20€. Nguyễn Thị Hồng Diệp 20€. Gđ. Lương Trung Sơn & Trần Thị Hồng (Chemnitz) 20€. Stefan Bittner 50€ (sinh nhật 5.3.25 + 8 ngọn nến). Nguyễn Thị Thu Trang (CS Wabrid) 50€. Fam. Lê Văn Danh (Darmstadt) 50€ HHHL Yếu Tử Lê Hoàng Dương. Lê Văn Danh 20€. Phan Thị Phượng (Deggendorf) 50€. Đỗ Thị Tuyết Lan (Dresden) 10€. Gđ. Dương Thu Hường & Hồ Minh Tiến 100€. Gđ. Lưu Ánh Nguyệt 20€. Trần Thị Bích Hiền (Duderstadt) 20€. Đào Thị Hồng Nguyên (Edewecht) 82€. Phạm Thùy Dương & Phạm Thảo Ly (Einbeck) 20€. Đám tang ở Emden (Emden) 200€. Gđ. Nguyễn Kiên Trung & Nguyễn Thị Xim 30€. Hoàng Văn Nguyệt 50€. Hoàng-Hồ Huyền Trang 40€. Nguyễn Thị Kim Hoa & Nguyễn Quốc Sự và Nguyễn Linda Kiều Anh 20€. Tuấn Trần Võ 100€. Dương Thái Du (Erbach) 50€. Phạm Chí Huy (Erftstadt Liblar) 40€. Phạm Mai Anh (Erfurt) 20€. Phạm Xuân Dũng 20€. Gđ. Vũ Thu Hương & Nguyễn Anh Tuấn (Erlangen) 20€. Huỳnh-Dương Thị Tam (France) 20€. Nguyễn Năng Cường 50€. Trương Quang Khánh 82,50€. Thị Nhật Thảo, Lê-Lai (Frankfurt/M) 30€. Nguyễn Phước Hải (Frankfurt/M) 10€. Lê Chi Gruber (Frankfurt/M) 400€. Nguyễn Thị Ngọc Diệp (Freiberg) 50€. Nguyễn Thị Cẩm (Freiberg/ Sachsen) 30€. Đỗ Ngọc Oanh (Garbsen) 20€. Lê-Nguyễn Hương Trà 20€. Nguyễn Đình Thiệu 20€. Nguyễn Thị Khánh 10€. Lê Thị Vân (Geretsried) 10€. Đồng An Trần Thị A (Göttingen) 100€. Gđ. Đinh Dương 100€. Gđ. Mai Quang Tuyến 100€. Nguyễn Chung Toàn 20€. Nguyễn Thị Trâm 100€. Phạm Văn Yên 100€. Thiện Sanh & Thiện Giáo Nguyễn Xuân Nghiêm 50€. Tôn Thị Thu Mỹ 50€. Trần Minh Hơn 60€. Võ Thị Tuyết Hường & Nguyễn Tiến Dũng 20€. Doi Dang Thang & Trần Thị Yến (Grenzach-Wyhlen) 50€. Bùi Thị Dương (Hải Dương/VN) 20€. Phạm Thị Nhã 20€. Phạm Thị Hiên (Hải Phòng/Việt Nam) 30€. Đào Văn Lý (Hải Phòng/Việt Nam) 20€. Phạm Thị Hiên 25€. Phạm Mạnh Hoàn (Halber Stadt) 50€. Hoàng Thị Huệ (Halle) 50€. Fam. Rich Wien (Halle/Saale) 40€. Bùi Phương Thảo & Trương Văn Kiên (Hamburg) 100€. Dao 50€. Fam. Nguyễn Phước Hòa 50€. Nguyễn Thị Kim Anh 10€. Nguyễn Thị Vinh 70€. Tạ Thanh Bình 100€. Trương Văn Kiều 10€. Vũ Anh Tiến & Vũ Thanh Tiến 50€. Giang Thị Ngọc (Hameln) 20€. Đặng Thị Tuyết (Hannover) 20€. Đào Thu Hương 50€. Đồng Xuân Hoàng Thị Lợi 10€. Gđ. Nguyễn Ngọc Thanh & Hòa Thị Mai Phương 20€. Gđ. Pt Đồng Bình Bùi Thị Thái 30€. Gđ. Quảng Ngộ & Diệu Hiền 50€. Lan & Quyên 20€. Lê Thị Lan 20€. Lê Thu Hương & Hoa Anh Tú 100€. Lương Thị Phước 50€. Minh Thảo Hà Phước 50€. Nguyễn Thanh Hải 20€. Nguyễn Thị Thủy 20€. Nguyễn Tiến Dũng, Nguyễn Thị Thúy Hiền & Nguyễn Hà Anh 100€. Phạm Nhật Minh 10€. Pt. Đồng Xuân Hoàng Thị Lợi 10€. Trần Bích Thuận 50€. Trần Hoàng Việt 50€. Trần Nguyệt Bang & Quách Ái Trung 90€. Trang Văn Hy (Heilbronn) 10€. Huỳnh Tú Dung (Helmstedt) 50€. Nguyễn Thụy Thanh Hằng

20€. Lâm Văn Hoàng (Hemmingen) 50€ HHHL Cha Lâm Văn Tốt & Mẹ Trần Thị Phụng. Antony Trần (Hilden) 50€. Gđ. Đặng Viết Hoan (Hohenstein-Ernstthal) 50€. Gđ. Pt Trần Văn Hiện & Nguyễn Thị Kim Anh và Trần Jasmin Thùy An (Ibbenbüren) 50€. Hà Phước Mai (Isselburg) 90€ HHHL Ông Trần Văn Tuấn và Bà Trần Thị Lư, Ông Hà Văn Tư và Bà Triệu Thị Sanh. Nguyễn Drebelow Thị Bình (Jesterburg) 60€. Trần Ngọc Linh (Karlsruhe) 10€. Wedell Thị Uyển (Kleinostheim) 50€. Trần Thị Mỹ Dung (Kleve) 10€. Diệu Lý Lý Hồng Tiên, Diệu Ngọc & Diệu Nghĩa (Krefeld) 200€. Lý Hồng Diễm, Lý Hồng Sơn & Lý Hồng Chương 50€. Kim Chi (Laatzen) 50€. Phan Thị Kim Lan 100€. Thị Tâm Ngô Văn Phát 50€. Trương Mỹ Phương 50€. Đặng Trường Xuân & Schneider Thị Khánh Vân (Langen) 50€. Trần Hanh & Nguyễn Thị Hằng và Trần Dương Khánh (Đăng Khôi) (Leer) 20€. Gđ. Phạm Văn Sơn (Hải) & Đồng Hoa Nguyễn Thị Thu Hương (Lehrte) 30€. Âu Xuân Việt (Leipzig) 20€. Cao Thị Năm 20€. Phan Thị Ngoan 50€. Vũ Hải Yến 20€. Vũ Kim Chi 50€. Vũ Thị Vân 20€. Nguyễn Thị Xuân (Lemgo) 20€. Nguyễn Thị Xuân, Lê Thị Vân Anh & Phạm Quốc Dũng 50€. Gđ. Lâm Nguyên (Linderberg) 20€. Phạm Việt Cường (Lübeck) 20€. Lý Quốc Thái (Lüdenscheid) 100€. Triệu Thị Thục 20€. Royal Nails (Lüdenscheid-Schwerte) 50€. Lý Kiết Hà (Lüdenshceid) 100€. Đồng Như Trần Hải Yến (Lüneburg) 50€. Mai Thị Quý 50€. Đồng Ý Võ Thị Thu Thủy (Magdeburg) 30€. Nga 20€. Nguyễn Thị Ngọc Ánh 50€. Pt. Bích Ngọc 20€. Trần Thị Nhuần (Mainz) 50€ HHHL Phu quân Hoàng Văn Lịch. Gđ. Đồng Thanh (Mannheim) 30€. Nguyễn Quỳnh Nga 30€. Hoàng Thị Thủy (Marburg) 25€. Nguyễn Lan Anh 20€. Phạm Quang Minh & Lê Thị Minh Nguyệt (Minden) 20€. Thái Nguyệt Cầu (Mochheim) 20€. Thân Thị Linh Chi, Lê Hoàng Bảo Châu & Lê Hoàng Minh Châu (Mülheim an der Ruhr) 60€. Trần Hải Hòa & Hứa Thị Dục Tú (Müllheim) 40€. Đào Thị Thúy Hiền (München) 50€. Diệu Hạnh Nguyễn Thị Đức & Vũ Đức Quỳnh Như Vivian 100€. Pt Mỹ Tuyết Trương Ngọc Huệ 100€ HHHL Mẹ lGiang Tử. Gđ. Pt Công Ngọc (Münster) 50€. Hồ Thị Thu Hà 100€. Mã Thị Kim Hồng (Nettetal Breyell) 130€. Tạ Hồng Sinh (Neu-Isenburg) 50€. Hồ Thị Phai (Neuss) 20€. Đào Minh Thắng (Norden) 30€. Đỗ Mai Hương (Norderney) 20€. Dương Anh Tuấn 20€. HHHL Diệu Thới (Nordhorn) 30€. Nguyễn Ngọc Anh & Lê Bạch Yến (Northeim) 20€. Gia đình Phật Tử ẩn danh (Nürnberg) 100€. Trần Văn Danh & Trần Thị Phúc 30€. Fam. Lư Vương (Oberhausen) 10€. Phan Văn Hải (Oldenburg) 20€. Phi Hồng Đức 30€. Lý Trung Hà (Osnabrück) 20€. Nguyễn Thị Thu 10€. Phạm Thanh Bình (Osterode) 50€. Hiếu (Paderborn) 50€. Huỳnh Tố Nữ 20€. Nhiên Nguyễn (Pfuhl) 30€. Gđ. Kiều Việt Hưng & Nguyễn Thị Minh Phương (Pirna) 100€. Diệu Đạo Nguyễn Hoàng Mỹ Linh (Preußisch/ Oldendorf) 10€. Nguyễn Tiến Vinh (Recklinghausen) 10€. Hàng Ngọc Hoa (Rheine) 50€. Pt. Nguyễn Thị Kim Thanh (Ronnenberg) 10€. Nguyễn Thị Hằng (Rotenburg Wümme) 20€. Nguyễn Văn Điều (Saalfeld) 30€. Giang Lăng Cui (Saarbrücken) 25€. Chi Hội PTVN tại Saarland & VPC 30€ HHHL Chi Hội Trưởng Từ Hùng Trần Phong Lưu. Gđ. Pt Tín Quả Lê Thị Hoa (Sàigòn/Quận 10) 50€. Bùi Thúy Hằng (Salzgitter) 10€. Nguyễn Tấn Nam (Salzgitter-Thiede) 20€. Fam. Trần & Nguyễn (Salzhemmendorf) 10€. Phan Thị Hạnh (Schmölin) 10€. Đàm Thị Bích Nhuần (Schwetzingen) 20€. Trần Hùng Cường (Seelze) 30€. Fam. Phạm (Spremberg) 100€. Nguyễn Thị Thái Lan (Staßfurt) 30€. Lương Man Long (Syke) 20€. Lê Diệp Anh Mai (Tisselhörede) 20€. Hà Tú Quan (Trier) 30€. Chi Thanh Leuchtweis (Tübingen) 100€. Ngạc văn Tú (Ukraina) 20€ HHHL Bố Ngạc Văn Dư. Nguyễn Khánh An (Vechta) 10€. Nguyễn Văn Duyên & Nguyễn Thị Ngọc Ánh 20€. Võ Đan Chi 10€. Võ Gia An 10€. Võ Thị Thúy Hậu 10€. Hoàng Thị Hồng Ngân (Viersen) 10€. Đỗ Hoài Nam (Wedel) 50€. Đỗ Quốc Hùng & Nguyễn Thanh My và Đỗ Kiều Anh, Đỗ Quỳnh Anh, Đỗ Hà Anh (Wernigerode) 50€. Phạm Mạnh Hùng 50€. Trần Văn Điệp (Westover) 100€. Gđ. Pt Lê Thành Tâm (Wildeshausen) 50€. Gđ. Thiện Toàn & Trần Thị Tám và Bùi Bảo 50€. Lương Khánh Linh (Wilhelmshaven) 20€. Lê Thị Hiền (Wittmund) 30€. Hoàng Thị Kim Thu (Wolfsburg) 40€. Nguyễn Đình Quý & Nguyễn Thị Ngọc Nga và Nguyễn Hannah Hà Anh 20€. Thiện Đằng Nguyễn Thị Bình 10€. Nguyễn Kevin Nhật Hải (Wuppertal) 10€. Đào Tú Uyên (Zwickau) 50€. Quý Đạo Hữu & Phật Tử ẩn danh 1.050€ (Trong số có 15€ của một Phật Tử nhật được tại Andrea Passage 1 Hildesheim).

* Pawel & Ngọc Tuyền Trần Thị Ngọc Thúy (Hannover) 50€ HH Thai nhi Yểu tử Malinowski Blue. Sư Cô TN Thông Chân (Hamburg) 100€. HHHL Trương Văn Kiệt (Bielefeld) 100€. Thầy Hạnh Đức 500€. Chùa Viên Ý (Italia) 500€. TT. Thích Hạnh Bảo 952€. Quảng Đạt 20€. Pha Lê và Chồng 100€. Thiện Nguyện & Diệu Bạch 100€. Đồng Giới 50€. Đồng Bách Võ Ngọc Tùng & Amalia Zambolia 50€. Diệu Thành Lai Kim Anh (Italia) 120€. Chùa Viên Minh (Schweiz) 1.000€. Quý Phật Tử Chùa Viên Minh 160€. Huệ Nhã 100€. Đồng Nhiên và Huệ Nhã và An Hạnh 100€. Diệu Thanh 50€. Diêu Sinh 100€. Thiện Đức & Thiện Hương (Singen) 300€. Hotel Tokyo Hà Nội 200€. Nhà hàng Toro Tori 50€. Quảng Minh (Ulm) 100€. Thiện Lạc & Thiện Hiếu (Nürnberg) 100€. Huệ Tịnh 100€. Đồng Nam & Đồng Liên (Friedrichshafen) 100€. Suzan Dzung Đoàn (USA) 185,43€. Minh Huệ (Münster) 100€. Quảng Hải (Việt Nam) 50€. Diệu Hiên (Berlin) 50€. Mỹ Tuyết Trương Ngọc Huệ (München) 200€. Đồng Tánh Lee Lục Nhân Khanh (Nienburg) 50€. HHHL Diệp Hồng Chầy 50€. Ngọc Tuyền Trần Thị Ngọc Thúy 30€. Ngọc Cẩn Trần Thị Lan & Thiện Lộc Đặng Lâm Quang và Thiện Phước Đặng-Trần Nhật Minh, Ngọc Hiển Đặng Hải Lâm (Hannover) 200€ HHHL Đồng Hạnh Trần Tường. Lô Dung & Lô Hing Pong (Cloppenburg) 100€. Nguyễn Thị Hồng Thắm 100€. Thiện Vũ (Nürnberg) 50€. Thiện Đức (Frankfurt) 200€. Đồng Thiện Tiên (Mörfelden-Walldorf) 2.000€. Thị Tâm Ngô Văn Phát (Laatzen) 50€. Ẩn danh 150€. Đồng Cần (Hannover) 30€. Đồng Nhã & Đồng Độ 50€. Nhật Minh 100€. Diệu Ngọc, Diệu Lý & Diệu Phúc (Krefeld) 20€. Đồng Tâm (Celle) 20€. Hứa Thu Trang 50€. Thiện Liễu (Berlin) 100€. Đồng Bảo (Hannover) 100€. Giang & Phấn và Phi (Laatzen) 60€. Ẩn danh (Hannover) 100€. TT Thích Pháp Trú (Danmark) 300€. Ngọc Hương 67€. Nguyên Tịnh 122€. Minh Ý và Phật Tử chùa Liễu Quán 291€. Diệu Tịnh 67€. Đạo Tràng chùa Liễu Quán 100€. Hạnh Hoa 53,61€. Hoa Thắng Restaurant, Hạnh Phạm & Chúc Pháp 26,80€. Chùa Quang Minh (Danmark) 700€. Cô Thông Nghiêm 402,14€. Chùa Quan Âm 500€. Thiện Nghĩa & Thiện Danh 268,09€. Một số quý Phật Tử tại Đan Mạch 1.000€. HHHL Từ Hùng Trần Phong Lưu: Gđ. Pt Thiện Hương (Saarburg) 700€. Trịnh Thị Hoa & Phạm Thị Kim Anh 100€. Thiện Vân Nguyễn Thị Thu Thủy & H.T. Hưng. Hiệp & Tư 50€. Khen & Huy Quỳnh 50€. Thiện Bình 20€. Tôn Quốc Vinh (Saarbrücken) 50€. Năm Quý 30€. Hạnh Béo 20€. Lý Kiến Cường 50€. Giang Lăng Cui 25€. Thiện Quang Ly 50€. Chi Hội PT Saarland 50€. Quý vị ẩn danh (Saarbrücken) 50€. - Gđ. Vũ Quốc Dụng (Oberursel) 300€ HHHL Vũ Quốc Sủng Pd Minh Ân. Tín Quả Lê Thị Hoa (Việt Nam) 50€ HHHL Nguyên Độ Lê Văn Tiếp. Thiện Đạt (Hildesheim) 50€. Đồng Nam & Thiện Hồng (Barnberg) 100€. Thiện Thịnh Ngủ Thư Cường & Thiện Châu Tô Lệ Yến 100€. Chúc Anh (Australia) 119,76€. Ni Sư Thích Nữ Hạnh Bình (Hannover) 500€. Sư Cô Thích Nữ Giác Mẫn (Schweden) 200€. Chùa Linh Thứu (Berlin) 1.500€. Thiện Mẫn & Thiện Nhã (Nürnberg) 500€. Quý Phật Tử Hòa Lan (Holland) 330€. Thiện Hỷ (Aurich) 100€. Tâm Thứ & Thiện Định (Berlin) 100€. Diệu Tịnh (Hằng & Tuấn) (Berlin) 100€. Thị Lộc 50€. Gđ. Diệu Bảo 100€. Cô Đại (Lindau) 50€. Tu Viện Viên Đức (Ravensburg) 100€. Minh Hải & Tâm Tịnh Phổ (Ulm) 100€. Tâm Thủy 100€. Đồng Liên & Đồng Nam (Friedrichshafen) 100€. Chùa Giác Ý (Mülsen) 50€. Gđ. ĐH Huỳnh Thị Ngọc Mai (Karlsruhe) 100€ HHHL ĐH Trương Văn Hồng. Thìn Lưu (England) 100€.

* **Báo Viên Giác**
Bình Lê 25€. Cao Minh Đức 100€. Diệu Phi Nguyễn Phương Danh 20€. Frau Ngô Anh (Vương Ngô Anh) 20€. Ngon Thuy Lưu 60€. Nguyễn Duy Kiên 30€. Phan Văn 50€. Trieu, Tanja 100€. Châu Lý Mùi (Aidingen) 50€. Huỳnh Quốc Thanh Tùng (Bad König) 30€. Nguyễn Thị Quỳnh (Barntrup) 20€. Lư Kha Vinh (Belgique) 40€. Lâm Thanh Minh (Berlin) 30€. Nguyễn Thùy Dung 50€. Trần Ngọc Em 20€. Dương Văn Hào (Bielefeld) 30€. Lương Thị Hường 30€. Tô Thanh Quang (Bindlach) 30€. Dương Vân (Bochum) 20€. Lê Thị Huê Mỹ (Braunschweig) 20€. Loan Đặng 20€. Nguyễn Thị Bạch Huệ (Brigachtal Kirchdorf) 60€. Đoàn Thị Long (Buchholz) 100€. Hoàng Quốc Hữu (Darmstadt) 25€. Nguyễn Hoàng Nha (Dortmund) 40€. Đỗ Văn Đài (Duisburg) 20€. Đỗ Văn Nghiêm 20€. Lê Minh Hoàng 20€. Helene Antony-Do (Düsseldorf) 50€. Huỳnh Văn Dân (Emmendingen) 20€. Lâm Tấn Khôi 25€. Phạm Chí Huy (Erftstadt Liblar) 20€. Đỗ Thị Liên (Essen) 20€. Nguyễn Văn Đức 20€. Trịnh Kim Thủy 50€. Trần Văn An (Flensburg) 20€. Đinh Trọng Châu (France) 100€. Huỳnh-Dương Thị Tam 30€. Lê Chăng 30€. Lê Ngọc Sơn Yến 82,50€. Nguyễn Minh Ngà 40€. Nguyễn Năng Cường 50€. Trần Thị Kiều Vân 35€. Hoàng Tôn Long (Frankfurt) 30€. Nguyễn Phước Hải (Frankfurt/M) 20€. Lê Chi Gruber (Frankfurt/M) 100€. Quách Thị Ngọc Huệ 300€. Nguyễn Nam Hoa (Freising) 40€. Hồ Văn Minh (Gau-Allgesheim) 20€. Lê Thị Vân (Geretsried) 20€. Nguyễn Thị Hinh (Gerolstein) 20€. Nguyễn Xuân Nghiêm (Göttingen) 24€. Nguyễn Thiện Lộc (Groß-Gerau) 20€. Lâm Thuận Hi (Hagen) 20€. Đỗ Túy Thanh (Hamburg) 50€. Lý Thị Bạch Tuyết 20€. Nguyễn Thị Sáu 20€. Nguyễn Thị Tiến (Hannover) 25€. Trịnh Quốc Tiến 20€. Trương Văn Xuân 30€. Trang Văn Hy (Heilbronn) 50€. Ngô Văn Ba (Heimenkirch) 20€. Antony Trần (Hilden) 50€. Phạm Văn Dũng (Hildesheim) 30€. Nguyễn Tấn Sĩ (Thủy) (Holland) 50€. Gđ. N.V.C. (Ibbenbüren) 100€. Nguyễn Ngọc Châu 20€. Hà Phước Mai (Isselburg) 30€. Diệu Thành Lai Kim Anh (Italia) 50€. Đồng Hoa Nguyễn Phước Như Mai 40€. Đồng Xuân Hạnh 20€. Lai Khiết Linh 20€. Lương Bắc 30€. Phạm Minh Đức 30€. Thiện Đặng Trần Xuân Hoa 50€. Thiện Nguyện Bảo Chí 30€. Nguyễn Drebelow Thị Bình (Jesterburg) 40€. Trần Thị Thanh

Thúy (Karlsbad) 50€. Thiện Thọ Trần Thị Xê (Karlsruhe) 40€. Nguyễn Thanh Hải (Kempten) 50€. Dr. Toan Trần Văn Kattner (Kircheheim) 20€. Nguyễn Bá Mỹ (Kleinostheim) 20€. Trần Thị Mỹ Dung (Kleve) 30€. Điền Kim Thoa (Köln) 20€. Gđ. Lê Văn Tiết 30€. Trần Văn Khoa 20€. Diệu Khai Phạm Thị Quyển (Krefeld) 30€. Phạm Xuân Thiếp 40€. Quách Thị Mùi 20€. Nguyễn Thị Hương (Laatzen) 30€. Phan Thị Kim Lan 50€. Nguyễn Thị Kim Chi (Landshut) 20€. Nguyễn Công Khai (Landstuhl) 50€. Hồ Tuấn Kiệt (Langen/Hessen) 50€. Thiện Hà Đặng Thị Hằng Teickner (Langenhagen) 30€. Lâm Ý Xuân (Leer) 20€. Michael Trần (Lehrte) 40€. Trần Thị Nguyên (Limburgerhof) 20€. Phan Thanh Hoa (Lindau-Bodensee) 20€. Trần Thị Phương (Lorsch) 20€. Đỗ Thị Luyến (Lotte Büren) 30€. Lý Hoa (Meppen) 20€. Trần Thị Thu (Minden) 20€. Thái Nguyệt Cầu (Mochheim) 30€. Trần Hải Hòa & Hứa Thị Dục Tú (Müllheim) 30€. Diệu Hạnh Nguyễn Thị Đức (München) 20€. Ngô Văn Thuận 50€. Trần Minh An 30€. Nguyễn Ánh Trâm (Münster) 20€. Nguyễn Quyền 50€. Trương Mỹ Anh 20€. Mã Thị Kim Hồng (Nettetal Breyell) 30€. Trần Tú Anh (Neuss) 30€. Đỗ Thị Lan (Neustadt) 20€. Vũ Trọng Thử (Nienburg) 20€. Hoàng Công Phu (Nordlingen) 20€. Nguyễn Danh Thắng (Nürnberg) 25€. Vũ Thị Tường Minh (Oberhausen) 20€. Bành Ngọc Anh (Osnabrück) 20€. Nguyễn Sĩ Long (Österreich) 50€. Nguyễn Thị Tuyết Nga (Paderborn) 20€. Hồng Châu Rashid (Pfarrkirchen) 50€. Nhiên Nguyễn (Pfuhl) 20€. Đặng Thị Ban Mai (Rastede) 20€. Hoàng Văn Thanh (Regensburg) 20€. Trần Văn Huyền (Reutlingen) 50€. Trương Thị Hồng Phúc (Nguyễn Vũ Bang) (Rheine) 30€. Giang Lăng Cui (Saarbrücken) 25€. Huỳnh Minh Tân (Saarlouis) 20€. Nguyễn-Trần Minh Nhựt (Schwabach) 50€. Diệu Sinh Vũ Ngọc Hoạt (Schweiz) 53€. Lan Morat Nguyen 50€. Trần Bích Nhung 53€. Trần Thị Cúc 53€. Võ-Lương Thế Nga 100€. Đàm Thị Bích Nhuần (Schwetzingen) 20€. Đỗ Vũ Hương (Sindelfingen) 50€. Herm Thị Lan Chi (St. Leon-Rot) 20€. Nguyễn Thị Thái Lan (Staßfurt) 20€. Lương Man Long (Syke) 30€. Nguyễn Văn Lý (Tennenbronn) 50€. Hà Tú Quan (Trier) 20€. Trương Đắc 20€. Đặng Thị Hải Vân (Ulm) 20€. Gđ. Nguyễn Văn Trụ (Unkel) 20€. Lê Thị Kim Oanh (Mẹ của Bảo Chí) (USA) 50€. Trần Bùi (Villingen-Schwenningen) 30€. Huỳnh Thanh Hưng (Völklingen/Saar) 30€. Braune Lan Phương (Waghäusen) 20€. Huỳnh Thanh Long (Wiesbaden) 50€. Huỳnh Thị Bạch Tuyết (Würzburg) 20€. - Nguyễn Đức Hoàn (France) 100€. Thiện Vân Nguyễn Thị Thu Thủy & H.T.Hưng (Saarburg) 50€. Giang Lăng Cui (Saarbrücken) 25€. Chi Hội PT Saarland 30€.

* ẤN TỐNG
Đỗ Văn Đài (Duisburg) 50€. Diệu Hạnh Naeng Kim Liêu & Diệu Từ Nguyễn Thị HồngThủy (Schweden) 9€.
-**Kinh Dược Sư:** Đồng Nhi & Đồng Thinh 100€.
-**Kinh Địa Tạng:** Fam. Nguyễn 20€.
-**Thiền Môn Nhựt Tụng:** Lê Thi 352€.
-**Kinh Thanh Văn Tạng:** Jörg Becker 250€.
-**Kinh Địa Tạng Bồ Tát Bản Nguyện:** Bùi Duy Nguyên (Darmstadt) 100€.

* TƯỢNG PHẬT
-**Tượng Quan Âm:** Mai Thị Dậu 20€. Fam. Lư Vương (Oberhausen) 10€. Đàm Thị Bích Nhuần (Schwetzingen) 5€.
-**Thiên Thủ Thiên Nhãn:** Thiện Hà Đặng Thị Hằng Teickner (Langenhagen) 30€.

* Phật Đản
Gđ. Pt Diệu Ngọc 20€. Trần Văn Khoa (Köln) 20€. Huỳnh Thanh Hưng (Völklingen/Saar) 20€.

* Vu Lan
Gđ. Pt Diệu Ngọc 20€. Trần Văn Khoa (Köln) 20€.

* Tết & Rằm Tháng Giêng
Alina Elefterios Toni 10€. Ẩn danh 20€. Ẩn danh (người Hoa) 50€. Ẩn danh (người Hoa) 50€. Anna Vu 20€. Anton Ly 20€. Au Chau 20€. Bà Huỳnh Văn Khanh 20€. Bà Lưu Anh Pd Ngọc Bình 50€. Bùi Duy Khánh 20€. Bùi Ngọc Thọ 20€. Bùi Thị Dương 50€. Bùi Thị Hồng 50€. Bùi Thị Huê 50€. Bùi Thị Kim Chi 20€. Bùi Thị Ngọc Thúy 20€. Bùi Thị Thảo 30€. Bùi Thị Thu Giang 20€. Bùi Văn Khai 100€. Bùi Văn Nhật 20€. Bùi Văn Tú 10€. Bùi Văn Tuấn, Bùi Việt Anh, Bùi Mai Linh, Bùi Đức Trí, Bùi Minh Khôi, Đoàn Thị Huê & Đỗ Thị Hương 70€. Cam Hương Quan 50€. Cao Phan Cương 100€. Cao Thị Huyền 10€. Cao Thị Tố Hoa 20€. Chan Judy 20€. Châu Ngọc Diệp 10€. Cheeng Sui Cú 20€. Chod Sino Wenig 15€. Chong Yoon Kim 20€. Chou Cheng 40€. Christie 20€. Cù Thị Thanh 10€. Đàm Mạnh Quân 20€. Đàm Thanh Thiện 20€. Đặng Đình Nam 40€. Đặng Kim Thu 20€. Đặng Minh Quan 100€. Đặng Quỳnh Anh 50€. Đặng Thị Ban Mai 20€. Đặng Thị Huyền 20€. Đặng Thị Mỹ Hạnh 10€. Đặng Thị Nam Hà 10€. Đào Ngọc Sơn 100€. Đào Thị Hiền 10€. Đào Thị Liên 10€. Đào Thùy Trang 20€. Đậu Đình Sơn & Phan Thị Le My 20€. Dick Buhran 10€. Diệu Đức 20€. Diệu Hải Hoàng Hải Yến 50€. Diệu Hoa Đoàn Thị Thu Hằng 10€. Diệu Hoa Trần Kim Mai 10€. Diệu Phi Nguyễn Phương Danh 20€. Diệu Tuyết Lưu-Nguyễn Phương Anh 50€. Đinh Huyền Nhung 50€. Đinh Thị Phương 60€. Đinh Thị Phương Thảo 10€. Đinh Thị Quỳnh Loan 20€. Đinh Thị Thảo 40€. Đinh Thị Việt Anh 20€. Đinh Văn Hiền 20€. Đinh Văn Thế 50€. Dirk Buhran 20€. Đỗ Công Minh 10€. Đỗ Huỳnh Như 10€. Đỗ Ngọc Kim Linh 20€. Đỗ Nhật Linh 50€. Đỗ Như Tuyền 20€. Đỗ Thị Đông 20€. Đỗ Thị Loan 20€. Đỗ Thị Nhàn 20€. Đỗ Thu Thủy & Nguyễn Thị Phương Lan 20€. Đỗ Thúy Quỳnh 50€. Đỗ Tiến Dũng (Nguyễn Thị Liên) 20€. Đỗ Văn Dương 20€. Đỗ Văn Sơn 20€. Do, Fricke & Fittel 5€. Đoàn Huyền Trang Nguyên 20€. Đoàn Thị Hồng Hạnh 20€. Đoàn Thị Huệ 60€. Đoàn Thị Thanh Vân 10€. Đồng An Trịnh Thị Khuê 20€. Đồng Diệu 10€. Đồng Duyên 10€. Đồng Duyên Đặng Thị Mỹ Hạnh 20€. Đồng Nguyên Trần Thái Phi 20€. Đồng Phước Nguyễn Thị Thập 40€. Đồng Quý Võ Thị Kim Quyên 30€. Đồng Tịnh Phan Thị Thanh Thủy 30€ HH cho Bố Phan Văn Ca và 2 cô bé Chu Quốc Nhân & Chu Thủy Tiên. Đồng Tịnh Trịnh Thanh Vân 30€. Đường Huyền Trân 5€. Dương Thị Thủy 50€. Dương Tô Muối 20€. Eva Mai Hoa Lê 1€. Fam. Alan Wong, Truc Wong, Kenneth Wong, Sala-Ann Wong & Maurixce Schlede 50€. Fam. Chan 50€. Fam. David 8€. Fam. Do 50€. Fam. Đỗ & Nguyễn 10€. Fam. Đỗ (Đỗ Quốc Khánh) 40€. Fam. Đoàn & Mai 10€. Fam. Koi 10€. Fam. Kou & Lo 10€. Fam. Loh Hai Nguyên 20€. Fam. Low 20€. Fam. Lương Kalla 30€. Fam. Troy 10€. Fam. Vương Xien Len 20€. Frau Wiese 50€. Gđ. Đặng Đình Thoa & Dương Thúy Hằng 20€. Gđ. Đặng Thanh Nhã 10€. Gđ. Doãn Thị Cúc & Trần Thị Huệ và Hoàng Hà 30€. Gđ. Đồng Giới 20€. Gđ. Đồng Liên 20€. Gđ. Họ Cao & Nguyễn 50€. Gđ. Họ Lê (Lê Quang Thịnh) 20€. Gđ. Hoàng Việt Long 5€. Gđ. Lê Thị Thanh Lịch 50€. Gđ. Mạc Hồng Giang 40€. Gđ. Nguyễn 10€. Gđ. Nguyễn Thị Thùy Linh & Nguyễn Thị Lan Anh 70€. Gđ. Pt Diệu Ngọc 40€. Gđ. Pt Quang & Yến 50€. Gđ. Thư Thị Thành 50€. Gđ. Trương Túy Thanh 10€. Giác Mẫn Vũ Văn Đàn 50€. Giang Thu Trà 5€. Hà Lan Phương 20€. Hà Như Hồ 50€. Hạ Thị Thanh Huyền 20€. Hạ Trang & Thanh Hai 10€. Hồ Anh Thư 20€. Hồ Minh Huy 5€. Hồ Thị Lộc 10€. Hoa Tâm Hà Thị Thanh Bình 10€. Hoàng Diệu Thủy 20€. Hoàng Hữu Long & Đỗ Thị Hà 50€. Hoàng Hữu Long & Đỗ Thị Thúy Hà 50€. Hoàng Sỹ Hùng 30€. Hoàng Thị Hiên 20€. Hoàng Thị Hòa 20€. Hoàng Thị Hường 20€. Hoàng Thị Lan 20€. Hoàng Thị Lan Phương 30€. Hoàng Thị Minh Trang 5€. Hoàng Thị Quyên 20€. Hoàng Thị Tân 20€. Hoàng Thị Thang Mai 10€. Hoàng Thị Thơm 20€. Hoàng Thị Thủy 30€. Hoàng Thị Tuyết 50€. Hoàng Thu Hà 20€. Hoàng Thủy Tiên Kevin Van Kempen, Jeroen Van Kempen & Tri Quan Lang 20€. Hoàng Văn Cường 5€. Hồng Minh Hạnh, Như Liu & Amelie 10€. Hurpry Entrylo 10€. Huyền Trang Vũ Minh Huyền 20€. Huỳnh Cun Sau 50€. Huỳnh Quốc Cường 20€. Huỳnh Thị Lan Anh & Phùng Ngọc Tuấn 20€. Huỳnh Thị Mỹ Hạnh 50€. Ingo Pähler 30€. John Phan 20€. Julia Huỳnh 20€. Khương Khuyết Đạt 10€. Kiều Thị Hồng 10€. Kim Loan Blumenthal 50€. Krüger Kim Dung 10€. Lâm Minh Tú & Nguyễn Thiên Long Giang 10€. Lê Hồng Sơn 50€. Lê Hồng Yến 20€. Lê Kim Chi 5€. Lê Minh Hà 30€. Lê Thanh Thúy 10€. Lê Thị Anh Đào 50€. Lê Thị Hải 50€. Lê Thị Hải Yến 50€. Lê Thị Hồng Nhung 10€. Lê Thị Kim Dung 20€. Lê Thị Kim Sa 20€ HHHL Thân mẫu Lê Thị Liễu. Lê Thị Kim Thanh 10€. Lê Thị Lan Hương 20€. Lê Thị Ngọc 20€. Lê Thị Ngọc Hân 50€. Lê Thị Ngọc Minh 30€. Lê Thị Ngọc Nga 20€. Lê Thị Ngọc Tuyến 50€. Lê Thị Niên 50€. Lê Thị Thoa 10€. Lê Thị Thu Hà 20€. Lê Thị Thu Hiền 10€. Lê Thị Vân 20€. Lê Trà My & Sören Harnagel 7€. Lê Việt Anh 20€. Li Xiao Bi 10€. Lieu Nguyen Otken 10€. Lô Thị Hội 20€. Lotang Tai 20€. Lothar 5€. Low Kee Keong 100€. Lương Thị Hải Yến 10€. Lương Thị Huế 10€. Lưu Thục Trinh 100€. Ly Angelika & Ly An Alum 50€. Lý Cẩm Trúc 50€. Lý Ky Liên 20€. Lý Thị Hoa 40€. Lý-Trương Thị Kim Ánh 10€. Mac Hồng Giang 50€. Mạch Bích Hà 10€. Mạch Hưng Tân 50€. Mattes Thị Thái Bình 20€. Minh Klein 15€. Moore Kitkoung 20€. Ngô Lan Hương 10€. Ngô Linh Chi 20€. Ngô Nhật Thành 50€. Ngô Quốc Hùng 50€. Ngô Thị Chinh 40€. Ngô Thị Hoàng Lan 20€. Ngô Thị Ngọc Oanh 20€. Ngô Thị Nhung 20€. Ngô Thiếu Lai 100€. Ngọc Tuyền Trần Thị Ngọc Thúy 50€. Nguyễn Ngọc Vũ 20€. Nguyễn An Nhiên 5€. Nguyễn Anh Ngọc 10€. Nguyễn Anh Tuấn 20€. Nguyễn Bích Liên 60€. Nguyễn Đình Chương 100€. Nguyễn Đình Quý 10€. Nguyễn Đình Thăng 20€. Nguyễn Đình Thiệu 20€. Nguyễn Đức Thành 70€. Nguyễn Duy Huy 10€. Nguyễn Duy Tâm 20€. Nguyễn Duy Thái 50€. Nguyễn Hải An 10€. Nguyễn Hồng Anh 20€. Nguyễn Hồng Kim 50€. Nguyễn Hồng Sơn 60€. Nguyễn Hồng Thái 20€. Nguyễn Hương Linda 10€. Nguyễn Hữu Minh 20€. Nguyễn Hữu Tài 10€. Nguyễn Hữu Tú Quan 20€. Nguyễn Huy Tài 20€. Nguyễn Huyền My 10€. Nguyễn Khắc Thủy 20€. Nguyễn Khắc Tùng Dương 10€. Nguyễn Kim Dung 50€. Nguyễn Kim Phương 15€. Nguyễn Kim Phương, Nguyễn Phương Trinh, Nguyễn Kayla Tú Anh & Lê Văn Thôi 25€. Nguyễn Minh Đức 50€. Nguyễn Nam Trung 20€. Nguyễn Ngọc Anh 10€. Nguyễn Ngọc Anh

& Phạm Thị Khuyên 50€. Nguyễn Ngọc Đức 50€. Nguyễn Ngọc Lâm 20€. Nguyễn Ngọc Tuyết Mai 10€. Nguyễn Quang Trung 5€. Nguyễn Quý Hạnh 10€. Nguyễn Tấn Nam 20€. Nguyễn Thanh Hằng 50€. Nguyễn Thanh Tâm 20€. Nguyễn Thanh Thủy 20€. Nguyễn Thanh Vân 20€. Nguyễn Thị Bảy 10€. Nguyễn Thị Bích 20€. Nguyễn Thị Bích Lan 50€. Nguyễn Thị Cẩm Anh 20€. Nguyễn Thị Cao Vân 10€. Nguyễn Thị Diệp Thanh 30€. Nguyễn Thị Hải Lý 60€. Nguyễn Thị Hải Yến 70€. Nguyễn Thị Hoàng 30€. Nguyễn Thị Hội 40€. Nguyễn Thị Hồng Nhung 10€. Nguyễn Thị Hồng Tình 20€. Nguyễn Thị Hương 120€. Nguyễn Thị Khay 20€. Nguyễn Thị Lan Hiền 20€. Nguyễn Thị Lan Hương 30€. Nguyễn Thị Liên 20€. Nguyễn Thị Loan 20€. Nguyễn Thị Mai Hương 100€. Nguyễn Thị Mai Phương 40€. Nguyễn Thị Mai Thùy 20€. Nguyễn Thị Minh Lý 50€. Nguyễn Thị Minh Nguyên 20€. Nguyễn Thị Ngọc Anh 10€. Nguyễn Thị Ngọc Hiền 20€. Nguyễn Thị Như Ý 20€. Nguyễn Thị Phi Oanh 50€. Nguyễn Thị Phương 20€. Nguyễn Thị Phương Anh 150€. Nguyễn Thị Phương Lan 40€. Nguyễn Thị Phương Loan 50€. Nguyễn Thị Quyên 40€. Nguyễn Thị Quỳnh 20€. Nguyễn Thị Sen 20€. Nguyễn Thị Thanh 50€. Nguyễn Thị Thanh Hương 50€. Nguyễn Thị Thanh Tân 20€. Nguyễn Thị Thanh Tùng 50€. Nguyễn Thị Thảo 5€. Nguyễn Thị Thu 70€. Nguyễn Thị Thư 50€. Nguyễn Thị Thu Hà 50€. Nguyễn Thị Thu Hiền 20€. Nguyễn Thị Thu Hương 10€. Nguyễn Thị Thu Huyền 5€. Nguyễn Thị Thủy 20€. Nguyễn Thị Thủy Chung 10€. Nguyễn Thị Thuyền 5€. Nguyễn Thị Tố Uyên 10€. Nguyễn Thị Trưng 20€. Nguyễn Thị Tuyết Nhung 50€. Nguyễn Thị Vân Anh 30€. Nguyễn Thị Vân Quỳnh 50€. Nguyễn Thị Viện 10€. Nguyễn Thị Xuân 50€. Nguyễn Thị Xuân Minh 20€. Nguyễn Thị Xuyến 20€. Nguyễn Thị Yến 5€. Nguyễn Thị Yến Phương 20€. Nguyễn Thu Hương 20€. Nguyễn Thu Trang 50€. Nguyễn Thùy Dương 10€. Nguyễn Thúy Ngàn 20€. Nguyễn Trọng Đức 5€. Nguyễn Tuấn Anh 20€. Nguyễn Tuấn Đạt 30€. Nguyễn Tuấn Trần 20€. Nguyễn Tuyết Minh 20€. Nguyễn Văn Súy 20€. Nguyễn Văn Bình 50€. Nguyễn Văn Đông 10€. Nguyễn Văn Hiệp & Nguyễn Thị Viên 50€. Nguyễn Văn Phúc 20€. Nguyễn Văn Tây 20€. Nguyễn Văn Thắng 20€. Nguyễn Văn Thu 20€. Nguyễn Xuân Quang 20€. Nguyễn Thị Thu Hà 20€. Nhữ Thị Nguyệt 40€. Nhuận Đông 20€. Niks Kampferstein 20€. Olga, Wilhelm 5€. Phạm Đức Hiếu 20€. Phạm Hồng Vũ 20€. Phạm Kim Cương 5€. Phạm Minh Trang 20€. Phạm Ngọc Thủy 10€. Phạm Như Tôn 30€. Phạm Quang Minh & Lê Thị Minh Nguyệt 50€. Phạm Quốc Dung 50€. Phạm Sỹ Đạt 10€. Phạm Thị Biển 50€. Phạm Thị Hà 20€. Phạm Thị Hải Anh 5€. Phạm Thị Hạnh 50€. Phạm Thị Hòa 20€. Phạm Thị Kiều 10€. Phạm Thị Liên 10€. Phạm Thị Ly 10€. Phạm Thị Lý 20€. Phạm Thị Minh 20€. Phạm Thị Ngoạn 30€. Phạm Thị Sinh 10€. Phạm Thị Thanh Tâm 20€. Phạm Thị Thu Trang 20€. Phạm Thị Thuận 20€. Phạm Thị Thúy 20€. Phạm Thị Thúy Hằng 20€. Phạm Thị Trang 10€. Phạm Thị Vân Anh, Phạm-Nguyễn Bảo Hoàng & Phạm An 20€. Phạm Thị Yến 50€. Phạm Tiến Hanh 30€. Phạm Trung Nhân 50€. Phạm Tùng Vũ 10€. Phạm Văn Hiền & Nguyễn Thị Bích Liên 20€. Phạm Văn Hùng 20€. Phạm Văn Linh 20€. Phạm Văn Trường 50€. Phan Hồng Sơn 50€. Phan Phi Hải 40€. Phan Thị Thu Hà 50€. Phan Thị Thu Liễu 50€. Phan Tùng Bách 20€. Phí Hồng Đức 10€. Phùng Bích Thủy 20€. Phùng Hải Anh 20€. Phùng Quang Đông 5€. Prakosay 5€. Pt. Nguyễn Văn Hữu & Nguyễn Thúy Ngọc 10€. Pt. Tịnh Hiếu 20€. Quách Ái Trung 20€. Quảng Tấn Cao Đăng Dẫn 50€. Roggenbuck Hải Lý 10€. Ruppelt Mai 10€. Sai Thị Bích Hợp 50€. Sầm Tô Hà 10€. Susanne Heine Trần 10€. Susanue Haive Trần 40€. Tạ Diệp Nguyên Anh 50€. Tâm Mỹ, Đồng Hòa, Jule & Rune Trọng Ân và Đồng Nhã 50€. Th. Du Henry 20€. Thái Thị Khánh Hồng 50€. Thắm 50€. Tham Kwok Wo 20€. Thanh Otte 20€. Thi Liêng Thăng 40€. Thị Thu Hà Gille 20€. Thiện Chi, Thiện Hậu & Mochi 50€. Thiện Nhân Lương Đức Hiếu 50€. Thiện Tâm Nguyễn Ngọc Thông 40€. Thu Hà & Minh Đức 10€. Thương Nguyên 10€. Thùy Henne 20€. Thủy Tiên Vu 30€. Thuyết Cao & Glüsing 20€. To Keng Wan 20€. Tô Minh Như 40€. Tony Au 10€. Trần Bội Châu 30€. Trần Diệu Lý 10€. Trần Đức Khoa 5€. Trần Kinh Hưng 100€. Trần Lệ Thu 20€. Trần Mai Anh 20€. Trần Nga 20€. Trần Nguyệt Bang 80€. Trần Quế Lan 20€. Trần Quốc Hào 10€. Trần Quốc Thắng & Trần Thị Thúy Hạnh 20€. Trần Quới Ninh 100€. Trần Sỹ Quốc 10€. Trần Tấn Mười 10€. Trần Thái Xương 50€. Trần Thị Bích Ngư 50€. Trần Thị Bình 50€. Trần Thị Hằng 100€. Trần Thị Hào 10€. Trần Thị Hảo 10€. Trần Thị Huệ 20€. Trần Thị Hương Lan 20€. Trần Thị Huyền 5€. Trần Thị Kim Ngân 50€. Trần Thị Lý 20€. Trần Thị Mai 20€. Trần Thị Như Tâm 20€. Trần Thị Quang 100€. Trần Thị Thu Cúc 100€. Trần Thị Thu Long 50€. Trần Thị Thu Trang 50€. Trần Thị Thúy Hằng 20€. Trần Thị Thúy Mai 50€. Trần Thị Vân Anh 10€. Trần Thị Thông 20€. Trần Thu Trang 10€. Trần Tú Anh 100€. Trần Tuấn Đạt 20€. Trần Văn Lâm 50€. Trần Văn Nam 20€. Trần Văn Thịnh 30€. Trần Xuân Mai 5€. Tranava Mỹ Anh, Trần Anh Diệp & Trần Thị Phương Thanh 20€. Trang Kim Anh 50€. Trần-Nguyễn Thanh Hiền 20€. Trịnh Phương Hạnh 10€. Trịnh Thanh Hà Duyên 20€. Trịnh Thị Thúy Hoa 10€. Trịnh Thu Hoàn 50€. Trương Thị Bình 20€. Trương Thị Thủy 20€. Từ Tố Nga 20€. Văn Huệ Trân & Văn Trí Tài 50€. Veru & Kim Son 20€. Vĩnh Phúc Lương, Kerstin Lương, Vivian Lương & Simon Lương 20€. Võ Hồng Sơn 50€. Võ Quốc Khánh 50€. Võ Thị Còn 50€. Võ Thị Hải Lý 10€. Võ Trọng Nghĩa 5€. Vũ Đình Việt Anh 20€. Vũ Hoài Hương 10€. Vũ Ký Anh 50€. Vũ Minh Thoa 10€. Vũ Ngọc Sơn & Vũ Thị Hiền (Fam. Vũ) 70€. Vũ Như Hằng 100€. Vũ Thanh Hằng 40€. Vũ Thị Cải 10€. Vũ Thị Cẩm Tú 20€. Vũ Thị Chung 20€. Vũ Thị Khánh Ngọc 50€. Vũ Thị Kim Nga 10€. Vũ Thị Thanh 10€. Vũ Trung Hiếu & Trần Thị Huyền (Hà Phương) 40€. Vũ Túy Phượng 50€. Vũ-Bùi Mai Trâm 10€. Vương Kỳ Văn & Vương Khiết Vy 20€. Vương Quang Huy 20€. Vương Thị Tân 20€. Vương Tuyết Văn 20€. Vương Văn Mạnh 50€. Wenkuan Yang, Yasemin Jei-Yi, Yang Kleins, Marina, Ya-Wen Yang 60€. William Thai & Ganging Freng 100€. Xuân Richter 30€. Xương Ly Pd Phung 300€. Yangyi Tan 20€. Yao Yihong & Yao Yiyang 20€. Zhan Wie Ming 50€. Hồ Mỹ Linh (Achim) 20€. Fam. Nguyễn (Ahrenburg) 10€. Frau Do (Apolda) 30€. Fam. Trần & Giang (Bad Lauterberg) 40€. Vương Tuấn Phong (Bad Pyrmont) 20€. Trần Văn Tuấn & Lê Thị Thủy và con Trần-Lê Cát Tiên, Trần-Lê Hiền Trân (Bad Zwischenahn) 50€. Đoàn Thị Phương Thu (Badrothenfelder) 10€. Nguyễn Thị Thu Hương (Barsinghausen) 10€. Nguyễn Văn Tường (Bergheim) 20€. Fr. Tse Wai Kenny & Phạm Thu Thủy (Berlin) 70€. Gđ. Vũ Trọng Huy & Phạm Thị Bình và Vũ Nam Phong 20€. Phạm Thị Tuyết Mai (Bernburg) 30€. Đoàn Tường Khánh (Bielefeld) 30€. Lương Thị Hường 20€. Minh Đạt Phạm Văn Đại & Đồng Hạnh Đinh Thị Thùy Dung 20€. Nguyễn Thị Kim Tuyến 10€. Pt. Đinh Thiên Nhiên 20€. Chu Hải Thanh (Bochum) 50€. Trần Thị Hoa 10€. Vũ Thùy Linh 20€. Lê Văn Dũng (Bonn) 40€. Đặng Thị Hạnh (Braunschweig) 20€. Đào Quỳnh Hoa 20€. Dương Thị Hương Giang 20€. Fam. Đỗ 10€. Fam. Lê Lan 20€. Fam. Nguyễn 20€. Gđ. Nguyễn Duy Tiến & Phạm Thị Huế 20€. Lê Thị Vân 5€. Nguyễn Thị Hạnh 20€. Nguyễn Thị Vy 20€. Phan Ngọc Dương 10€. Thân Thị Nhẫn 20€. Trần Thị Hương 50€. Đặng Thị Kim Loan (Bremen) 20€. Huỳnh Kim 30€. Nguyễn Thị Oanh 20€. Nguyễn Văn Đức 50€. Thiện Châu Lý Cẩm Trúc, Đồng Chánh Đỗ Thanh Hậu, Đức Hảo Lý Jolina Phụng Vi & Lý Jaydon Thanh Phi 33€. Cáp Trọng Dũng (Bremervörde) 20€. Lý Thị Hỏi (Buchholz) 10€. Trần Thị Kim Phúc (Burgdorf) 50€. Dương Tư Phát (Celle) 80€. Fam. Dương 40€. Fam. Sáng Lâm 20€. Gđ. Nguyễn Quốc Ninh 70€. Hong Loi & Thuy Loi 50€. Hồng Lương Thanh 30€. Lê Thị Lan Hương 10€. Minh Fugger 50€. Nguyễn Thị Hồng Diệp 20€. Nguyễn Thị Minh Hạnh 50€. Doãn Khánh Toàn & Trần Thúy Hương (Cloppenburg) 30€. Cu Say Hung (Coesfeld) 20€. Trần Cư Ngọc Huệ 40€. Trần Thanh Huê 50€. Trần Vĩnh Cam 50€. Nguyễn Văn Lắm (Delmenhorst) 50€. Mai Thanh Hương (Detmold) 20€. Nguyễn Thị Hải Hồng (Dinslaken) 50€. Nguyễn Thị Thuận (Dissen) 100€. Trịnh Hòa An (Donaueschingen) 30€. A. Thi Thu Thíy (Dorpen) 30€. Vũ Thị Kim Phượng (Dörpen) 30€. Bùi Mạnh Hùng (Dorsten) 20€. Trần Thị Hiền Lương (Dortmund) 20€. Nguyễn Ngọc Thông (Duderstadt) 10€. Phạm Văn Việt 20€. Trần Thị Bích Hiền 20€. Lê Minh Hoàng (Duisburg) 50€. Nguyễn Thị Liễu 20€. Nguyễn Hữu Khương, Nguyễn Thị Thành, Nguyễn Khánh Trang, Nguyễn Thu Hiền, Nguyễn Mi-A & Nguyễn Lê-On (Eisenach) 50€. Jenny Trần (Elmshorn) 20€. Nguyễn Chí Cương (Elsfleth) 60€. Adamy (Ensdorf) 20€. Phạm Chí Huy (Erftstadt Liblar) 35€. Nguyễn Thị Bình (Erfurt) 20€. Nguyễn Thị Hương (Eschwege) 10€. Đỗ Việt Hùng (Essen) 20€. Nguyễn Hồng Anh 25€. Nguyễn Văn Thủy 50€. Lê Thị Hoa (Filderstadt) 20€. Nguyễn Thị Đức Thái (Fleising) 20€. Ẩn danh (France) 40€. Nhựt Hòa Võ Văn Thắng 100€. Nguyễn Gia Vinh (Frankenthal) 20€. Lưu (Frankfurt/M) 5€. Bùi Thúy Hà (Freiberg) 5€. Đỗ Tuyết Mai 30€. Nguyễn Thị Cẩm 50€. Trần Vĩnh Phước (Freising) 50€. Hoàng Thị Thúy (Fürth) 20€. Alina Brase (Garbsen) 10€. Nguyễn Minh Tuấn 30€. Nguyễn Thu Hiền 10€. Thị Nụ & Hoàng Lân Nguyễn 40€. Hứa Thị Phúc (Gerolstein) 20€. Hoàng Thị Liu (Göttingen) 50€. Lê Viết Hải 30€. Nguyễn Chí Nam 100€. Nguyễn Thị Thương 50€. Trần Ngọc Trí 100€. Vương Tuyến Văn 50€. Lưu Thúy Nga (Güterloh) 30€. Jenny Lam (Hamburg) 10€. Phan Ngọc Quốc 20€. Sui Long Lam 10€. Fam. Vũ & Nguyễn (Hameln) 30€. Gđ. Lê Thu Huệ 50€. Trịnh Xuân Phong 20€. Bảo Phương Strauß (Hannover) 10€. Chau Hau Kan 50€. Đinh Thanh Thủy 100€. Đỗ Thị Thanh Tâm 20€. Gđ. Nam Phương 40€. Jenng La 30€. Jolie Ký 20€. Lương Tô Tử 100€. Mã Lệ Tuyết 30€. Nguyễn Anh Tuấn 20€. Nguyễn Đạt 5€. Nguyễn Thị Thanh Hà 10€. Phạm Hữu Thông & Phạm Hữu Phương 50€. Tâm 20€. Thị Hạnh Lê (Bá) 20€. Trần Bích Thuận 20€. Vũ Thị Hoa 20€. Đỗ Kim Tuyến (Haren) 30€. Cao Hữu Đức (Haren/Ems) 20€. Nguyễn Phúc Hưng & Hoàng Thị Thanh Hằng và Nguyễn Hùng Cường, Nguyễn Thùy Linh (Harrstedt) 40€. Triệu Cẩm Nguyên (Haßloch) 40€. Nguyễn Kiều Long (Heilbronn) 20€. Gđ. Quách Tuấn (Helmstedt)

50€. Hue Quan Van 50€. Lê Đình Thuần 80€. Lưu Thu Hương 50€. Cao Minh Bửu (Herford) 20€. Đỗ Thị Thu Hoài & Vũ Văn Thắng 50€. Trịnh Hương Lan (Herzberg) 40€. Đào & Bùi (Hildesheim) 25€. Đh Hùng Minh 30€. Gđ. Lý 10€. Gđ. Phạm Văn Tuấn 100€. Gđ. Vũ Tuấn Anh & Trần Thị Thu Thủy 50€. Hà Hữu An 50€. Hà Hữu Han (Nguyễn Thị Chi) 20€. Hồng Minh Kiệt 50€. Nguyễn Hương Thủy 10€. Nguyễn Văn Hùng 5€. Schwertfirm Trần Kim Phượng Pd Thiện Học (Hilgerthausen Tandern) 30€. Phạm Đình Hải (Hohenstein-Ernstthal) 20€. Dương Thị Mộng Mai (Horb am Neckar) 20€. Gđ. Ẩn danh N.V.C. (Ibbenbüren) 100€. Nguyễn Ngọc Châu 50€. Trần Đại Phong & Đỗ Mai Linh (Isenhagen) 10€. Bùi Thị Thiết (Jaderberg) 50€. Nguyễn Mạnh Cường (Jayla) 20€. Diệu Ngọc & Quảng Tâm (Karlsbad) 50€. Gđ. Thiện Mỹ Lưu Hạnh Dung (Karlsruhe) 100€. Lê Thị Hoàng Nga (Kassel) 50€. Phạm-Đăng Anh Tuấn và Gđ. Lê Ngọc & Nguyễn (Kassel & France) 200€. Gđ. Pt Văn Công Tuấn & Phấn (Kiel) 50€. Phùng Tuấn Vinh 10€. Hüseyin Cerm Sewin & Tô Diệu My (Köln) 10€. Huỳnh Lai Dân 70€. Trần Văn Khoa 40€. Diệu Khai Phạm Thị Quyển (Krefeld) 20€. Lý Hồng Diễm, Lý Hồng Sơn & Lý Hồng Chương 30€. Ngô Thị Huệ & Trần Duy Bình 100€. Nguyễn Thị Thu Hương 50€. Phạm Xuân Thiếp 60€. Quách Thị Mùi 31€. Cao Thị Thanh Liên (Kulmbach) 50€. Đinh Văn Khánh (Laatzen) 45€. Nguyễn Thị Kim Chi 50€. Phan Thị Kim Lan 150€. Tăng Quốc Cơ 50€. Thiện Pháp Nguyễn Văn Luận & Thiện Huệ Nguyễn Cẩm Lan và Nguyễn Laetitia, Nguyễn Laurentius, Lý Cẩm Bình 12€. Trần Nguyệt Lam 10€. Trần Văn Thích & Nguyễn Thị Vân Anh 20€. Baibel Sachmerda (Lachendorf) 10€. Pt. Phan Thị Hồng Vinh 30€. Nguyễn Thị Hồng Hoa (Landstuhl) 50€. Fam. Nguyễn (Lehrte) 20€. Gđ. Nguyễn Thị Loan 30€. Nguyễn Thị Tam 20€. Nguyễn Thị Thanh Thúy 40€. Trần Thị Thúy Hà 20€. Fam. Phạm Văn Hùng (Leipzig) 20€. Trần Thị Nguyên (Limburgerhof) 10€. Hùng & Linh Quách (Lübeck) 50€. Hoàng Thị Sen (Ludwigshafen) 30€. Vũ Thị Kiên (Lüneburg) 20€. Lý Hoa (Meppen) 30€. Ổ Thị Hai 120€. Thúy & Nghĩa Nguyễn 30€. Dr. Trương Ngọc Thanh & Nguyễn Thị Huyền Linh (Minden) 100€. Fam. Quách 20€. Lê Hoàng Oanh 20€. Lê Thị Thu Trang 50€. Phạm Ngọc Nhật 20€. Phạm Thị Sen 50€. Trần Thị Thu 80€. Thanh Phương Heise (Moehrendorf) 3.000€. Hue Wollenberg (Moers) 20€. Fam. Hà & Bùi (Möfelden Wadldorf) 50€ HHHL Đh. Trần Trọng Vinh. Cao Thị Mơ (Neu-Anspach) 20€. Trần Tú Anh (Neuss) 50€. Đàm Tô Hà & Phan Tô Hà và Tu Trac Đàm (Nienburg) 20€. Gđ. Đào Ngọc Tĩnh & Ngô Hoàng Dung 50€. Gđ. Lục Tô Hà 20€. Lee Lục Nhan Khanh 20€. Vũ Trọng Thử & Lê Thị Thược 70€. Fam. Trinh (Nolden) 20€. Bùi Văn Nhật (Norden) 10€. Huỳnh Ngọc Châu 30€. Nguyễn Hiếu Nghĩa (Norderney) 20€. Nguyễn Thị Lệ Hằng 40€. Lê Vũ Hoàng Nam (Norderstedt) 50€. HHHL Diệu Thới (Nordhorn) 50€. Nguyễn Danh Thắng (Nürnberg) 25€. Vũ Thị Tường Nhân 20€. Fam. Lư Vương (Oberhausen) 10€. Đồng Ngọc Phùng Thị Kim Dung (Oldenburg) 50€. Trần Tuấn Hưng 20€. Trần Tuấn Tú & Nguyễn Thu Trang 50€. Bành Ngọc Anh (Osnabrück) 20€. Fam. Dương & Trần 20€. Fam Huỳnh & Koch (Ösnabrück & Franfurt) 50€. Fam Đặng (Ostfildern) 20€. Lương Hà Nữ, Lương Miêu & Lương Bá Nhơn (Paderborn) 20€. Ẩn danh người Hoa (Paris/France) 20€. Li, Trần Thúy Phượng (Pforzheim) 50€. Trần Trung Sơn (Rastede) 30€. Huỳnh Bá Thuận (Ratingen) 30€. Nguyễn Hồng Trường (Rheine) 70€. Nguyễn-Trần Thị Lương (Rodgau) 20€. Trần-Cao Lệ Sương (Ronnenberg) 10€. Phan Văn Anh (Rosdorf) 300€. Phạm Quang Tiến & Phạm Vân Anh (Rosdorf/Göttingen) 100€. Karl Heinz Karberg (Seelze) 10€. Gripienski Thanh Hiền (Salzgitter) 20€. Dương Vinh (Schramberg-Sulgen) 30€. Tô Khải Đức (Schweinfurt) 50€. Đàm Thị Bích Nhuần (Schwetzingen) 10€. Vũ Quang Tú (Seelze) 50€. Fam. Nguyễn (Sehnde) 10€. Fam. Bùi Quang Tuấn (Sinsheim) 50€. Lê Văn Lưu (Soltau) 20€. Nguyễn Thị Đoàn 20€. Trần Văn Cảnh 20€. Nghiêm Thị Thu Bình (Sömmerda) 50€. Phạm Hoan (Spremberg) 100€. Thiện Phước Nguyễn Phú Đức (Springe) 50€. Phi Tạ (Stadthagen) 100€. Trần Thị Bích Liên 10€. Đỗ Thị Gái & Đỗ Thị Dung (Staßfurt) 15€. Nguyễn Thị Thái Lan 30€. Nguyễn Minh Nguyệt (Steinhude) 50€. Trương Thị Bình (Stuhr-Brinkum) 20€. Hoàng Văn Chiến (Suhl) 500€. Hoàng Văn Quý 100€. Hoàng Văn Vững 100€. Nguyễn Thị Hoa 20€. Trần Công Trực 50€. Lê Văn Anh (SZ) 50€. Nguyễn Văn Lý (Tennenbronn) 50€. Nguyễn Khắc Hiếu (Timmendorf Strand) 200€. Hoàng Nguyệt Nhung (Tostedt) 10€. Trương Đắc (Trier) 30€. Hoàng Văn Hải & Nguyễn Thị Loan (Uchte) 10€. Đặng Thị Hải Vân (Ulm) 20€. Gđ. Nguyễn Văn Trụ (Unkel) 35€. Bohlmann Mai (Uslar) 5€. Au Nhung (Vechta) 20€. Đoàn Quý Trung 20€. Gđ. Nguyễn David 30€. Phạm Thị Cúc 20€. Trịnh Văn Tuấn 30€. Nguyễn Thị Phương (Walkirch-Kollnau) 25€. Lê Công Minh (Wernigerode) 100€. Nguyễn Thanh Tiến (Westerstede) 50€. Fam. Trinh & Nguyen (Wiesbaden) 50€. Nguyễn Thị Hồi (Wilhemshaven) 50€. Trịnh Thị Hoa (Wittmund) 20€. Bích Liên Kadagies (Wolfsburg) 20€. Đặng Thị Lý 20€. Fam. Đh. Nguyễn Thị Thanh 20€. Fam. Wolfgang Delarber 30€. Gđ. Lê Công Anh & Hoàng Thị Phương và Lê Đức Mạnh 50€. Nguyễn Đoàn Quyết, Trần Thị Phương Anh & Nguyễn Hải Phong 20€. Pt. Phạm Thị Hoàn 30€. Alexander Kenner (Wollershausen) 20€. Trần Thị Thanh Thúy (Wolmirstedt) 50€. Nguyễn Tích Bích Hằng (Worms) 50€. Hồ Văn Long (Wunstorf) 20€. Nguyễn Thị Liên 50€. Nguyễn Thị Ngọc Trâm 20€. Trần Thị Nhài (Würselen) 50€. Vũ Đức Khánh (Zingst) 50€.

* Trai Tăng
Đỗ Trí Khang 20€. Thiện Phú Lê Bích Lan 20€. Trương Thành Tín 20€. Minh Đạt Phạm Văn Đại & Đồng Hạnh Đinh Thị Thùy Dung (Bielefeld) 50€. Helene Antony-Do (Düsseldorf) 150€. Phan Thị Kim Lan (Laatzen) 50€.

* Sửa chùa
Hùng Nguyễn (Bad Iburg) 80€. Trần Văn Danh & Trần Thị Phúc (Nürnberg) 30€.

* Đèn Dược Sư
Diệu Hảo Lê Thị Ngọc Minh 120€. Đồng Tịnh Trịnh Thanh Vân 20€. Fam. Lê Thị-Eitner (Lê Thị Xuyến) 100€. Gđ. Bích Vân & Thanh Châu 10€. Gđ. Pt Đồng Hạnh Bùi Thị Dung 10€. Gđ. Pt Ngọc Cẩn Trần Thị Lan 50€. Gia Nghi Hồng 100€. Hoàng Bích Nga 30€. Hứa Phú Kiều & Hứa Hiền 70€. Huang Yat John Wu Ting Wu & Thue Huệ Trinh 50€. Huang Zie Quan Wu 50€. Huỳnh Kim Thúy & Phạm Minh Tân 15€. Jolie Kỷ 10€. Lê Xuân Vương (Cát Tường) 15€. Ngọc Tâm Tạ Thị Hương 10€. Nguyễn Thị Diệp Thanh 30€. Nguyễn Thị Vân Anh 10€. Phạm Minh Hoàng Pd Đồng Thanh 10€. Quách Văn Thiện & Quách Thị Anh Hoa 30€. Staron Jennifer Ngọc Phượng 120€. Thiện Phú Lê Bích Lan 20€. Thoại Đào Trang 108€. Hùng Nguyễn (Bad Iburg) 20€. Nguyễn Thị Tình (Bad Pyrmont) 20€. Trịnh Minh Tân 20€. Minh Đạt Phạm Văn Đại & Đồng Hạnh Đinh Thị Thùy Dung (Bielefeld) 20€. Lê Thị Huê Mỹ (Braunschweig) 5€ HHHL Thiện Lễ Nguyễn Văn Nhơn. Thiện Châu Lý Cẩm Trúc, Đồng Chánh Đỗ Thanh Hậu, Đức Hảo Lý Jolina Phụng Vi & Lý Jaydon Thanh Phi (Bremen) 17€. Đỗ Thị Tuyết Lan (Dresden) 10€. Phạm Chí Huy (Erftstadt Liblar) 5€. Nguyễn Thị Tám (Essen) 30€. Nhựt Hòa Võ Văn Thắng (France) 10€. Diệu Hòa Trần Thị Thu Hiền (Göttingen) 200€ cầu an cho PT Hoàng Thị Xuân Ngọc. Gđ. Quảng Ngộ & Diệu Hiền (Hannover) 50€. Trần Hoàng Việt 50€. Nguyễn Minh Diệu (Karlsruhe) 10€. Nguyễn Bá Mỹ (Kleinostheim) 30€. Trần Thị Mỹ Dung (Kleve) 10€. Lý Hồng Diễm, Lý Hồng Sơn & Lý Hồng Chương (Krefeld) 10€. Quách Thị Mùi 49€. Phan Thị Kim Lan (Laatzen) 50€. Thiện Pháp Nguyễn Văn Luận & Thiện Huệ Nguyễn Cẩm Lan và Nguyễn Laetitia, Nguyễn Laurentius, Lý Cẩm Bình 38€. Gđ. Đồng Thanh (Mannheim) 20€. Nguyễn Quỳnh Nga 20€. Lý Hoa (Meppen) 10€. Trần Hải Hòa & Hứa Thị Dục Tú (Müllheim) 30€. Diệu Hạnh Nguyễn Thị Đức & Vũ Đức Quỳnh Như Vivian (München) 30€. Hồ Thị Phai (Neuss) 10€. Nguyễn Anh Sơn (Norderstedt) 20€. Lý Trung Hà (Osnabrück) 30€. Hiếu (Paderborn) 50€. Li, Trần Thúy Phượng (Pforzheim) 10€. Phạm Lạc & Thúy Hằng 20€. Đàm Thị Bích Nhuần (Schwetzingen) 10€. Trần Kim Vui (Taufkirchen) 50€. Hà Tú Quan (Trier) 50€. Hoàng Thị Hồng Ngân (Viersen) 10€.

* Học Viện Phật Giáo Viên Giác
Ẩn danh 30€. Bà Lưu Anh 20€. Bành Tâm Sơn (Wiesbaden) 20€. Bùi Thị Thúy Dự 20€. Đỗ Thị Thúy Hà & Hoàng Hữu Long 100€. Đồng Tâm 300€. Đồng Thuận Vũ Như Hằng 50€. Gđ. Phạm Thị Thanh Hằng 20€. Gđ. Phạm Văn Đức 25€. Gđ. Pt Ngọc Cẩn Trần Thị Lan 50€. Gđ. Vũ Thị Khánh Ngọc & Kai Zheng 100€. Gđ. Vũ Tuấn Anh & Trần Thị Thu Thủy 100€. Hoàng Thi 100€. Lê Anh Dũng 30€. Lê Hoàng Yến, Hà Trọng Đắc, Hà Trọng Lương & Ralf Dietrich 20€. Lê Phương Thanh 50€. Liêu Thái Hòa (Chùa Quan Âm) 9.000€. Limpext GmbH & CO.KG và đồng bào Phật Tử vùng Frankfurt 20.000€. Lý Thị Hối 20€. Ngô Thị Ngọc Oanh 5€. Nguyễn Khắc Hiếu 200€. Nguyễn Ngọc Hải & Đặng Thị Hồng Châu 52€. Nguyễn Thanh Văn 50€. Nguyễn Thị Hồng Điệp & Trần Văn Hoàn và Trần Kevin 50€. Nguyễn Thị Hồng Nhung 20€. Nguyễn Thu Hương & Nguyễn Thu Việt Trang và Nguyễn Đức Vượng Toni 20€. Nguyễn Văn Đức & Nguyễn Thị Nha Trang 50€. Nha Xanh GmbH 300€. Phạm-Đăng Anh Tuấn 600€. Phan Thị Hương 50€. Phùng Thị Hiền 20€. Quý Phật Tử ẩn danh 1.550€. Thi Hoang 100€. Thiện Long Huỳnh Thành Hưng 2.000€. Van Hop Ta & Thi Bạch Huệ Le-Ta 1.000€. Lê Thị Huê Mỹ (Braunschweig) 10€ HHHL Thiện Lễ Nguyễn Văn Nhơn. Nguyễn Ngọc Điệp (Darmstadt) 2.000€. Lâm Tấn Khôi (Emmendingen) 50€. Gđ. Trần Đỗ (Essen) 100€. Ngô Thị Thắng (Frankfurt) 400€. Ngô Quang Diễm Phi (Fürstenfeldbruck) 300€. Gđ. Đồng Kim Nguy Minh Thúy (Hannover) 150€. Nguyễn Thị Liên 50€. Nguyễn Thanh Bang & Quách Ái Trung 100€. Đồng Giới Trần Thị Thiên Hương (Italia) 2.000€. Lý Hồng Diễm, Lý Hồng Sơn & Lý Hồng Chương (Krefeld) 30€. Phan Thị Kim Lan (Laatzen) 100€. Vũ Đình Hải 100€. Lâm Ý

Xuân (Leer) 80€. Chơn Hòa & Quảng Phước (Minden) 1.000€. Ca sĩ Ngọc Huệ Trương Mỹ Tuyết (München) 1.000€. Huỳnh Thanh Hà (Nettetal) 50€. Thiện Hạnh Võ Thị Mỹ (Nürnberg) 2.000€. Fam. Lư Vương (Oberhausen) 20€. Gđ. Pt Giới Hương (Schönach) 60€. Diệu Hạnh Naeng Kim Liêu & Diệu Từ Nguyễn Thị Hồng Thủy (Schweden) 9€. Pt. Diệu Nhiên (Schweiz) 200€. Pt. Diệu Sinh 1.055€. Lê Thị Liễu (Sindershausen) 10€. Gđ. Hoan Phan (Spremberg) 100€. Sư Cô Chơn Phương Bảo & Vũ-Huỳnh Bích Thủy (USA) 1.206€. Sư Cô Thích Nữ Hạnh Trì 9.999€. Đồng Thoa (Vũng Tàu/Việt Nam) 50€. Fam. Võ & Ngô (Wolfsburg) 30€.

* TỪ THIỆN & XÃ HỘI

-Cô nhi, Cùi, Mù & Dưỡng lão:
Lê Thị Hoe 40€. Lihan Genz (Bad Pyrmont) 10€. Đào Thị Hồng Nguyên (Edewecht) 150€. Nguyễn Thị Tám (Essen) 20€. Lê Chi Gruber (Frankfurt/M) 500€. Dr. Hoàng Cương Nguyễn & Dr. Nguyễn Thị Minh Ngọc (Hamburg) 50€. Phi Nam (Karlsruhe) 20€. Lý Hồng Diễm, Lý Hồng Sơn & Lý Hồng Chương (Krefeld) 30€. Thiện Hà Đặng Thị Hằng Teickner (Langenhagen) 40€. Trần Thị Nguyên (Limburgerhof) 30€. Trần Văn Danh & Trần Thị Phúc (Nürnberg) 50€. Fam. Lư Vương (Oberhausen) 30€. Nguyễn Thị Thái Lan (Staßfurt) 20€. Đặng Thị Hải Vân (Ulm) 10€.

-Giúp người nghèo: Trần Văn Danh & Trần Thị Phúc (Nürnberg) 30€.

-Nồi cháo tình thương: Phạm-Nguyễn Thị Thu Thủy (Belgique) 50€. Nhiên Nguyễn (Pfuhl) 20€. Diệu Hạnh Naeng Kim Liêu & Diệu Từ Nguyễn Thị Hồng Thủy (Schweden) 9€.

-Mổ mắt tìm lại ánh sáng: Phi Quang (Karlsruhe) 30€. Thiện Hà Đặng Thị Hằng Teickner (Langenhagen) 30€. Trần Văn Danh & Trần Thị Phúc (Nürnberg) 50€. Nhiên Nguyễn (Pfuhl) 30€.

-Xe lăn: Thiện Hà Đặng Thị Hằng Teickner (Langenhagen) 10€.

-Phóng sanh: Tạ Thu Hiền 50€. Đào Thị Hồng Nguyên (Edewecht) 100€. Đồng Nhan La Thị Ngọc Dung (Ibbenbüren) 40€. Phi Tạ (Stadthagen) 50€.

* Học bổng Tăng Ni Việt Nam
Bành Tâm Sơn (Wiesbaden) 20€.

* Ký Tự
Gđ. Pt Diệu Ngọc 40€. Trần Văn Khoa (Köln) 20€. Bùi Thúy Hằng (Salzgitter) 10€. Đàm Thị Bích Nhuần (Schwetzingen) 10€.

* Quảng cáo
Hoa Lê Finanztransfer GmbH 530€. Michael Nguyen 530€.

* ĐỊNH KỲ (Tháng 01 & 02/2025)
An Duyên Nguyễn Thị Nhứt 10€. Chöling 700€. Christain Leupold 30€. Đặng Quốc Minh 20€. Đào Thị Hiền 40€. Diệu Khai, Diệu Ngọc & Quảng Tâm 100€. Đinh Anh Tuấn & Dương Thị Hồng Đoàn (Norderney) 20€. Đỗ Thái Bằng 60€. Đỗ Thị Hồng Hạnh 5€. Đoàn Thanh Vũ Phước 10€ HHHL Võ Thị Hai Pd Đồng Phước. Đồng Giới Nguyễn Thị Thu 20€. Gđ. Viên Tú Nguyễn Thị Anh 10€. Hà Ngọc Kim 50€ HHHL Diệu Hạnh Đinh Thị Hợi. Hồ Thị Nguyệt 50€. Hoàng Thị Nhung 20€. Hoàng Thị Phúc 20€. Hoàng Thị Tân 120€. Hồng Nghiệp Phan Quỳnh Trâm 10€. Hứa Thiện Cao 10€. Hue Wollenberg 20€. Lâm Đức Toàn 10€. Lâm Thị San 20€. Lê Minh Sang 60€. Lê Thị Hồng (Bad Urach) 200€ (Định kỳ trọn năm). Lê Thị Ngọc Hân 50€. Lê Thị Tiến 25€. Lê Thùy Dương 20€. Lê Văn Đức 20€. Lý Kiến Cường 30€. Lý Lăng Mai 10€. Manuela Horn 20€. Ngô Thị Thắng 10,23€. Nguyễn Hoàng Vũ & Nguyễn Thị Thanh Phương 20€. Nguyên Huệ & Diệu Mẫn 50€. Nguyễn Liên Hương 20€. Nguyễn Ngọc Đương 10€. Nguyễn Quang Hùng 15€. Nguyễn Quốc Định 30€. Nguyễn Thị Diệu Hạnh 40€. Nguyễn Thị Đức 50€. Nguyễn Thị Hiền 20€. Nguyễn Thị Hồng Quyên 20€. Nguyễn Thị Kim Lệ 20€. Nguyễn Thị Minh Sáu 20€. Nguyễn Thị Ngọc Lan 25€ HHHL mẹ Nguyễn Thị Phụng Pd Đồng Phước. Nguyễn Thị Ngọc Thảo (Straubenhardt) 50€. Nguyễn Thị Thắm 20€. Nguyễn Thị Thu Nguyệt 10€. Nguyễn Thiện Đức 50€. Nguyễn Văn Hùng 50€. Phạm Thị Mai & Minh Trương 60€. Phạm Văn Dũng & Đỗ Thị Cúc 12€. Phan Đình Du 50€. Phan Thị Lan 20€. Phùng Văn Thanh 20€. Quách-Lê Thị Kim Thu 25€. Rafael Adam Spyra 10€. Sabine & Phan Trương Trần Vũ 100€. Spyra Tu Bình 20€. Tạ Thị Ngọc Dung 60€. Thái Kim Sơn 40€. Thái Quang Minh 100€. Thị Bích Lan Nguyễn-Erhart 30€. Thị Thiện Phạm Công Hoàng 25€. Thiện Chơn Ngô Quang Vinh 40€. Thiện Độ Ngô Quang Đức 80€. Thiện Nam & Thiện Hồng 50€. Thiện Thọ Trần Thị Xê (Karlsruhe) 100€. Thiện Thủy Vũ Thị Xuyến 30€. Tôn Thúy 40€. Trần Mạnh Thắng 100€. Trần Tấn Tiếng 22€. Trần Thị Kiều Nga 10€. Trần Thị Kim Lệ 10€. Trần Thị Ngọc Anh (Trần Lăng Hía) 10€. Trần Thị Thanh 30€. Trần Thị Thu Thủy 10,22€. Trần Văn Dân 15€. Trương Ngọc 50€. Uông Minh Trung 20€. Võ Thị My 10,23€. Võ Thị Mỹ 10€. Võ Văn Hùng 30€. Vũ Đình Đức 30€. Vũ Quang Tú 100€. Vũ Thị Tường Nhân 20,46€. Young Thị Thanh 15€.

*

* *

Khi chuyển tịnh tài cúng Chùa, xin quý vị vui lòng ghi vào nơi (Verwendungszweck = mục đích cho việc gì) để văn phòng dễ làm việc. Quý vị ở xa ngoài nước Đức cũng có thể gửi tiền mặt hoặc Check trong thư, có thể gửi thường hoặc bảo đảm về chùa. Xin thành thật cám ơn quý vị.

Tất cả mọi sự Cúng Dường định kỳ hoặc những lễ lạc khác cho Chùa, quý vị đều có thể lấy Giấy Khai Thuế lại (bằng tiếng Đức) để cuối năm quý vị có thể khai khấu trừ thuế với Chính Phủ. Quý vị nào cần, xin liên lạc về Chùa qua Email: pagodevg2020@gmail.com bằng thư hoặc điện thoại, cho đến cuối tháng 4 mỗi năm; chúng tôi sẽ gửi giấy đến quý vị.

Quý vị chuyển tịnh tài về Chùa Viên Giác, xin chuyển vào Konto mới như sau:

1. Chùa Viên Giác
Congr.d.Verein Vietn.Buddh.Kirche Abteilung i.d Sparkasse Hannover
Konto Nr. 910 403 066 - BIC: SPKHDE2HXXX
IBAN: DE40 2505 0180 0910 4030 66

2. Chùa Viên Giác có số Konto riêng cho Học Viện Phật Giáo Viên Giác như sau:
Vien Giac Institut
Konto-Nr.: 910 570 655 - BIC: (Swift-Code): SPKHDEHXXX
IBAN: DE 90 2505 0180 0910 5706 55 - Sparkasse Hannover

3. Tu Viện Viên Đức ở Ravensburg có số Konto:
Kloster Vien Duc
IBAN: DE53 6505 0110 0111 3020 68 – BIC: SOLADES1RVB
Kreissparkasse Ravensburg

DANH SÁCH NHỜ ĐĂNG CỦA HỘI VAF ĐỨC QUỐC
Danh sách đợt II Mạnh Thường Quân tài trợ **Tu sửa Nghĩa Trang Quân Đội Biên Hòa** từ ngày 10.01.2025 đến ngày 09.03.2025:
Nguyen van Cong 100€; Huỳnh Văn Ninh (HH) 50€; Hoa Lan, Xuân Tiến (Berlin) 50€; Bùi thị Trúc (HH) 20€; Võ thị Ni (HH) 50€; Phạm công Hoàng 20€; Nguyễn thị Kim Liên (HH) 50€; Oan Nga Vuong 10€; Thi Nguyet Ho 50€; Phương Quỳnh (HH) 50€; Đinh Mạnh Chí (HH) 50€; Thiện Tiên (HH) 50€; Trịnh Hồng Xuân (HH) 40€.

Ủng hộ về Tài chánh Quí vị có thể chuyển qua Trương Mục (Konto): Sparda-Bank Hamburg eG. Tên: Thi Bich Lien Dam; Iban: DE47 2069 0500 0001 6300 75. Verwendungszweck: Nghĩa Trang Quân Đội Biên Hoà.

Đại diện Hội VAF ở Đức Quốc: **Nguyễn Tích Phùng**. Tel (049) 0157 8726 3989. Email: phungnguyen34@gmail.com

Ngày .... tháng .... năm 20 ....
PHIẾU ỦNG HỘ BÁO VIÊN GIÁC

Số hiệu độc giả (SH) ....
Họ và tên: ....
Địa chỉ: ....
....
Tel./Email: ....
Số tiền   : ....
Giấy chứng nhận khai thuế: Có   ☐   Không ☐

Độc giả mới ☐   Độc giả cũ ☐

Nếu thay đổi địa chỉ nhận báo, xin ghi rõ địa chỉ cũ dưới đây:
....
....

Congr.d.Verein Vietn.Buddh.Kirche Abteilung i.d
Sparkasse Hannover
Konto Nr. 910 403 066
BIC: SPKHDE2HXXX
IBAN: DE40 2505 0180 0910 4030 66

www.ingramcontent.com/pod-product-compliance
Lightning Source LLC
LaVergne TN
LVHW072128060526
838201LV00071B/4989